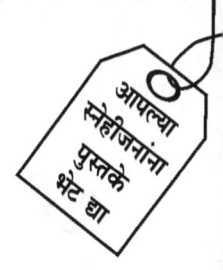

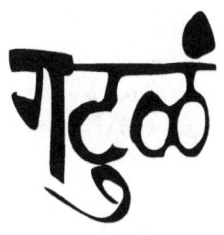

आपल्या स्नेहीजनांना पुस्तके भेट द्या

गटूळं

रवींद्र बागडे

D9900273

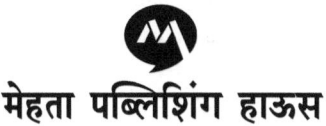

मेहता पब्लिशिंग हाऊस

All rights reserved along with e-books & layout. No part of this publication may be reproduced, stored in a retrieval system or transmitted, in any form or by any means, without the prior written consent of the Publisher and the licence holder. Please contact us at **Mehta Publishing House,** 1941, Madiwale Colony, Sadashiv Peth, Pune 411030.

✆ +91 020-24476924 / 24460313

Email : production@mehtapublishinghouse.com

Website : www.mehtapublishinghouse.com

◆ *या पुस्तकातील लेखकाची मते, घटना, वर्णने ही त्या लेखकाची असून त्याच्याशी प्रकाशक सहमत असतीलच असे नाही.*

GATULA by RAVINDRA BAGADE

गटुळं : रवींद्र बागडे / कादंबरी

Email : author@mehtapublishinghouse.com

© सौ. विमल रवींद्र बागडे

प्रकाशक : सुनील अनिल मेहता, मेहता पब्लिशिंग हाऊस, १९४१, सदाशिव पेठ, माडीवाले कॉलनी, पुणे – ४११०३०.

मुखपृष्ठ : चंद्रमोहन कुलकर्णी

प्रकाशनकाल : नोव्हेंबर, २००१ / पुनर्मुद्रण : जुलै, २०१३

P Book ISBN 9788177662153
E Book ISBN 9789353170479
E Books available on : play.google.com/store/books
www.amazon.in

चि. आकाश,

तू जिथं असशील तिथं सुखानं राहशील, अशी मनोभावे आम्ही श्रद्धा ठेवून आहोत. तू आकस्मिकपणे हे जग सोडून निघून गेलास. ही कादंबरी पूर्ण व्हावी, अशी तुझी मनोमन इच्छा होती; परंतु ती वेळेत पूर्ण होऊ शकली नाही.

आमच्या लाडक्या राजा, तू अवेळीच आम्हाला सोडून गेल्यामुळे आमचं जीवन दुःखीकष्टी झालं. आमच्या जीवनाचा आधार तुटला. आम्ही पोरके झालो आहोत. आमच्या म्हातारपणाची काठीही हरवली आहे. आम्ही कुणाच्या आशेवर जगायचं, या प्रश्नार्थक चिन्हातच तुझे मम्मी, पप्पा जगत आहेत.

ही कादंबरी प्रकाशित झाल्याचं समाधान तुझ्या आत्म्याला लाभो.

तुझे लाडके

मम्मी, पप्पा, ताई आणि छोटी सायली

मनोगत

ही कादंबरी लिहिल्यानंतर शरद गोगटेसरांना पंधरा वर्षांपूर्वी मी भेटलो होतो. परंतु काही अपरिहार्य कारणामुळे त्याचे पुनर्लेखन होऊ शकले नाही. त्यामुळे या कादंबरीचे काम खूपच लांबले. माझी आत्मकथा लिहावी; ही माझी मूळ भूमिका, परंतु या आत्मकथेतील पात्रांची नावे आणि काही ठिकाणेही बदलली आहेत. या बदलाचे कारण कोणाच्याही सहज लक्षात येऊ शकेल. आज वाचकांच्या हातात देत आहे, त्या लिखाणाला आत्मकथात्मक कादंबरी म्हणणे योग्य होईल.

शूद्रपणा, दारिद्र्य आणि गरिबी अंगाखांद्यावर बाळगत जिंदगीत वावरत असताना पुष्कळ काही अनुभवायला मिळाले! परंतु मी ज्या समाजव्यवस्थेत वावरत आहे, त्या सगळ्याचा मी एक घटक आहे. ते सगळे आहेत म्हणून 'मी' आहे. आईबापाने जन्म दिला, दारिद्र्य दिले, शिकवण दिली; यातून मी कर्माला लागलो. आईबाप जन्म देतात, पण कर्म देत नसतात असं म्हणतात. पण कर्माची व्याख्या ज्याची त्यानेच ठरवायची असते. सत्कर्माशिवाय माणसांचे आयुष्य सद्गुणी घडत नसते. मग तो कुणीही राजा असो किंवा रंक! धर्मीय असो की निधर्मी! स्पृश्य असो की अस्पृश्य! ज्याच्या आयुष्यात दारिद्र्य हे पाचवीला पुजलेलं असतं, तो आयुष्यात काहीच करू शकत नाही, अशी भावना कित्येकांच्या मनी आजही सापडते. परंतु ही भावना निखालस खोटी आहे. तुम्हाला ज्या ठिकाणी जायचे असेल, तिथपर्यंत तुम्ही जाऊ शकता; यासाठी प्रयत्न मात्र केला पाहिजे. अगदी निराशाजनक परिस्थिती असली, तरी तुमच्या अवतीभोवतीचं जग तुम्ही जिंकायला शिकलं पाहिजे.

माझा बाप हा अत्यंत दारुड्या होता. त्याने माझ्या आईचे अतोनात हाल केले. आकाळ फुटस्तोवर तो तिला बडवायचा, कष्ट करायला लावायचा. सात पोरांना जन्म देऊन त्याने सारा संसार फूटपायरीवरच केला. ज्या कुटुंबात मी जगलो, त्या कुटुंबाचा प्रमुख व्यसनाच्या आहारी गेल्यामुळे कुटुंबाचे कसे हाल हाल होत गेले, याचे वास्तववादी चित्रण करताना मला आज जरासुद्धा संकोच वा भय वाटत नाही; कारण त्यातून मी आणि माझे कुटुंब बाहेर पडलो आहोत. माझ्या दारुड्या बापाने माझ्या मनावर ठसवले होते की, "अरे बेट्या, जगांत माणसाच्या जन्माला येऊन नाव कमव, उगाच कुत्र्याच्या मौतीनं मरू नकोस!" स्वत: चिक्कार दारू प्यायचा, आम्हाला बडवायचा, आम्ही सगळी भावंडं त्याला चळाचळा कापायचो, पण त्याने त्याच्या आयुष्यात कुठल्याही मुलाला 'वाईट वाग' म्हणून सांगितलं नाही किंवा त्यांच्या चुकीची गय केली नाही. एवढंच काय, पण दारू पिऊन आल्यावर धिंगाणा घालून तो प्रात्यक्षिकांसहित सांगायचा, "बघ, मी किती वाईट हाय; माझ्यासारखं वागायचं तर वागा आणि भोगा."

आईनं जन्मभर सात पोरांना लहानाचं मोठं करत रस्त्यावर राहून काबाडकष्ट केले. दिवसाचे चौदा तास ती स्वत:च्या कुटुंबासाठी राबायची. प्रत्येकाला ती भाजी विकत असताना सांगायची, "शिका, सवरा, मोठं व्हा! नोकऱ्या चाकऱ्या करा, आपआपलं पॉट भरा, दुसऱ्यांचं वंगाळ चिंतू नका, आपल्याच्यानं व्हईल तेवढी त्यानला मदत करा." तिच्या कष्टाची परिसीमा पाहिली असती तर खुद्द 'मदर तेरेसा'ही आश्चर्यचकित झाल्या असत्या. मरहूम महबूबखान आज हयात असते, तर त्यांनीही आज दुसरा 'मदर इंडिया' काढला असता.

'नारायण' हे रवींद्र बागडे यांचे प्रतिरूप असल्यामुळे ही कादंबरी लिहिताना एका अर्थाने माझ्यात 'मी' शोधू लागलो. माझ्या मनाशी बोलू लागलो, लिहू लागलो, कधी रडलो, कधी हसलो. सुखदु:खाच्या गप्पा मनाशीच केल्या. ज्या डोळ्यांनी हे भावविश्व टिपले, त्याच डोळ्यांनी अश्रू ढाळले. माझ्या बापाने माझ्या शरीरातली हाडे निर्मिली, तर आईने त्या हाडांवर श्रमबिंदूंनी मांसाचा गोळा चढविला. सुखदु:खातल्या जीवनाने मला साथ दिली. विविध जातीधर्मातल्या माझ्या मित्रांनी मला मित्रसुख दिले. माझ्या समस्येमुळे मी झुंजार बनलो. माझ्या वेदना या जगातील वेदना आहेत. जगाच्या वेदना या माझ्या आहेत, हे मला जाणवायला लागलं! मी स्वत:ला कर्मदरिद्री समजतो. परंतु जगात याहूनही भयंकर दारिद्र्य असते हे अनुभवामुळे नकळतपणे मला कळायला लागले. कामगार, झोपडपट्टीवासीय, फेरीवाले, दलित या सर्वांच्या वेदना अगदी जवळून नुसत्या जाणल्या असं नव्हे, तर मी प्रत्यक्षात त्या अनुभवल्या आहेत. हा अनुभव लक्षात घेऊन मला असं सांगावसं वाटतं की, दलित जातीत जन्माला येऊन अस्पृश्यतेचा केवळ ढोल

वाजवण्यात काही तथ्य असलेतरी समाधान नाही. या सामाजिक समस्येचा शेवट व्हावा म्हणून यासाठी राबले पाहिजे, समाजप्रबोधन घडवले पाहिजे. ''माझ्यापासून मी सुरुवात करतो'' या भावनेनं कार्य झालं पाहिजे, म्हणूनच माझ्यात मलाच 'मी' ह्या कादंबरीत शोधत आहे.

या कादंबरीतील घटना साधारणपणे १९५५ ते १९६८ या काळातल्या आहेत. त्याच काळात मी मुख्यत: मुंबईच्या फुटपाथवर लहानाचा मोठा झालो. योगायोगाने काही संस्कार झाले आणि माझ्या जीवनाला काही दिशा मिळाली. परंतु फुटपाथवरच्या असंख्य कोट्यावधी नारायणांचे काय? त्यांच्या परिस्थितीला कोण जबाबदार आहेत? त्यांचे दीन-दलित अशिक्षित पालक की समाजव्यवस्था? हे सर्व जन्मतात आणि बालमजूर होतात. बालमजूर प्रतिबंधक कायदे आहेत. परंतु ज्या मुलांच्या आणि त्यांच्या आईबापांच्या पोटाची आग विझली जात नाही, त्यांचा उदरनिर्वाह होत नाही, तोपर्यंत ते शिकणार कसे आणि बालमजूर प्रतिबंधक कायदे सार्थ ठरणार कसे? नुसता कायदा पुरेसा नाही. परिस्थिती बदलली गेली पाहिजे. मला वाटते ही समस्या फक्त मुंबईच्या फुटपाथवरच्या 'नारायणाची' नाही. जगातल्या सर्व गरीब देशांतल्या दीन-दलित समाजांची आहे. 'गटुळं' मधील जीवन हे केवळ त्याचे एक प्रतीक आहे.

कादंबरीतील वेश्याव्यवसायावर आधारित असलेल्या घटना कित्येकांना कदाचित धक्कादायक वाटतील; परंतु त्या वास्तवाला सोडून नाहीत, इतकंच मी म्हणेन.

ऋणनिर्देश करताना प्रथमत: माझी पत्नी सौ. विमल बागडे हिचे नाव घ्यावे लागेल. तिच्या प्रेरणेमुळेच या कादंबरीचे लेखन मी करू शकलो. तिची मैत्रीण सौ. नीलिमा वर्तक यांनीही मला सहकार्य दिले. प्रा. एकनाथ घाग यांनी ही कादंबरी पूर्णपणे वाचून बहुमोलाच्या सूचना केल्या. माझी आई सावित्राबाई हिच्या अपार कष्टामुळे ही कादंबरी मला व्यक्त करावीशी वाटली; तर धाकटा बंधू प्रकाश याच्यामुळे आत्मकथेला मी कादंबरीचे रूप देऊ शकलो. माझा लाडका चिरंजीव आकाश साडेचोवीस वर्षांचा असताना त्याचा दुर्दैवाने आकस्मिक देहान्त झाला. ही कादंबरी प्रकाशित व्हावी अशी त्याची तीव्र इच्छा होती.

ज्येष्ठ पत्रकार मंडळी सर्वश्री नीळकंठ खाडिलकर, माधवराव गडकरी, चंद्रशेखर वाघ तथा सर्व स्वर्गवासी पु. रा. बेहरे, भाऊ जोशी, दि. वि. गोखले, आत्माराम सावंत, विद्याधर गोखले, र. ना. लाटे यांच्याकडून मला नकळतपणे प्रेरणा मिळालेली आहे.

या सर्वांपेक्षा वेगळे आभार 'शुभदा सारस्वत प्रकाशना'च्या शरद गोगटे यांचे मानले पाहिजेत. या कादंबरीसाठी त्यांचे अमोल मार्गदर्शन मिळाले आहे. कादंबरी जरी मी लिहिली असली, तरी खऱ्या कादंबरीचा अर्थ मला कळला तो गोगटे

सरांमुळेच! त्यांच्या या व्यवसायातील प्रदीर्घ अनुभवामुळे कादंबरी अधिक नेटकी सुसंगत झाली आहे. 'मेहता पब्लिशिंग हाऊस'ने ही कादंबरी प्रकाशनाला घेऊन मला उपकृत केले आहे.

श्री. शरद गोगटे, श्री. अनिल मेहता आणि श्री. सुनील मेहता यांचा मी ऋणी आहे.

या कादंबरीच्या लिखाणात आणि प्रकाशनात ज्यांचे ज्यांचे सहकार्य लाभले आहे, त्या सर्वांचे आभार मी मानतो. काही चुकले वाकले असेल, तर मी क्षमेस पात्र ठरावा, ही नम्र विनंती करून माझ्या अनुभवविश्वातल्या विविध घटनांचे हे 'गटुळं' वाचकवर्गाला सादर करत आहे.

रवींद्र बागडे

आठ नऊ वर्षांचा नाऱ्या उघडाच फिरत होता, उघडाबंब्या भरल्या भाजी बाजारात इकडून तिकडून येरझाऱ्या घालत होता. जिवाची नुस्ती उलघाल चालली होती.

"ए नाऱ्या चावाला आला कां?" कांद्या बटाट्याच्या वळीतून रामभाऊचा आवाज आला.

"नाय, त्यालाच बघतोय!" शेंबूड पुसत पुसत नाऱ्यानं बापाला उत्तर दिलं.

"ये सायत्रे बघ तरी पॉर कसं फिरतंय "चा" साठी."

नाऱ्या तसा सूं...सूं... करत पळत सुटला मुतारीकडं...

"मेला बांडगूळ सकाळच्यानं तडफाडतंय!" सायत्रानं हिसका मारला.

रामभाऊचा भाजीचा धंदा होता. सगळ्या बायकापोरांना भाजीपाल्याच्याच बाकड्यावरून ठेवलं होतं त्यानं. पाच पोरं अन् नवराबायको, तिथंच खायचं, तिथंच प्यायचं अन् तिथंच राहायचं.

सकाळच्याच पारी बाजार भरत चालला होता. गर्दी वाढत चालली होती. हिरवी हिरवीगार, ताजी, भाजी विकायला मांडली होती. मुंबई गिरगावसारख्या मध्यवस्तीतला हा भाग. द्वारकादास मॅन्शनमधील बनाम हॉल लेनचा भाजीबाजार. वसई, विरार इथून सकाळच्याच पारी ताजा माल आलेला दिसत होता. गुजरातची पापडी, वाल्ह्याची मिर्ची, कोल्हापूरची लवंगी, तळेगावचा बटाटा, संगमनेरचा तांबाटा, कचरा, कंद, भेंडी, शिराळी, घोसाळी, वांगी, ढब्बू मिर्ची, इलायती– देशी गाजर, आंबट चुका, पालक, खुर्ची, टाकळा, चवळी, माट, लहान–मोठी मेथी, नाशिकचा कांदा या साऱ्या भाज्यांनी बाजार फुलून गेला होता. काट्यावर काटा चढत होता. रत्तल, दोन रत्तलच्या मोजमापावरून भाव चालला होता. नवी मापंही निघाली होती. नव्या पैशांचा हिसाबही चालला होता. एक पै ला टिकलीचं नाव मिळालं होतं. गिऱ्हाईकं झटाझट खरेदी करत होती. पिशव्या भरभरून घरी चालल्या होत्या. साऱ्यांनाच

कामाची घाई, त्यामुळं झटपट हिसाब व्हायचा अन् पटदिशी गिऱ्हाईकं थैल्या भरभरून निघून जायची. कुठं कुठं अरेरावी ऐकायला मिळायची. कधी गिऱ्हाईकांची तर कधी भाजीवाल्याची!

समोर बुटक्या मातीचा, साठीचा गोळ्या म्हातारा बसला होता. अंगात बंडी अन् पंचा, डोक्यावर कोबीचं मोठं पान अगदी टोपीसारखं घातलेलं, गालफाडं बसलेली पण मराठा समाजाचा–

"ए नाऱ्या, व्हं बाजूला, दुकानापुढं उभा राहू नगंस!" गोळ्या म्हातारा खेकासला तसा नाऱ्या पुढं पुढं होत होता.

नाऱ्या पुटपुटला– "च्यायला, चावाला कुठं गेला, काय कळत न्हायं! ए नाऱ्या, आरं बाकड्यावर बस की, चावाला इल, तू कां खाली तडफाडतोस?" रामभाऊ वर्डत होता, डोळं वटारीत होता. नाऱ्याचा च्यावाचून जीव चालला होता. साईत्रा नाऱ्याकडं बघून "बांडगुळा मुडद्या वर येकी" म्हणून वर्डत होती.

नाम्या, दगड्या, लक्षा आणि गंगी बाकड्यावरच निपचित पडली होती. रामभाऊचा खोक्यातला संसार! तांबाट्याच्या लाकडी पेट्यांत पोरासोरांचा कपडालत्ता कोंबला होता. वर वलन बांधली होती. पोरांची सगळी पुस्तकं आजुबाजूच्या खोक्यात इकडं तिकडं पडली होती. बाजूला एक शेगडी, जर्मनचं चेंबलेलं, वाकडं तिकडं झालेलं एक ग्लास, काळाकुट्ट तवा, तव्याच्या बाजूला केरसुणी त्याच्याच बाजूला तांब लागलेल्या जुन्या पत्र्याची पेटी अन् मधोमध लहान मटका, मटक्यावर झाकलेलं तुटकं जर्मनचं ताट. हा रामभाऊच्या संसाराचा थाटमाट.

"चायवाला, चायवाला" ओरडत बुवा च्यावाला आला तशी पोरं ताड्दिशी उठली. नाऱ्यानं उभ्या उभ्या पट्दिशी बाकड्यावर उडी मारली. नाम्यानं ग्लासावर झडप मारून मटक्यातलं पाणी काढून पट्दिशी चूळ भर्ली तशी त्याची पिचकारी बापाच्या खमीसावर पाठीमागं पडली, पडल्या पडल्या बापाला चाहूल लागली अन् धाडदिशी नाम्याच्या तोंडात बसली.

"तुझ्या आयच्या गांडीत काठी, मादरचोद, नीट चूळ भर्ता इना व्हयं?"

"भडव्या लांब जायला काय व्हतं?"

"नळावर जावत न्हायं का?"

आईनं कमरेच्या पिशवीतली वर्तकी तपकीर काढली, चिमूटभर घेतली अन् चटदिशी दोन्ही नाकपुड्यात सरासरा वढली.

रामभाऊ भडकला होता. नाम्या निपचित राहिला.

लगदिशी पैशाची पिशवी काढली. त्यात हात घालत नाऱ्याला बोलली.

"हं, ही घे पैसं अन् पाच पाव आन."

"च्यावाल्याला बोलवायला मी गेलो व्हतो, नाय मी जानार आता, नाम्याला

लाव. हातरुनं मीच उचालली, पाट्या मीच लावल्या मीच सारी कामं करायची कां?''

नाऱ्यानं आईला सवाल इचारला.

''बांडगुळानूं सगळ्यांला खायला लागतंय, जायाचं असलं तर जा, न्हाईतर नुस्ता च्याच प्या.'' आई खेकासली.

बस एवढी बोलायची खोटी की रामभाऊनं सायत्राला शिव्या द्यायला सुरुवात केलीच.

''हो, ही, छिन्नाल बाजारबसवी, रांड पोरांना लाडवून ठेवती. यांच्या आयचा भोसडा, ह्यानला उपाशी मार्लंच पाहिजे– चल व्हं बाजूला'' सगळा राग नाऱ्यावरच व्हता अन् नाम्या पाठीमागं गाल चोळत बसला व्हता.''

नाम्यानं गुमान पैसे घेतले अन् पाव आणायला निघून गेला, तसा बुवा च्यावाल्याने पाच च्याचं कप बाकड्यावर ठेवलं अन् चावाला, चावाला अशी हाळी देत देत तो पुढे निघून गेला.

नाम्या पळत सुटला तसा त्याने नाक्यावरचं केळकर हाटील गाठलं– पाच पावाचं बंडल बांधून घेतलं अन् बाकड्यावर आला, तवर च्या गार झाला व्हता. पाच पावांची वाटणी झाली अन् पाचही जणांनी पाव, चहा बरोबर गपा गपा खाऊन टाकला. तसा सगळा बाजार त्या बाकड्याकडं टकामका बघत होता. पोरं पण निर्ढावली होती. येता-जाता नवखं गिऱ्हाईक बाकड्याकडं न्याहाळायचं, अन् पुढे निघून जायचं. रोजची सकाळची ही वेळ अशीच जायची.

रामभाऊच्या बापदादाचा धंदा चांभारकीचा! त्या धंद्याला रामराम ठोकून रामभाऊच्या बापानं, सखारामनं पोराला लगीन होताच संसाराच्या वाटेला लावलं होतं. रामभाऊनं भाजीचा धंदा करायचं ठरवून मुंबई गाठली, अन् ठाकुरद्वारला बिर्ला मॅन्शनच्या खोलीत राहायला आला. ठाकुरद्वारला बिर्ला मॅन्शनला हे कुटुंब राहायचं त्यावेळेची परिस्थिती फिरली आणि ठाकुरद्वारवरून बाकड्यावर यावं लागलं.

बिर्ला मॅन्शनच्या इमारतीला पोक आला होता, सखाराम अन् रामभाऊनं ताडलं की आता इथं राहणं काय ठिक न्हाई! म्हणून त्यांनी सारं बिऱ्हाड एका रात्रीच धाकट्या भावाकडं मुगभाटात हालवलं होतं. दुसऱ्याच दिवशी सकाळी ती इमारत जमीनदोस्त झाली होती. सारा पसारा सारा संसार पार धुळीस मिळाला होता. सोनं-नाणं होतं नव्हतं तेवढं त्या इमारतीत गाडलं गेलं. बिर्ला मॅन्शनचा मालक पारशी होता. त्या पारशानं दुसरी जागा देतो म्हणून सांगितलं पण जागा काही दिली नाही अन् हा संसार असा वाटेला लागला तो थेट बाकड्यावरच पोचला.

पुतळाबया रामभाऊची आई ती टोप पदराचं पाताळ नेसायची. ती पण बुटक्या मातीची पण फार मवाळ आणि सखाराम मात्र कडक स्वभावाचा. सखारामचं अन् रामभाऊचं काही पटायचं न्हाई. दोघांची सारखी भांडणं व्हायची. म्हाताऱ्यानं

म्हातारीला काही रामभाऊ जवळ ठेवलं न्हाय. तो निराळाच राहत होता. पुतळाबयाचं मराण. नंतर तर संबंध फारच तुटला.

रामभाऊची सगळी पोरं मुन्सिपाल्टीच्या शाळेत जायची. नाऱ्या, नाम्या, दगड्या, लक्षा अन् गंगी आळीपाळीनं एकेक इयत्ता सोडून आगं मागं शाळेत. एकमेकांची पुस्तकं आगंमागं चालायची. ह्या सगळ्या भावंडांत एक-दीड वर्षाचं अंतर.

सायत्रा पहाटेच उठून भायखळा भाजी मार्केट गाठायची. पहाटेच्या वेळी भायखळ्याला बऱ्याच जिल्ह्यातून माल आलेला असायचा. ताज्या भाज्यांची खरेदी विक्री व्हायची. सायत्रानं घेतलेला माल हातगाडीवर पडायचा तो थेट गिरगावातल्या रामभाऊच्या बाकड्यावर पोचायचा.

रामभाऊ तसा हुशार पण व्यसनी. दारुचं व्यसन म्हणजे स्वर्गच. सायत्राबाय कच्च्याबच्च्यांना कशीबशी खायला घालायची; उदरनिर्वाह करायची. बाकी साऱ्याच गोष्टींची वानवाच होती.

***

आज नाऱ्या रुसला होता. दुपारी निपचित बाकड्यावर पडला होता.

"का रं, काय झालं?"

"अं, मला पुस्तक न्हायं म्हणून शाळेतनं हाकलून लावलं!"

"आर दीन मी. कां काळजी कर्तुस?"

"थांब संध्याकाळी लवकर भाजीच्या पाट्या रस्त्यावर मांडू– धंदा झाला की तुला पुस्तकांसाठी पैसं दीन."

सायत्राबाई त्याला इनवत व्हती.

संध्याकाळी नाऱ्यानं पहिल्या पाट्या मांडल्या.

सगळ्या भाज्या बादलीतल्या पाण्यानं धुवून काढल्या अन् शिफतारात लावल्या. तराजू नीटनेटका मांडला, खोकी लावली, अन् भाजी विकायला बसला. गिऱ्हाईकं हळूहळू येत होती.

तिन्हीसांजेला एक मध्यमवयीन बाई आली.

"काय गं, हा शाळेत जातो कां?"

"हो, जातो की!"

"कितवीत आहे?"

"चौथीत शिकतोया!"

"आरे व्वा!"

"काय रे रोज नीट शाळेत जातोस नां?"

"अभ्यास करतोस की नाही?"

"शाळेत जातोया पर त्याला पुस्तक न्हाय म्हणून शाळेतून हाकलून लावला आज." सायत्रा उद्गारली.

ह्या प्रश्नासरशी नाऱ्या लाजला.

"हो कां रे? कुठलं पुस्तक नाही?"

"बालभारती"– चटदिशी नाऱ्या उद्गारला.

जणू काय त्याला सोन्याचा खजिनाच सापडला होता.

त्याच्या चेहेऱ्यावर लाली पसरली होती.

"ठीक आहे, मी तुला पुस्तक आणून देईन पण तू अभ्यास करायला पाहिजे." असं म्हणून त्या बाई भाजी घेऊन पैसे देऊन निघून गेल्या.

"हे बघ नाऱ्या, आरं ती बाई लई चांगली हाय बघ, ती तुला पुस्तक आणून दील बघ, तू कळ काढ, कशाला पैशाचा इनाकारण नास करतुस?"

"मला उद्या पुस्तक मिळालं न्हाय तर मी शाळेतच जाणार न्हाय" नाऱ्या आईला दमात सांगत होता.

"हे बघ, मी सकाळी माल घेऊन आल्यावर तुझ्या शाळेत इन आन् सांगीन एक दोन दिवस कळ काढा म्हणून, मग तर झालं."

आईच्या उत्तराने नाऱ्याच्या मनाचं समाधान झालं होतं. दुसऱ्या दिवशी नाऱ्या शाळेत लवकर गेला. त्याने आपली कैफियत शाळा मास्तरला सांगितली म्हणून त्याला शाळेत घेतला. त्याच्या पाठोपाठ सायत्राबाई शाळेत गेली. फाटक्या लुगड्यातच सायत्राबाईनं शाळेत प्रवेश केला. नारायण रामभाऊ बागडे कुठल्या वर्गात बसतो म्हणून शाळेच्या शिपायाजवळ चौकशी केली, तसे वर्गशिक्षक बाहेर आले. गुरुजींनी फाटक्या लुगड्यातल्या त्या स्त्रीचा अवतार पाहिला अन् नाऱ्याला वर्गाबाहेर बोलावलं.

मास्तर आमच्या नाऱ्याला पाटी– पुस्तकं न्हाय म्हणून शाळेतून घरी पाठवू नका, आमाला ना उठायला जागा ना बसायला. पोरगं इथं येऊन निदान शिकल तरी. आमी बाकड्यावरच बाजारात रहातो. आमी गरीब मानसं. आमच्यावर दया करा पोराला जरा सांभाळून घ्या.

हे दिनवाणी बोलणं गुरुजींनी ऐकून घेतलं. त्यांना कीव आली. त्यांनी फाटक्या लुगड्याकडं परत पाहिलं. नाऱ्याकडं कटाक्ष टाकला. नाऱ्याचा अवतार मळकट होता. शर्टाच्या बटनाची जागा धाग्यांनी घेतली होती. पायात चप्पल नव्हती, केसाला तेल लावलेलं नव्हतं.

"काय रे, पायात चप्पल नाही कां? केसाला तेल लावले कां नाहीस? कपडे फाटके असले तरी स्वच्छ टापटीप नको कां?" गुरुजींनी दमात विचारलं तसा नाऱ्या शरमला, बोटं केसाकडं वळली.

"काय करायचं मास्तर आमी लई गरीब, आमची परिस्थिती न्हाय."

“ठीक आहे. मी सवलत देतो पण पुस्तकं कुठल्याही परिस्थितीत हवीच. नाहीतर तो अभ्यास कसा करणार?”

“बरं, मी उद्याच त्याला पुस्तकं घीन.” या सायत्राबाईच्या उत्तरासरशी नाऱ्याला घेऊन गुरुजी वर्गाकडे परतले.

सायत्राबाईने आपल्या कमरेच्या पिशवीतली तपकीरीची डबी काढली अन् चिमूटभर तपकीर नाकात भरली व झटझट पायऱ्या उतरून खाली आली.

दुसऱ्या दिवशी गोगटे बाई हातात बालभारतीचं पुस्तक, वह्यांचा गठ्ठा व साडी घेऊन येताना बाजारात दिसल्या. तसा नाऱ्या आईकडं पळत आला.

“आई, आई, बाई आली.”

“या बाई.”

“हे घे! तुझ्या मुलाला बालभारतीचं पुस्तक, वह्या आणि तुला साडी.”

“बाईसाहेब, एवढं कशाला आणायचं?”

“हा उपकार आमी कुठं फेडायचा?” असं म्हणत सायत्राबाईनं सामान हाती घेतलं. तिच्या डोळ्यांत पाणी तरारलं. नाऱ्याचा हात बालभारतीकडं वळला. वह्यांचा गठ्ठा भाजीच्या पाटीत नाऱ्यानं हळूच फुलासारखा ठेवला. साडी कुठल्या रंगाची आहे ती सायत्राबाईनं उघडून पाहिली, छान फिक्कट गुलाबी रंगाची होती. “काय गं तुला आवडली कां?” समाजसेविका गोगटेबाईंनी प्रश्न विचारला.

“व्हयं, चांगली हाय, पण ही कामात चालायची न्हाई. हीला ठेवणीसाठीच वापराया पाहिजे.”

“हवी तशी वापर. पण वापर. किती तुझा पोरवडा गं! किती कष्ट करतेस तू.” सायत्राबाईचं गोगटेबाईंना फार वाईट वाटायचं, त्यांच्या मनात तिच्याविषयी सहानुभूती निर्माण व्हायची. ते नातं गिऱ्हाईक व भाजीवालीचं नव्हतं तर आगळं वेगळं सामाजिक जाणीवेचं नातं होतं.

नाऱ्यानं बालभारतीचं पुस्तक घेतलं, गोगटेबाईंच्या चेहऱ्याकडे पाहिलं अन् स्मित हास्य केलं, तसा नाऱ्या समोरील बिल्डिंगच्या जिन्याखाली पुस्तक वाचायच्या आमिषानं निघून गेला– गोगटेबाईसुद्धा भाजी घेऊन निघून गेल्या...

***

रात्र होत होती.

“काय गं सायत्रे किती धंदा झाला?

काय नाय, आज गिऱ्हाईकच नाय.”

“बघू पिशवी”, म्हणत रामभाऊनं सायत्राच्या कमरेची पिशवी खस्‌दिशी वढली.

“पंचवीस रुपये बारा आणे मिळाले, काग गं, पन्नास रुपयाचा माल आणि एवढाच हिसाब?”

“व्हयं. काय करायचं, आज धंदाच न्हाई. ही काय तांबाटी पडल्यात.” लाल तांबाट्याची पाटी समोर पडलेली होती, काटा-तराजू एका बाजूला, मिरच्या कोथिंबीरीची पाटी एका बाजूला, रामभाऊ समोर बसूनच तंडत होता.

“मी जाऊन येतो”, असं म्हणत असतानाच सायत्रानं रामभाऊचा डाव वळाखला! पंचवीस रुपयं घेऊन हा जुगारीच्या अड्ड्यावर जाणार, न्हाईतर दारु प्यायला जाणार!

सायत्राला त्याची खोड ठाऊक होती. पाच पोरं उपाशी मरतील या भावनेनं तिचं मन हेलावून गेलं. तशी ती ओरडली, “पैसं इथंच ठेवा, अन् तुमाला जायचं तिथं जा.”

“काय गं, गप की, कशाला तमाशा करतीस, मी कुठं पळून जातुया व्हयं?”

“व्हय, पळून जाशील.”

“तुझ्या आईची गांड, गप की, गप बसती कां नाय? का त्वांड फुडू.” रामभाऊ चवताळला.

“आन् इकडं पैसं.” म्हणत सायत्रानं त्याच्या हातातल्या पैशाकडं झेप मारली.

तशी धाडकन् सायत्राच्या कानफाडीत बसली, अगोदरच रामभाऊनं पावशेर ठोकली होती. सायत्रा भडकून शिव्या द्यायला लागली तसे रस्त्यावरचे लोक जमायला लागले. पाठीमागचा वाणी न्याहाळून पहायला लागला.

“ये मोची, साला काय मारतो ये बाईला. साला ये हररोजचा लफडा हाय.”

“साला, आमच्या दुकानपुढे बसते अन् लफडा करते– हररोजचा झगडा ये, रामू मोचीला काय अक्कल न्हाय!”

“ये, वाण्या गप की. का रे वाण्या, तुझ्या बायकुनं जर पैसं तुझ्या हातातून हिसकून घेतलं असतं तर तू गप बसला असता कां?” रामभाऊ वाण्यावर चेतला होता.

“आरे, पैसा बायकोने घेतला म्हणून काय झाला, तू तर धंद्यावर नसते, कधी असते कधी नसते. साला हररोजचा लफडा”-- प्रेमचंद मुलचंदजी दुकानातून बडबडत होता.

“गप्प बस ए वाण्या!”

“तू मला झवाय शिकवू नगस.” या रामभाऊच्या बोलण्यासरशी वाण्याचा चेहरा काळवंडला.

त्याच्या मिशीत एक तांदळाचा दाणा अडकला होता. तो पट्दिशी खाली पडला तसा वाणी मिशी खाजवू लागला अन् जमलेल्या लोकांना हाकलू लागला.

रामभाऊ पंचवीस रुपये घेऊन पसार झाला. रात झाली होती. सायत्राजवळ

नाऱ्या, नाम्या, दगड्या, लक्षा व गंगी आली होती. पाखरं तिन्हीसांजला घरट्यात जमतात तशी पोरं आईजवळ जमली होती.

सायत्राच्या तोंडावर रामभाऊने फटका दिल्यामुळं डोळ्याजवळ काळं निळं झालं होतं! गंगीला मांडीवर घेतली, नाम्या, दगड्या, लक्षा, तांबाट्याची, मिर्च्या कोथिंबीरीची पाटी बांधाय लागली. दगड्यानं साऱ्या पाट्या गोळा केल्या. दगड्यानं तांबाट्याची पाटी डोक्यावर घेतली, नाम्यानं मिर्च्या कोथिंबीरीची पाटी डोक्यावर घेतली, लक्षानं काटा मापं गोळा केली, नाऱ्यानं खोकी जमा केली अन् सारीच्या सारी बाकड्याकडं गेली.

''आई काय गं झालं''– सायत्राच्या गालावरनं गंगी हळुवार नाजूक हात फिरवीत बोलली. ''काय न्हाय. चल उठ, गंगे!''

गंगी हळू उठली तसे सायत्राच्या गालावर अश्रू ढळाढळा ओघळत होते. ''एवढ्या पोरांचा भार! एवढ्या पोरान्ला काय खायला घालू? सारंच्या सारं पैसं रामभाऊ घेऊन गेला होता. एवढीशी चिल्ली-पिल्ली, कच्ची-बच्ची काबाडकष्ट करून पोसायची. न्हाय न्हाय तो तरास घ्यायाचा, काय करावं?'' हा त्रास दररोजचा व्हता, कधी कधी जीव द्यावा असंही सायत्राला मनात वाटायचं.

पोरं बाकड्यावर माकडासारखी बसली होती. बाकड्यावरची चूल आ वासून पोरांच्याकडं पाहत होती. सायत्रा आली. गंगीला बाकड्यावर ठेवली–

तांबाट्याच्या पाटीतली एकेक– दोन दोन तांबाटी काढून नाऱ्या, नाम्या, दगड्या, लक्षा यांच्याकडे तिनं टाकली.

''अहो बाळू पाटील इकडं येता कां?'' बाजूला बाजारातनं चाललेल्या बाळू पाटलाला सायत्रानं बोलावलं होतं!

तंबाखू, चोळत चोळत चाललेला बाळू पाटील थबकला.

त्याने सायत्राकडे एक कटाक्ष टाकला. ''काय?''

''नव्हं, मला दहा रुपये पाह्यजे व्हतं''. ''कशाला?''

''पोरांची पोटं जाळायला.'' थांब देतो. असे म्हणून पाटलाने धोतराच्या कनवटीतल्या नोटा काढल्या. त्यातील दहाची नोट सायत्राच्या हातावर टेकवली अन् बाकड्यावर असलेल्या कच्च्या बच्च्यावर त्याने परत नजर टाकली– सगळ्यांची तोंडं काळवंडली होती. बाळू पाटलाला तिच्या नवऱ्याची आदत माहीत होती, तो पैसे देऊन निघून गेला.

''ही घे र नाऱ्या, जा पायलीभर, गव्हाचं पीठ घेऊन ये वाण्याकडनं.'' नोटीवर नाऱ्यानं झडप मारली अन् वाण्याच्या दुकानाकडं पळाला.

''नाम्या तो गलास घे आन्, नाऱ्याला तेलपण आनाय सांग.''

''लक्षा कागदं गोळा करुन आन्, चूल पेटावते.''

लक्षा आणि गंगी कागदं गोळा कराय धावली. चूल पेटणार होती. रोट्या खायाला मिळणार या आशेनं पोरं चटाचटा कामं करीत होती.

"आरं– काडीपीटी न्हाय, दगड्या जा त्या लिंबूवाल्या शंकरकडून काडीपीटी घेऊन ये." काडीपेटीचा एक आणा तिला वाचवायचा होता.

नाऱ्या, नाम्या पीठ– तेल, लक्षा, गंगी– कागदं, दगड्या–काडीपेटी त्यांची त्यांची कामं पार पाडली. ठिणग्या उडाय लागल्या, चूल पेटली, रोट्या भाजायं लागल्या–

तांबाटी पटापट फोडली, कांदा भराभर नाऱ्यानं चिरला. गिरांड रोडच्या बाजारातला घाटी मसाला त्या तांबाट्याच्या चटणीत तव्यावर टाकला. कोरड्यास तव्यावर कढाय लागलं– तांबाट्याचा आंबूस आंबूस वास बाकड्यावर पसारला.

पट्दिशी एका ताटात सायत्रानं कोरड्यास वतलं. ए नाऱ्या पेपरचा तुकडा घे म्हणत सायत्रानं पेपरच्या तुकड्यावर गरम गरम रोट्या ठेवल्या–

एका ताटात बसा म्हणताच पटापटा नाऱ्या, नाम्या, दगड्या, लक्षा, गंगी एकाच ताटात जेवाय बसली.

एका ताटात सगळ्यांचे हात पडाय लागले. दगड्याने लक्षाला दुसरीकडं ढकालला तसा लक्षा कवचाळला, "बघ! आई मला जिवून दीना!" असं म्हणताच सायत्रानं दगड्याच्या मुस्कटात ताडदिशी लगावली तसा दगड्या वर्डाय लागला.

"बांडगुळा गप खातूस कां? आपल्या लहान भावाला कसं समजून उमजून घ्यावं हीच बांडगुळाला कळाना. गप जेव न्हायतर चालाय लागा."

दगड्या उठला ताटावरनं. बाजूला जाऊन कचऱ्याच्या डब्याजवळ हात धुवाय लागला–

"आरं, बस की",– नाऱ्या त्याची समजूत काढाय लागला.

"नगं बसू दे. तू जेव पुढं बघून." सायत्रा नाऱ्यावर खेकासली, तसा नाऱ्या खाली मान घालून जेवायला लागला. नाम्या सरकून बसला– लक्षा रडायचा थांबला.

दगड्या बाकड्यावरचं गोणपाट घेऊन बाजाराच्या विस्तीर्ण मैदानात झोपायला रागारागानं निघून गेला.

"मुडदा बापासारखाच निघायचा", असं म्हणत सायत्रानं एक शिवी हासडली. जेवणं आटोपली. बाकड्यावर बाकीची पोरं आडवी तिडवी पडली. सायत्रानं गंगीला कुशीत घेतली, तिच्या बाजूला नाम्या व लक्षा झोपला होता, तर नाऱ्या बाकड्यावर असलेल्या दोन तीन तांबाट्याची खाली खोकी ठेवली होती त्यावर एक फळकुट टाकून आडवा झाला. अंगावर गोणपाट घेतलं.

बाकड्यावर छपरातून पडणारा प्रकाश नाहीसा झाला होता.

आकाशातल्या चांदण्या नाऱ्याला दिसत होत्या. खरंच, आईचं तोंड सुजलेलं

दिसत होतं. बाप असं कां वागतो, आईला कां छळतो, आपलं जीवन किती बेकार हाय, देवानं आपल्याला असं कां ठेवलं? ही सगळ्या प्रश्नांची घालमेल नाऱ्याच्या डोक्यात चालली होती.

इतक्यात कसलातरी धपकन् आवाज आला. नाऱ्यानं गोणपाट अंगावर घेतलं होतं, त्याच्या अंगावर भिंतीलगत असणाऱ्या कठड्यावरून भली मोठी जिवंत घुस पडली होती. नाऱ्या डोळं फाडून घुशीकडं पाहायला लागला. अंगावर काटा आला होता पर काय करावं नाऱ्याला सुचंना. वर्डावं तर आई उठवून बडवंल.

ती घुस नाऱ्याच्या छातीवर हळू हळू चालायला लागली तसं नाऱ्यानं गोणपाटाच्या तोंडाजवळचा भाग हळूच ओढून घेतला अन् तोंड झाकून घेतलं. घूस नाऱ्याच्या खांद्याजवळ यायला लागली, तसा नाऱ्या चड्डीत हळूच मुतला. चड्डी वली झाली, घूस नाऱ्याच्या खांद्यावर चढली. बघता बघता त्याच्या डाव्या कानपटाजवळ आली आणि बाकड्याखाली असणाऱ्या फटीतून निघून गेली तसा नाऱ्या पट्दिशी उठला आणि त्याने गोणपाट झाडलं– तो उठल्या उठल्या धाडदिशी फळकुटाचा आवाज झाला तशी सायत्राबाई जागी झाली–

''काय रं, काय झालं?''

''काय न्हाय, एक घूस अंगावर आली व्हती–''

''काय न्हाय चावत झोप गपचीप!'' म्हणत सायत्राबाई ह्या कुशीवरून त्या कुशीवर झाली. नाऱ्याला झोप काय येत नव्हती.

***

नाऱ्या ११-१२ वर्षांचा असतांना रामभाऊनं गिरगांवच्या भाजीबाजारातनं आपलं बिऱ्हाड फोरास रोडच्या जयराजभाई गल्लीतल्या ढोर चाळीत हलवलं होतं.

त्या चाळीत ऐंशी नव्वद ढोर चांभार– मुसलमानांची घरं होती. अत्यंत घाणेरडी वसाहत. त्या रस्त्यावर चिम्या, गजा, येल्ल्या, शंकऱ्या आणि नाऱ्या ह्या सगळ्यांचा गोट्यांचा खेळ चालला होता. इतक्यात सत्तार मधेच आला.

''अबे, मुझे भी खेलना है।''

''ठीक है, भाई खेलना।'' शंकऱ्या उद्गारला.

''ये ले गोटी और खेल।''

नाऱ्या चुपचाप सत्तारकडं पाहत राहिला. ''च्यायला लांड्याची औलाद. मधीच आला खेळायला.'' नाऱ्या पुटपुटला.

''ये तडतड्या गप की'' लंबू चिम्या वराडला.

''तुला माहीते कां एक तर ती कटेली औलाद, भांडणाचं कुसाळ काढू नकोस, रामपूरी घेऊन मारामारी कराय येत्याल ना, गप खेळ की!''

"फोरास रोड हाय. हा काय भाजीबाजार न्हाय नाऱ्या समाजलास कां?"

"अबे, क्या बोला बे?" सत्तार ने नाऱ्याचा शब्द ऐकला होता.

"लांडे की औलाद बोला क्या?"

"देख हं नाऱ्या गांड मे रामपूरी घुसाड देगा हं!"

"ए, जाने दे सत्तार." चिम्या सत्तारला समजावत होता.

"चल खेल."

"ये, घे गोट्या, मला न्हायं खेळायचं." म्हणत गोट्या टाकून नाऱ्या खेळातून निघून गेला.

चिम्या, गजा, शंकऱ्या, येल्ल्या नाऱ्याकडं पाहू लागले. नाऱ्या घरला निघून गेला होता.

***

ढोर चाळीत १० बाय १५ फुटाच्या खोलीत दोन बिऱ्हाडं होती. एक रामभाऊचं आणि दुसरं घरमालकीण अनुसयाचं होतं. अनुसया एका पायानं लुळीपांगळी होती. ती देवताळी होती, तिचा एकच पोरगा सद्या लगीन झालेलं, पर बायको नांदत नव्हती. एक मानलेला भाऊ मारत्या. हा जोगती होता. नेहमी लुगडं नेसून यल्लामाची परडी घेऊन घरोघर जाऊन जोगवा मागून आणायचा.

संध्याकाळी यल्लम्माची आरती व्हायची. नाऱ्या लहर आली की कधी कधी यल्लम्माच्या मन लावून पाया पडायचा.

नाऱ्याने हात जोडलं, अन् टक लावून यल्लाम्मा पुढं असा एकदा उभा होता. घरात भग्या जोगती. मारत्या जोगत्याचा चेला, मारत्याचा गुरु परशा जोगती, अनुसया इ. ही सारी मंडळी होती. दगड्या, लक्षा, नाम्या, गंगी बाहेर वट्यावर खेळत बसली होती.

नाऱ्या तल्लीन होऊन यल्लामाच्या पितळी मूर्तीकडं टक लावून पाहत होता. तिच्या धारदार कोरीव डोळ्याकडं पाहून त्याचं भान हरपलं होतं.

इतक्यात नाऱ्या एकाएकी वराडला. सारी घरातली माणसं नाऱ्याकडं पहायला लागली. दगड्या, लक्षा पण घरात डोकवून पाहायला लागले.

मारत्या आणि परशा पण नाऱ्याकडं पाहत होता. भग्या नाऱ्याजवळ उभा होता. त्यानं हळूच नाऱ्याच्या अर्ध्या चड्डीतून हात घातला आणि त्याची आंड गोटी दाबली त्याबरोबर नाऱ्या वराडला होता.

नाऱ्याच्या चड्डीतून भग्याचा हात बाहेर येताना मारत्यानं पाह्यला होता.

"ये हांडग्या, कारं पोराच्या चड्डीत हात घालतुयास" असं म्हणत मारत्या अनुसयाच्या हातातलं लाटणं घेऊन त्याला मारायला धावला, तशी घरातली सगळी

माणसं खदाखदा हसायला लागली.

इतक्यात बाहेर ओरडण्याचा आवाज झाला. ढोर चाळीतली काशीची आई ओरडत चालली होती. सगळ्या ढोर चांभारांची माणसं काशीच्या आईजवळ काय झालं म्हणून चौकशी करायला निघाली.

नाऱ्यानं सुद्धा म्होरं जाऊन काय झालं ते बघितलं–

बाजूलाच आठ नऊ वर्षांची काशी परकरात बसली व्हती, ती जोरजोरात रडत व्हती. तिचा परकर सारा रक्तानं माखला व्हता!

काशीची आई पारी ढसाढसा रडत व्हती, काशीसुद्धा रडत व्हती.

"काय गं, काय झालं रडायला?" बाजूच्या लक्ष्मीनं इचारलं.

"काय सांगू बया! आमचं नशीबचं फुटकं" असं म्हणत लेकीकडं बघून परत रडायला लागली.

"आगं पण सांगशील कां नाही?" पारीची शेजारीण लक्ष्मी इचारत व्हती.

"ही बघ, पोरीचा परकर सारा भरलाय! त्यो बांडगुळ हिला संडासात घेऊन गेला व्हता!"

कोण संडासात घेवून गेला होता. सगळ्या एकमेकीकडे टकामका पाहायला लागल्या. "आग कोण होता त्यो, नांव सांग की."

"पदमी" आडदांड बाई बोलत व्हती, "नुसत नांव सांग, बघ त्याच्या आंडगोट्याच भायेर काढत्ये."

"त्यो गुलाम अब्दुलचा पोरगा!" हे नांव काशीच्या आईच्या तोंडातून येताच सगळ्या बाया एकमेकीकडं बघाय लागल्या.

"न्हवं काय झालं?" लक्ष्मी इचारत व्हती.

"आगं पोरगी संडासला गेली अन् त्यो गुलाम पण संडासला आला व्हता कां; त्याची आय निजवायला आला व्हता, कुणास ठावं! त्यानं काशीला संडासात वढत नेली."

"काय गं काशे काय झालं? लक्ष्मीनं खोदकाम सुरू केलं.

"माझा परकर वर केला!"

बस्स! एवढं बोलताच साऱ्या बाया समझायच्या त्या समजल्या.

"पारी, लक्ष्मी, पदमी" गुलामच्या नावानं शिव्या द्यायला लागल्या. "बाई केवढा मोठा टोणगा अन् एवढ्याशा पोरीवर डोळा."– पदमी.

"लई शेमनं उड्या मारत व्हतं तर गोलपिठ्यावर जायाचं, जवळच हाय गोलपिठा." पारी.

"अहो काय पाराबाई बोलतायसा एवढंच उठत व्हतं तर आपल्या आयवर चढाय काय झालं"– लक्ष्मी.

"नाही, नाही पोरीला घेऊन पुलिस ठेसनला चला" म्हणत काही गडी मंडळी आली. म्हाद्या चामड्याची तळं तकाटता, तकाटता आला अन् काशीला आणि तिच्या आईला पोलिस ठेसनला घेऊन गेला.

थोड्याच वेळात पोलिस आले. गुलामला शोधायला लागले. गुलाम ढोर चाळीतल्या टाकीवर जावून लपला होता. त्याला पकडलं आणि पोलिस स्टेशनांवर घेऊन गेले. त्याला सात वर्षाची सक्त मजुरीची सजा लागली असं नंतर कळलं.

****

ढोर चाळीत इस्माइलची आणि उमेश खंडाळकराची लई दोस्ती. उम्या हा वयात आलेला पोरगा, लई टारगट, सदा मुसलमानांच्यात खेळायचा. सगळी दोस्त मंडळी तीच.

हड्डी कबाब, मोठ्याचं मटान पर त्यो खायाचा. घरी सांगायचा न्हाई.

उम्या खंडाळ्याचा बाप सुद्धा लई तर्कट!

उम्या चमनगोटा करुन दारात उभा होता. बापानं उम्याचा चमनगोटा पाह्यला आणि त्याला आत बोलावला. उम्या घरात आला तसा बापानं दार लावून हळूच कडी लावली.

"ये उम्या इकडं ये!"

उम्या पुढं सराकला तसा ताडदिशी रट्टा त्याच्या बापानं उम्याच्या थोबाडात लगावून दिला.

"कारं तुझा बाप मेला व्हयं?"

उम्या न्हाई म्हणून मान हलवत व्हता.

"मग डोक्यावरचं कॅस कां काढलंस?"

"तुझ्या आईचा दाणा हेपाल्ला." अशी इरसाल शिवी देत त्याच्या बापाने चमड्याचा पट्टा हातात घेऊन उम्याला बडव बडव बडवला.

उम्याचं डोकं बाप हातात पकडाय जायाचा पर त्याचं तुळतुळीत केलेलं डोकंच त्याच्या हातात यायचं न्हाय आणि उम्या नुस्ता पट्ट्याच्या मारानं इकडून तिकडं उड्या मारत होता! त्याचं नुकतचं तुळतुळीत केलेलं डोकं टेंगळांनी भरेपर्यंत त्याच्या बापानं उम्याला बदडून काढलं होतं.

शेवटी बापाने दाराची कडी काढली आणि शिव्या देत त्याचा बाप बाहेर आला. उम्या रडत रडत दरवाजातून ओट्यावर येऊन उभा राहिला.

नाऱ्या आळीतून बाहेर चालला होता. त्यानं उम्याला पाह्यलं अन् थबाकला.

"काय रे उमेश डोक्यावरचं कॅस कुठयंत!" हे तो विचारायच्या आतच उम्यानं नाऱ्याला डोळा मारुन पुढं जायला सांगितलं. नाऱ्या वळखून गेला अन् गप म्होरं

झाला अन् भायर इराण्याच्या हाटीलाजवळ थांबला.

"च्याआयला मला आताच तडी पडली अन् तू काय तॅल वताय येतोस?" उम्या नाऱ्यावर खेकसत व्हता.

"पन चमन का केलास" नाऱ्या अगदी उत्सुकतेनं विचारत व्हता.

"अरे यार लांड्यांनी सगळ्यांनी मिळून चमन करायचं ठरवलं व्हतं, एक मजा म्हणून मी पण हा गोटा केला."

"मग तडी का पडली?" हा भोळ्या भावानं नाऱ्यानं प्रश्न इचारला.

"अबे, तू तो पाकोली है" "चल फूट" असं उम्या नाऱ्यावर खेकासला तसा नाऱ्या तिथून हळूच सटाकला.

***

नाऱ्याची शाळा खेतवाडीत होती. ढोर चाळीकडून खेतवाडीत जाण्याच्या रस्त्यावर गोलपिठा यायचा. नाऱ्या शाळेत जायला निघाला की त्याच्या डोळ्यासमोर सगळा गोलपिठा यायचा.

ढोर चाळीतून कामाठीपुऱ्याकडं आणि कामाठीपुऱ्यातून बाप्टी रोडकडं, दप्तर खांद्यावर अडकवून नाऱ्या फोरास रोडच्या दिशेनं मजेत चालला होता. त्याच्या डोक्यात न्हाय न्हाय ते विचार येत होते. गोलपिठ्याकडं तो थिएटरच्या दिशेला आला. सगळ्या सिनेमांच्या ओळी. ईद गिर्द वस्ती. मुस्लीमांची हाटीलं. शरबत, फालुदा, लस्सीची दुकानं, अंघोळ करण्याची दुकानं, सलून पण तिथंच, हजाम पण तिथंच. बाहेर हजामांच्या दुकानावर सर्रास दिलीपकुमारची, देवानंदची चित्रं होती. दिलीप कट, देव कट, सगळं न्याहाळत न्याहाळत नाऱ्या पुढं पुढं चालत होता.

ताज, न्यू रोशन, आल्फ्रेड, रॉयल ही सिनेमा थिएटरं सगळी एका ओळीनं उभी. मधेच नाऱ्या उभा राहिला. एक मुसलमान भल्या मोठ्या कढईत कबाब तळत होता. त्याकडं पाह्यलं अन "मेरेकू कबाब चाहिए" असं म्हणत कबाब घेतले. मटणाचे बनवलेले कबाब चाखत चघळत नाऱ्या चालत गोलपिठाच्या नाक्यावर येऊन पोचला.

सगळ्या रांडा दिसत होत्या. सगळ्यांचे चेहरे भेसूर.

"ये छोकरा इधर आव" एका रांडेने इशारा करत त्याला बोलावलं. नाऱ्या भित भित पुढं आला.

"ये ले चार आना और सामने से बिडी ला।"

नाऱ्या हादरला होता. पण धाडसानं पुढं आला, चार आणे हातात घेतले अन् समोरच्या पानवाल्याजवळ गेला, एक विडी बंडल घेऊन त्या रांडेकडं आला.

"ये लो." नाऱ्या भित भित बोलला.

"ला, अरे अच्छा छोकरा है रे तु।" बिड्याचं बंडल घेत घेत ती रांड म्हणाली.

नाऱ्या काय तिथं थांबला नाही. हळूच पुढं सटाकला; त्या रांडेचा काळाकुट्ट चेहरा त्याला पाहवत नव्हता. पुढं सिल्वर थिएटर होतं. तिथंपर्यंत तो गेला. पुढं गेला नळबाजाराच्या दिशेनं तर मोती थिएटर लागलं. तिथं "देवता" सिनेमा लागला होता. नागमणीचं चित्र पाहून परत तो पाठीकडं वळला अन् गोलपिठ्यावरुन परत चालाय लागला. त्याच्या मनात कसली तरी घालमेल चालली होती.

विडी बंडल ज्या रांडेनं मागवलं होतं तिचा डोळा चुकवावा म्हणून परत फिरताना नाऱ्या घाईघाईनं चालत होता. पाठीवर दप्तर तसंच लोंबकळत होतं. तेवढ्यात परत त्या रांडेने नाऱ्याकडं पाह्यलंच अन् परत बोलवायला लागली–

"ये छोकरा, ये छोकरा क्यारे घूमता है इधर?"

हे शब्द कानावर पडताच नाऱ्याची "तंबू मे घबराट" अशी अवस्था झाली पण तो काही थांबला नाही. जिथं कबाब खाल्ले होते तिथं परत आला. आणि सरळ दौलत सिनेमाकडं वळाला. थिएटरच्या बाहेर पाह्यलं दिलीपकुमारचा "यहुदी" लागला होता. पण दुपारचा बाराचा शो हाऊसफुल्ल. तिकीटं नव्हती.

हाऊसफुल्लचा बोर्ड पाहून नाऱ्या खाली परत गोलपिठ्याकडं वळला. मध्येच एका इमारतीच्या चौदा नंबरच्या कमऱ्याकडं तो वळला. त्याला काय झटका आला कुणास ठाऊक! वर झपाझपा गेला अन् एका दरवाजात डोकवून पाह्यला लागला. पडदा हळूच बाजूला केला अन् वेगळंच चित्र पाह्यलं.

पुरुष बसला होता आणि रांडेनं लिंग तोंडात धरलं होतं. हा सीन बघताच नाऱ्या जिन्यावरनं धाडधाड खाली आला. त्याला घाम फुटला होता.

अर्ध्या निळ्या चड्डीतल्या खिशाला खालून हात घातला अन् दोऱ्याची गांठ सोडली. पाच आणे भाजीच्या धंद्यातले चोरुन त्यानं सिनेमासाठी ठेवलं होतं, अन् पाच आण्याचं तिकिट काढून "दिलेर डाकू" पाहत ताजमध्ये एका बाकड्यावर बसला.

बरेच पाटीवाले, सडेफटींग, पाकीटमार, मळकट कपड्यातले लोक थिएटरमध्ये घुसून जागा पकडत होते. दप्तर मांडीवर ठेवून नाऱ्या दिलेर डाकू पाहण्यात मश्गूल झाला.

त्याच्या बाजूला गळ्यात मफलर गुंडाळलेला, लेंगा घातलेला, चट्ट्या-पट्ट्याचं शर्ट घातलेला तरुण इसम बसला होता. त्यानं चित्रपट सुरू झाल्यावर नाऱ्याच्या चड्डीत हात घालायला सुरुवात केली. नाऱ्याला वाटलं चुकून हात पडला असेल; म्हणून, एक बार त्यानं झटका मारला तसा त्यानं हात झटकन मागं घेतला.

परत तोच चाळा बाजूच्या इसमानं थोड्या वेळानं सुरू केला.

"आबे ए, ठीक तरह हात रख ना।"

नाऱ्या सावध झाला होता. परत थोडा वेळ शेजारचा गप्प बसला.

जॉन कॉस, नादियाची फाईटींग, हबीब विलन, दे धमाल चाललीय– अन्

बाजूच्या इसमाचा हात परत नाऱ्याच्या चड्डीवर.

च्याआयला नाऱ्याचा तर मूडच खराब झाला.

इतक्यात कॉमेडी शेखची एन्ट्री. सगळ्या थिएटरात हास्यकल्लोळ. परत त्या इसमाचा हात नाऱ्याच्या चड्डीवर.

आता तर त्या बाजूच्या इसमानं नाऱ्याची बुल्लीच धरली.

''आबे भैंचोद छोड ना।'' नाऱ्या किंचाळला.

नाऱ्याची चोटली दुखायला लागली. त्या बरोबर डाव्या बाजूचा इसम बोलला.

''ये छोकरा चूप बैठ।''

''पिक्चर देखनेकू आया की लौन्डेबाजी करनेको।''

''अरे यार, देखो ना, ये मेरे चड्डी में हात डालता है बार, बार।''

हळू स्वरात नाऱ्या डाव्या बाजूच्या इसमाला बोलला– हे सांगत असतानाच उजव्या बाजूचा लौन्डेबाजी करणारा इसम उठला आणि बाहेर गुपचूप निघून गेला.

दुपारचे तीन वाजले तसा नाऱ्या घरला परत आला.

आई वाटच बघत होती. रामभाऊ निजला होता.

''मला भूक लागलीया.'' दप्तर ठेवलं, नाऱ्या बोलला.

''कायरं कुठं गेला व्हतास?''

''शाळंत.''

''खरं बोलतुयास कां?''

''व्हयं.''

''हे बघ, बांडगुळा आमाला फसवू नगस, तुझंच वाटूळं व्हईल.''

नाऱ्या आईच्या बोलण्यासरशी चपापला व्हता. काय तरी दाल में काला है, हे नाऱ्याला कळलं होतं.

''तीन वाजुस्तवर तू काय करत व्हतास? आरं कुठं गेला व्हतास?''

''खेळत व्हतो!''

''कुठं खेळत व्हतास?''

''आरं मी साळेतनं जाऊन आले.''

आईनं हे सांगताक्षणीच नाऱ्या मनात चरकला. च्यायला आता आपला दिलेर डाकू इथंच निघतुया वाटतं, काय करावं ते नाऱ्याला सुचत नव्हतं. झक मारली अन् दांडी मारली, पण काय करणार गांधी बाबांनी पण दांडीयात्रा केली नव्हती कां? असा बचकानी इचार त्याच्या मनांत घोळत होता.

नाऱ्या दप्तर ठेवून पाण्यासाठी फळीवरचा तांब्या काढायला गेला तसा–

''ह्या मादरचोदला भायेर काढ.''

''भेंचोदला घरात कशाला ठिवती गं रांडं!''

रामभाऊचा मोठा आवाज आला. रामभाऊनी झोपायचं सोंग घेतलं व्हतं. पण खरा तो झोपला नव्हता.

"अरे बांडगुळा तुझ्या शिक्षणाला पैसा खर्च करायचा अन् तू दांड्या मारतुस व्हयं". "कुत्र्याच्या मौतीनं मरशील बघ." "कुणी इचारायचं न्हाय."

आईची बोंबाबोंब एका बाजूनी व्हत व्हती. तसा बापानी त्याला सरकन चड्डीला धरून एका बाजूला वढला; तसा नाऱ्याच्या हातून तांब्या निसाटला तो तवलीतल्या बोंबलाच्या कोरड्यासात पडला. त्या कोरड्यासाचं थेंब सगळ्यांच्याच अंगावर उडालं; तसा रामभाऊ किंचाळत वर्डत उठला.

"याची मायची चूत, याला पैलं कापडं काडाय सांग."

रामभाऊनी नाऱ्याचं गचुडं पकाडलं व्हतं!

"ठोका चांगला ठोका, बांडगुळाला."

बायको नवऱ्याला साथ देत होती. नाऱ्या बिचारा एकटाच पडला होता.

बापानं दोन चार नाऱ्याच्या मुस्कटात ठेवल्या तसा नाऱ्या पार हादरून गेला. गचुडं काय केल्या बाप सोडीना. शर्टाची बटणं भसाभसा उपसून काढली आणि शर्ट सटदिशी अंगाबाहेर वढून काढला. चड्डी धरली तशी खाचदिशी वढली. सगळी बटणंच धडाधड तुटली... रामभाऊ फारच भडाकला व्हता. नाऱ्याची चड्डी फार्दिशी खाली वढली. नाऱ्या लाज वाचवायला दोन्ही हात पुढं धरू लागला तसा बापानी आणखी एक रट्टा पाठीत घातला.

"काढ त्या नागड्याला भायेर, भडव्याला भिक मागू दे, कापडं त्याच्याच पैशाची आणू दे, त्याला कष्ट करू दे... भोसडीचा शाळेला दांडी मारतोया अन् आमाला झवाय शिकावतोय व्हय!"

"चल मादरचोद, भायेर हो!"

असं म्हणत रामभाऊ नाऱ्याला ढकलून भायेर काढीत व्हता. नाऱ्याला घराच्या भायेर वट्यावर ढकलून दिला. नाऱ्या वट्यावर रडत बसला. काय करणार, त्याचा दिलेर डाकू निघाला व्हता! रडता रडताना नाऱ्या मधीच थांबायचा, जॉन कॉस, हबीबची फायटींग त्याला आठवायची अन् परत तो भोकाड पसरायचा अन् रडायचा. रडता रडताच त्या वट्यावर नाऱ्यानं डुलकी घेतली. वरच्या मजल्यावरनं चिम्या, गज्या, आनंद्या सगळी बघत व्हती. नाऱ्याला त्याच्या बापानं नागडा करून ठोकला व्हता. चिम्याला लई वाईट वाटलं होतं.

* * *

मोहरमच्या दिवशी चिम्या नाऱ्याला बूट पालीश करायला घेऊन गेला. मुसलमानांचा सण असल्यामुळं मुस्लिम बांधव खुशीत. रस्तोरस्ती मुस्लिमांच्या अंगावर नवी

कापडं, अत्तराचं कानातून बोळं कोबल्यालं. डोक्यावर इस्लामी गोल इनलेल्या टोप्या, फरकॅप नाही तर रुमाल गुंडाळलेले आढळायचे. शर्ट चट्ट्यापट्ट्यांची. कधी पाजामी लेंगे, पठाणी ड्रेस! बायका तर बाहेर पडल्या तरी सदा बुरख्यातच. फक्त हाताच्या बोटांची नखं मात्र रंगावलेली दिसायची.

अस्लाम आलेकुम, आलेकुम सलाम, नमस्कार-चमत्कार पदोपदी आढळायचे. चिम्या गल्ली बोळातून नाऱ्याला गोलपिठ्याकडं घेऊन आला. गोलपिठ्याच्या वस्तीत सुद्धा चैतन्यच दिसत होतं. कुणी रांडांच्या जवळ पठाण उभे असायचे, त्यांचे यार प्यार. चिम्या बूट पालीशचा फिस् फिस् असा आवाज करत थांबायचा, नाऱ्या त्याच्या पाठोपाठ फिस् फिस् करत फिरायचा. विचित्र आवाजामुळं एखादं गिऱ्हाईक वळायचं. कुणी बूट काढायचा अन् चिम्याच्या हातात टेकवायचा तसा नाऱ्या दुसरं गिऱ्हाईक बघायला पुढं जायचा. गोलपिठ्यावरच्या एका माडीवर दोघंही चढले. तिथं हिजड्यांचा अड्डा होता. रांडांची पण ओळीनं घरं होती.

''ए शमीम आज मोहरम है रे, ले जुते का पालिस कर, वो देख छोकरा आया है, ये इधर आ...रे।''

एक बया नाऱ्याला बोलवत व्हती. बघता बघता हिजड्यांनी सुद्धा पायताणं आणून ठेवली.

''ममद्या, देख रे ला मेरा जूता दरवाजे के पास रखा है, ला तो मैं पालीस कराके लेती हूँ!''

एक हिजडा एका पोराला चपला आणायला सांगत होता. ममद्यानं चपला आणून नाऱ्यापुढं ठेवल्या.

चिम्या दुसऱ्या रांडांच्या पायताणावर बुरुस फिरवत बसला व्हता.

तिकडून शबनम आली–

''ए छोकरा जल्दी जल्दी कर।''

''हा करता हूँ भेन'' नाऱ्या अनवधानाने तिला बोलून गेला. तिच्या काळ्या चपलेच्या पट्ट्यावर सरासरा बुरुस मारत व्हता, बिल्ली छाप पालीसच्या डबीतून पालीस लावलं, परत बुरुस फिरवत व्हता–

''आरे, मै तेरी बहिन लगती क्या?''

शबनमने चेष्टेने नाऱ्याला इचारलं तसा नाऱ्या शरमला. तिच्या (आम्यावरच्या) चोळीतनं एक चट्टेरी रुमाल खाली लोंबकळत होता; तिच्या केसाची बट गालावर रुळत होती. तरुणी मुसमुसलेली परकरातच होती. गळ्यात सोन्याची चेन लटकत होती. डोळ्यात काजळ, ओठावर लाली, चेहरा पावडरनी माखला होता, पण शबनमचा ठसठशीतपणा नजरेत भरणारा. नाऱ्या सारखा टक लावून मधून मधून पाहायचा. कधी हातातून बुरुस सटकायचा तर कधी कधी इकडं तिकडं न्याहाळायचा.

"ये लो, देखो कैसे चमका दिया!"

नाऱ्या चपलेची जोडी शबनमच्या हाती देत उद्‍गारला.

शबनमने चपला पायात घातल्या अन् नाऱ्याला एक रुपयाची नोट दिली. बाकीचे पैसे परत द्यायला लागला तेव्हा शबनम बोलली–

"रहने दे रे, स्कूल में जाता है की नहीं?"

"जाता हूँ ना!" नाऱ्या ताडदिशी उत्तरला. तोवर चिम्या सगळ्या माडीवरून राऊंड मारून आला होता. "चल रे नाऱ्या निघूया!"

चिम्या नाऱ्याला बॉससारखा बोलत होता. चिम्या आणि नाऱ्या झपाझप माडीवरनं खाली आले. तसा कसला तरी गलका खाली ऐकायला आला. लोक रस्त्यावरनं पळत होते. खून! खून! खून! ओरडत ओरडत रस्त्यावरून चार पांच माणसं धावत होती. काहीतरी गडबड आहे हे ओळखून चिम्या आणि नाऱ्याने गोलपिठ्यावरनं पळ काढला. त्यानंतर एका हॉटेलात दोघेही चहा प्यायला शिरले. दोघांचेही हात बूट पालीस करून काळेकुट्ट झाले होते. चिम्याने चहाची ऑर्डर दिली. हॉटेलात अगोदरच गाण्याची तबकडी कुणीतरी लावलेली होती. गाणी वाजत होती.

"निचे पान का दुकान उपर रंडी का मकान
जालीम दूर दूर से.... देखो घूर घूरके"
"हमे तो लुट दिया दिलके हुस्नवालों ने
काले काले बालो ने, गोरे गोरे गालों ने"

चिम्या आणि नाऱ्या गाणी ऐकण्यात मन रमवत होते. दोघांनाही धंदा झाल्याचं समाधान मिळालं होतं. दोघांचीही पावलं घराकडं वळली.

***

संध्याकाळी चार वाजता पाणी भरायला नाऱ्याला आईनं पिटाळून लावला तसा हंडा घेतला अन् नाऱ्या नळाकडं वळला. नळावर तोबा गर्दी. सगळ्या बायका अन् पोरींची गर्दी, त्यात नाऱ्या नळावर हंडा घेऊन उभा.

"ए पोरा व्हं बाजूला" म्हणत एका बाईनं– पारीनं नाऱ्याला भिंतीजवळ ढकालला तसा नाऱ्या भिंतीला आदाळला. काय करणार बिचारा गपच उभा. बायकांचा कालवा पाण्यासाठी चालला होता.

"ए माले व्हं बाजूला तुझ्या अदुगर माझा नंबर हाय, तू मागून आलीस आन् पुढं कुठं घुसतीयास?" पारी अगदी तावातावाने बोलत होती.

"ए पारे, तुझ्या अदुगर आलेया, कवाच्यानं. त्या शीलीला इचार. काय ग, शीले मी हंडा ठिवून गेली व्हती का नाय? माझ पॉर रडत व्हतं म्हणून पाजायला गेली व्हती!"

शीलीला साक्षी ठेवून माली बोलत व्हती.

“नाय ग, बया खोटं बोलूं नगस. किडं पडत्याल तुला. मी कवाच्यानं उभीय. त्या पोरीला काय इचारतीस?” पारीचा जोर चढत होता.

“ए पारे, त्वांड सांभाळ बघ, तुलाच किडं पडत्याल, हातपाय झडत्याल, तुजंच वाटूळं व्हईल–” माली.

“माले, माले त्वांड आवर. गांड आनी त्वांड एकच करू नगस बघ”– पारी.

“काय ग? तुला गांड नाय व्हय? कां नुस्ता पत्राच लावलायस”– माली.

“तुझ्यासारखं आमाला कुठं दुनियाभर नासवून ठिवायचंय” – पारी.

“तर तर आमी साऱ्या दुनियाभर नासवून ठेवतो अन् तू लई की बया साळसूद. नवऱ्याला का लवकर घरात घितीस बघ”– माली.

“तुला तुझा नवरा पुरत नसल तर माझा नवरा उडवून घे.” – पारी.

“हे बघ, त्वांड सांभाळून बोल हं पारे”– माली.

“नाहीतर काय करशील गं?”– पारी.

असं चाललं असतानाच मालीनी पारीला खचदिशी ओढली– पारीच्या ब्लाऊझची वरची बटणं तुटली अन् तिची थानं दिसू लागली व त्या एकमेकीचं गचुंड धराया दोघीही लागल्या. नळावर सगळा तमाशा, भांड्यांची आदळा आदळ, दे धणाधण– लहान लहान पोरी वर्डाय लागल्या, आपआपल्या आयांना बोलवाय लागल्या. नाऱ्या मात्र हंडा घेऊन कोपऱ्यात गप उभा होता. त्याला पारीचा धक्का बसला तसा तो नळावर आदळला– सगळी चड्डी पाण्यानं ओली झाली होती.

इतक्यात नाऱ्याची आई आली. नाऱ्याला हांका मारू लागली.

“नाऱ्या... नाऱ्या...!”

तसा नाऱ्या आईचा आवाज ऐकून पुढं आला. हातातला हांडा चिंबला होता. आईनं हांड्याकडं एकदा अन् नाऱ्याकडं एकदा पाह्यलं– अन् खाडदिशी नाऱ्याच्या मुस्कटात एक वढली–

“मुडद्या पानी भराय पाठावला तर हांडा चिंबावलास व्हय.”

“चल व्हं बाजूला.” म्हणत सायत्राबाई पुढं शिरली. पारी मालीच्या भांडणात तिनं हंडा भरून घेतला अन् बाहेर आली तोवर नाऱ्या गालच चोळत बसला होता. काही सांगायला जागाच नव्हती आईला.

मुडद्यानंला पानी प्यायला लागतं, सारं काम मीच करावी– बडबडत नाऱ्याची आई घराकडं गेली.

नाऱ्या घरी आला तवा त्याला दगड्या, लक्षा आणि गंगीला आंगुळ घालावी लागली. गंगीला आंगुळ घालताना साबण डोळ्यात गेला म्हणून गंगी वरडाय लागली तवा पण नाऱ्यालाच दम मिळाला.

"नाऱ्या नीट आंगुळ घाल न्हाय तर चालता हो!"

नाऱ्यानं साऱ्या पोरांना आंगुळी घातल्या. आईच्या फाटक्या लुगड्याच्या धडप्यानं साऱ्यांची आंग पुसली.

***

भाडुत्री घरात पोरासोरांना झोपायला जागा पुरायची न्हाय. नाऱ्या चिम्यावर रात्री गोधडी घेऊन जयराजभाई लेनच्या मुत्री जवळच्या फुटपाथवर येऊन झोपायचा. लहर आली की रात्री चोरून ठेवलेल्या पैशातून एक आण्याची कॉफी प्यायचा. कॉफीची किटली, शेगडीवर घेऊन फिरणारे भटके कॉफीवाले "काफी, काफी" ओरडत फोरास रोडच्या नाक्या-नाक्यावर आढळायचे.

एक चिनी नेहमी त्या मुत्रीच्या समोर दररोज रात्री उभा राहायचा. तो येणाऱ्या जाणाऱ्यांना कोडी सांगायचा, त्यासाठी तो एक आणा घ्यायचा. त्या कोड्याचं उत्तर मात्र दुसऱ्या दिवशी फोडायचा. ज्याचं उत्तर बरोबर असेल त्याला एक आण्याचा दीड रुपया मिळायचा. याला चिनापेटीचा खेळ म्हणतात. एक प्रकारचा मटकाच होता तो.

"चल चिम्या चिनापेटी लावू" – नाऱ्याला लहर आली व्हती.

"च्या आयला जावू दे ना."

"अरे चलरे बगू तर." "आज काय कोडं सांगतोय ते बघू ना!" दोघंही चिन्या जवळ आले.

"आज का क्या है?" नाऱ्या धाडसानं इचारतोय.

"दो भाई है, आते जाते है, देखते परखते है, एक दुसरे को पहचानते है, आसपास है लेकिन एक– दूसरे को कभी मिलते जुलते नही है!"

"च्या आयला काय आसल रे?" नाऱ्या चिन्याला इचारत व्हता.

"चिन्याच्या नादाला लागायचं म्हंजी डोकं खाजवावं लागतं, तुला कोडं लावायचं आसलं तर लाव नायतर गप झोपाय चल."

चिम्यानं सुनावलं.

नाऱ्यानं एक आणा चिन्याला दिला– आणि दोघंही गोधडीत वळले. नाऱ्याला गोधडीत काय झोप लागत नव्हती त्याचा एक आणा गेला होता. त्याला एक आण्याचं दुःख वाटत नव्हतं पर कोडं सुटलं नव्हतं– याचं दुःख वाटत होतं.

दुसऱ्या दिवशी उत्तर कळालं– डोळं. नाऱ्याचा जीव पालीसारखा चुकचुकला. चिनापेटीची काही एक औरच मजा होती.

***

सायत्राबाईची आणि रामभाऊची भांडणं सारखी सारखी व्हायची. त्याला काहीच ताळतंत्र नसायचं. पोरांच्या मनावर विलक्षण परिणाम व्हायचा. नाऱ्या, नाम्या, दगड्या, लक्षा, गंगी ही सारीच पोरं आई–बापाच्या भांडणाला वैतागायची, पर पोरांचे काहीच चालायचं न्हाय. अशी भांडणं क्वचितच कुणाच्या तरी घरी असतील. त्या भांडणामुळं राहायला सुद्धा कुणी भाडुतात जागा द्यायची न्हाईत. सगळ्याला रामभाऊचा स्वभाव ठाऊक झाला होता. अनुसयाच्या खोलीत भाडूत म्हणून रामभाऊचं बिऱ्हाड राहायला होतं. पर जागा अपुरी. पोरंसोरं रस्त्यावरच पडायची. जेवनापुरतं तेवढं घरात जेवायचं. घरात देवाचा पसारा, फळ्यावर फळ्या, दोन बिऱ्हाडाची हातरुनं, चिंपाट, स्टो, घासल्याटचं डबं सारं काही कोंबून ठेवल्यालं. शेवटी अनुसयाला सुद्धा रामभाऊच्या भांडनाचा कंटाळा आला. तिनं त्याला जागा खाली करायला सांगितली. रामभाऊला आता पेच पडला होता. रामभाऊ तडक उम्याच्या थोरल्या भावाकडं नेमीनाथाकडं आला. नेमीनाथ हा रामभाऊचा तसा दूरचा नातेवाईक पर रामभाऊची आन् नेम्या खंडाळ्याची लई जिगरी दोस्ती–

"आरे नेमा आता तर अनुसयाबाईनं घर खाली कराया सांगितलंय. नेमा, तू तरी लक्ष घाल अन् दुसरी जागा दाखिव."

रामभाऊ काकुळतीला येऊन नेमाला बोलत होता.

नेमानं कटाक्ष टाकला. भाऊची हालत पाहिली. त्यानी वळाखलं व्हतं भांडान व्हनार आनि रामभाऊला जागा खाली कराय लागनार.

"अरे भाऊ, कुठं जागा बघू? तुझी अशी भांडनं चालत्यात, तुझा एकतर पोरवडा मोठा, तुला कुनी जागा द्यायला तयार नसत्यात."

"अरे बाबा, कसही कर, पर जागा दाव– बघ कुनाची वळख पाळख."

"काय करू भाऊ, विचार करुन सांगतो."

अर्ध्या चड्डीवर घामेजलेल्या गंजीफरकात घराच्या व्हरांड्यावर चामड्याची तळं तकटत तकटत नेम्या बोलत होता. पर त्याच्या हातातलं काम कांही बंद पडल नव्हतं. रामभाऊ काकुळतीला आला होता तरी नेम्या मात्र कामातच गर्क. फार बेरक्या औलादीचा नेम्या होता. अत्यंत स्वार्थी स्वभावाचा, अप्पलपोट्या.

"ठीकय! मी उद्याच बघतो."

असं बऱ्याच येळानं नेम्या बोलला आणि परत तळं तकटायला लागला. बाजूलाच शंकऱ्या पट्टं कापीत होता, हनम्या चामड्याच्या फाकीवर पात्रींग धरून चपलांची मापं काढत होता तर उम्या कुरुम लेदरला रंगवत बसला होता.

सगळ्या जागेत चामड्याचा वास पसरला होता.

"ए डंक्या इकडं ये" आळीतनं चाललेल्या एका पोराला नेम्यानं हाक मारली. तसा डंक्या पुढं येऊन उभा राहिला.

"काय रं दादा!"

"आरे भायेरवाल्याला एक 'चा' सांग."

नेम्यानं आर्डर देताच डंक्या पळत सुटला.

अब्दुल 'चा' घेऊन आला, एका 'चा' ची भागिदारी नेम्यानं केली, अर्धा 'चा' रामभाऊनं नरड्याखाली ओतला. अब्दुलनं 'चा' च्या कपबशा घेतल्या, पैसं गळ्यातल्या मळक्या पिशवीत टाकले अन् अब्दुल निघून गेला.

तेवढ्यात "काय भावजी कधी आलात?" सुमी नेम्याची बायको घराच्या बाहेर येऊन विचारपूस कराया लागली.

"आताच आलो बाय." "जाग्यासाठी हिंडतुया!"

"अहो बघा की हो जागा, पोरसोरं रस्त्यावर पडायची" अशा आर्जवी स्वरात सुमी नवऱ्याला विनवत होती.

"बघतो बोललोया, आताच्या आता काम सोडून जाऊ कां?" नेम्या हलक्या स्वरात बोलला.

"नेमा खरच बघ, लई उपकार व्हत्याल." भाऊ इनवत व्हता. नेम्यानं काम बाजूला ठेवलं अन् कापडं चढावली. भाऊला बोलला "चल– जाऊ कल्याण बिल्डिंगीत."

***

ताडदेवचा बस डेपो बाळाराम स्ट्रीटच्या समोर होता आणि बस डेपोच्या वरच्या बाजूला, नागुसयाजी चाळ आणि चाळीच्या बाजूला कल्याण बिल्डिंग. तिथं बरीच चांभार, ढोर समाजाची मंडळी राहायची. तिथं नेम्या भाऊला घेऊन आला. तसा हा भाग फोरस रोडच्या टापुतलाच होता. कल्याण बिल्डींगीतल्या रामभाऊच्याच एका भावबंधाची गाठ नेम्यानं घालून दिली, आन् बिऱ्हाड आणण्याचा सौदा पक्का झाला. तीन महिन्याचं डिपॉझीट आगाऊ घरमालक गणपाने मागितलं! भाऊने डिपॉझीट देण्याचं कबूल केलं. नेम्या आन् भाऊ बाप्टी रोडच्या दिशेनं ढोर चाळीकडं यायला वळाले.

"झालं का भाऊ, आता समाधान."

"बरं झालं बुवा, लेकरा बाळांचा आशिर्वाद तुला लाभंल." भाऊ खुशीत व्हता.

"मग आता काय नौटाक– पावशेर पाजतुय कां नाय?"

"चल की मारू." म्हणत भाऊ आणि नेम्या दारुच्या गुत्त्याकडं वळले.

भाऊच्या पैशानं नेम्या दारु प्याला. नेम्याचं गिऱ्हाईक मंजे भाऊच असायचा. नेम्या चांगला धंदा करुनही भाऊच्या पैशावर नजर ठेवायचा, मधून मधून खाबुगिरी करायचा, मात्र खायला प्यायला भाऊला लुबाडायचा. भाऊ बेवडा व्हता, जुगारी

व्हता पन तसा दिलदारही व्हता. खायला प्यायला कधी कुनाला न्हाय म्हनायचा न्हाय.

दोघंही तडक ढोर चाळीकडे निघाले, वाटेत भाऊनी दोन अंडी घेतली आणि नेम्याच्या हातात ठेवली.

"घे घरी तळून खा."

नेम्याने अंडी गुपचूप घेतली आणि घराला परतला.

***

भाऊ घरी आला. बायकोला बोलला बिऱ्हाड उचल, कल्याण बिल्डिंगीत जागा मिळालीय.

सायत्रानं बिऱ्हाड बांधाया सुरुवात केली. भांडीकुंडी, तीन– चार जर्मनच्या थाळ्या, तीन चार ग्लासं जर्मनची, तवा, घासलेटचा डबा, स्टोव्ह, लाटणं एवढा संसार एका पोत्यात गुंडाळला. स्वत:ची दोन लुगडी, भाऊचं धोतार, पैरन, पाच पोरांची कापडं यांचं गटुळं बांधलं– नाऱ्या, नाम्या, दगड्या, लक्षा, गंगी हजरच व्हती. मारती जोगत्या आला, त्यानं पोरांच्या तोंडावरनं हात फिरवला– अनुसयानं त्वांड मुराडलं, ढोर चाळीतल्या आयाबाया टकामका बघाय लागल्या, समोरचा वाल्या वाघ्री पिकलेल्या मिशीतून भकाभका इडी वढत व्हता अन् रामूच्या बिऱ्हाडाकडं सारखा टक लावून बघत व्हता. त्याचीही बायको बरोबर सारखी भांडणं व्हायची, तोही बायकोला सारखा बदडायचा.

"तारा मायना भोसडा, ए घोडी बाडी शिनाल छे, तमे शिनाल, रंडी केम मरती नथी." अशी शिवीगाळ वाल्या वाघ्री बायकोला नेहमी करायचा.

पन ती त्याची खोली व्हती. आन् रामभाऊला सोताची खोली नव्हती. हा मोठा फरक व्हता.

लक्षाला कडेवर, एक कपड्याचं गटुळं उजव्या हातात घेऊन सायत्रा म्होरं झाली. गंगीला रामभाऊनं खांद्यावर घेतलं व्हतं. नाऱ्याच्या डोक्यावर भांड्या कुंड्यांचा पासारा व्हता– नाम्या, दगड्या भाऊच्या बोटाला धरुन पुढं चालले व्हते. भाऊचं बिऱ्हाड ढोर चाळीतनं हाललं.

कल्याण बिल्डिंगीत रामभाऊच्या बिऱ्हाडानं पाऊल टाकलं तसं बिल्डिंगीतली सारी माणसं डोकवाया लागली. कुणी वरून बघतया, कुणी खालून, पोरं गोट्या खेळता खेळता थबाकली, खाली तळाला तळं तकाटणारी माणसं भाऊच्या बिऱ्हाडाकडं पाहायला लागली. वरून मुसलमानाची सलमाबीबी केस इंचरत इंचरत पाहत होती. मधीच तिनं केसाचा गुतडा काढला आन् खाली टाकला! एकानं खाकरा काढला अन् खाली गपदिशी टाकला तो नेमका नाऱ्याच्या पोत्यावर! पोत्यावर हात नाऱ्यानं ठेवला होता, त्याच्या हाताला बेडका लागला, त्यानं चटदिशी चड्डीला पुसला!

रामभाऊ बिगी बिगी बिऱ्हाड घेऊन गणपाच्या घरी उतरला. गणपानं साऱ्यांना बसाया गोणपाट टाकलं– बायकूला पाणी आणाय सांगितलं. गणपाच्या बायकूनं पाणी आणून ठेवलं तसं पोरं गपागपा पाणी प्यायला लागली. सारी निवांत बसली. पोरं घराला न्याहाळत होती. नवीन घर मिळालं होतं. समोर अरुंद बॉळ होतं. घराच्या बाहेर पाण्याची टिपाडं होती, टिपाडाच्या वरच्या बाजूला कापडं वाळवायच्या वलनी आणि खालच्या बाजूला कोळशाचं खोकं, चिनपाट हे सारं काही होतं. तसं गणपाचं घर निवाळ दिसत व्हतं. पोरांना बरं वाटलं.

"तीन महिन्याचं डिपाझीट देतायसं नव्हं." गणपानं हळूच इचारलं. इचारता, इचारता भावबंधांच्या इकडच्या तिकडच्या गप्पा हाणल्या.

भाऊ त्याच्या होऽऽला, हो करत व्हता.

"हे बघ राम, खरं सांगतो तुला, लेका दारु प्याचं सोडून दे, एवढी सोन्यासारखी पोरं, तू कसा काय ऐकत न्हाय, काय कळत न्हाय बघ आमाला. लेका आमी देवाला पोरं मागतो आमाला मिळत न्हाय आन् तुला पटापटा झाली की रे" गणपा समजावण्याच्या सुरात रामभाऊला सांगत व्हता. त्याला सुद्धा भाऊची आदत माहीत व्हती. तसा भाऊ याबाबतीत लई म्हाजूर व्हता. भाऊ गप्प व्हता. त्यानं विषय बदलायचा म्हणून तो बोलला.

"तुमाला तीन महिन्याचं भाडं आगाऊ द्यायचं न्हवं!"

"व्हय" असं म्हणत गणपा तळं तकटत व्हता, ते तकटायचं काम बाजूला टाकलं, लाकडाची चक्की पुढं वढली, बाजूला काप, मेशा पडल्या व्हत्या. कापचं अप्पर कापून काढावं म्हणून त्यानं चक्कीवर चामड्याचे पट्टे कापाय सुरुवात केली, पट्टे कापता कापता त्याला मधीच आठवण झाली.

"च्यायला 'सळ' काढायचं राहिलंच की."

पुटपुटत त्यानं चामड्याची 'गावी' घेऊन तिला लहानशा लाकडाच्या कुंडात वली केली, तिला झाडली, पुसली अन् चक्कीवर ठिवून दोन चुका चक्कीला अर्ध्या अर्ध्या सेंटीमीटरच्या अंतरावर ठोकल्या. त्याच्याखाली वली गावी डाव्या हातानं बोटांच्या चिमटीत धरून उजव्या हातानं त्यावर रापी चालवाय लागला. झटाझट तो सळ काढत व्हता. सळ नेमका त्या दोन चुकामधून सटदिशी भाहेर पडत व्हता, सारी पोरं त्या सळाकडं टकाटका पहायला लागली. एकेक सळ भायेर येत व्हता. रामभाऊच्या डोक्यात विचारचक्र सतत चालूच व्हतं.

रापी चालवता चालवता अचानक ती गणपाच्या डाव्या हाताच्या अंगठ्याला लागली. भळाभळा रगात यायला लागलं.

"आरं च्यायला रापी लागली" गणपा पुटपुटला.

"हे बघ मला आसं व्हतंय बघ. मला डोळ्यात मोतीबिंदू झालाय. त्यामुळे काम

करता करताच आसं काहीतरी होतंय बघ.''– गणपा सांगत व्हता.

गणपाची बायकू पटदिशी उठली, गोड्या तेलाचा बोळा आणला आन् गणपाच्या रक्ताळलेल्या डाव्या अंगठ्याला लावून पदराची किनार फाडली अन् पटदिशी त्याला गुंडाळली.

''जरा काम हळू करा की'', ''का वाघ पाठीमागं लागलाय व्हय'' गणपाची बायकू मायाळू व्हती.

तीन महिन्याचं डिपाझीट भाऊला द्यायचं व्हतं. तो तिथून पटदिशी उठला– गणपाला बोलला– ''मी येतो पैशाचा बंदोबस्त करून'' असं बोलून त्यानं सायत्राला हळूच खुणावलं. सायत्रा भाऊच्या मागं गेली. दोघं आडोशाला उभी राहिली.

''हे बघ सायत्रे जागा चांगली हाय, पोरं इथं सुखात रहात्याल, गणपाला तीन महिन्याचं भाडं द्यायचंय, तू तर ऐकलं हाय– गळ्यातलं काढ, गहान ठेवतो.''

सायत्रानं घडीभर इचार केला. एक डवळी आणि दोन मणी हाच काय तो सोन्याचा डाग तिच्या गळ्यात होता. पोरं उघड्यावर पडत्याल, रहायला जागा न्हाय, थंडीवाऱ्या, पावसापाण्याचं पोरासोरांनी कुठे जायचं, हा इचार मनात येताच गळ्यातलं मंगळसूत्र काढून सायत्रानं भाऊच्या हातात दिलं.

भाऊनी मंगळसूत्र घेतलं, बिगी बिगी खिशात कोंबलं–

''मी जातो चुनिलाल मारवाड्याकडं गहाण ठेवाय, तवर तू सांजच्याला पोरानला जेवान करून ठेव'' असं म्हणत भाऊ कल्याण बिल्डिंगच्या बाहेर पडला. सायत्रा पोरासोरांना संसार मांडायला घराकडं वळली.

***

गिरगांवात कांदेवाडीतल्या चुनिलालकडं भाऊ मणी-मंगळसूत्र घेऊन आला.

चुनिलाल सोन्या–चांदीचं दुकान थाटून बसला होता. दुकानात जास्त डाग दिसत नव्हते, पन जुनीपानी गहान पडलेली भरमसाठ भांडी दिसत होती. चुनिलालचा माळा हंडा, कळशा, पिंप या पितळी भांड्यांनी भरलेला दिसत होता.

''हे बघा शेट, मंगळसूत्र काढत भाऊनं चुनिलालला दाखविलं– चुनिलालनं हातात घेतलं, हातातच वजन केल्यागत केलं–

''अरे रामू याचे पन्नास रुपये येतील.''

''काय शेट जास्ती द्या की.''

''अरे काय माझ्या घरचा भाव हाय का, जेवढा वजन तेवढा पैसा.''

''मग वजन करुन बघा ना.'' रामभाऊ सांगत होता.

''मी धंदा करतो की तू? तुझा बापदादा माझ्याकडे येते व्यवहार करुन जाते''– चुनीलाल.

"बरं द्या शेट द्या", म्हणत रामभाऊने अखेर मंगळसूत्र गहाण टाकले. चुनिलालनं मंगळसूत्राला एक चिट्ठी बांधली आणि ते मंगळसूत्र त्याच्या एका पेटीत ठेवलं– भाऊनं चुनिलालकडून दहाच्या पाच नोटा घेतल्या आणि कांदेवाडीतून थेट खोताच्या वाडीकडं घरी यायला वळला.

खोताच्या वाडीत भाऊ वळला अन् त्याच्या मनात चलबिचल व्हायला लागली. तिथं सुरेश क्लब व्हता. त्या क्लबमधील जुगाराचा अड्डा व्हता. भाऊच्या मनात बावन पत्ते नाचाय लागले. इस्पीक, किलवर, चौकट, बदाम पत्तेच पत्ते दिसाय लागले. दहा दहाच्या नोटा पाचच! पण पाचाच्या पंचवीस व्हतील मग चंगळच चंगळ! च्याआयला पन्नास गेलं तर काय झांट वाकडं व्हनार? व्हायचं ते व्हईल. कुनी गळ्याला फास तर लावणार न्हाई ना– पण जितलो तर पैसेच पैसे! मौजमजा, पोरासोरांना कपडेलत्ता, सायत्रीला नवीन लुगडं, मला पन धोतार न्हाई, नवीन घेता इल, गणपाचं पन डिपाझीट देता ईल, बरंच काय करता इल. इस्पीकची राणी, बदामचा गुलाम, चौकटचा बादशा, किलवरचा एक्का, रामभाऊनी विचार केला पक्का. काय खेळायचं? जन्ना, मन्ना, कोकीनं का रम्मी. चल तर खरं क्लबमधी मग बघू! दहा दहाच्या पाच नोटा भाऊच्या खिशात नाचत व्हत्या– पर सोताच्या पांच पोरांचे त्याला भान उरलं नव्हतं! तो थेट सुरेश क्लबमध्ये गेला, जुगार खेळाय बसला. जन्ना मन्ना सुरू झाला– दोन दोन रुपयांनी सुरुवात करावी या हिशोबाने त्याने चाळीस रुपयांचे बिल्ले घेतले. क्लबमध्ये चौघंजण खेळत व्हते. भाऊचं खेळाडूंनी स्वागत केलं– भाऊ खेळाय बसला. मॅनेजरनं साऱ्यांसाठी चहाची आर्डर दिली. भाऊ जन्ना मन्ना खेळाय लागला. सत्ता लावला. जन्नात दोनचे चार आले. चारचे आठ झाले. खेळता खेळता भाऊ रमून गेला. भाऊ जितत व्हता– पन्नासचे ऐंशी झाले, भाऊला काही उठवत नव्हतं, रातभर खेळतच व्हता. रात्री जिंकला आन् भायेर आला. खोताच्या वाडीतून कोळशे वाल्याच्या गल्लीत आला तिथं एक दारुचा अड्डा व्हता. अड्ड्यावर गेला. पावशेर दारु प्याला. बाजूच्याच नवजीवन लंच होम मध्ये फ्राय चिकन व चपात्या, फ्राय राईस दाबून खाल्ला– पानानी तोबरा भरला. परत घराकडं यायचा इचार केला, पन् मधीच सनकी आली परत तो खोताच्या वाडीत सुरेश क्लब मधीच शिरला.

इकडं नाऱ्या, नाम्या, दगड्या, लक्षा, गंगी आनि त्यांची आई डोळं वाटेला लावून बसली होती. घरात गव्हाचा दाणाही नव्हता. चिपटभर तांदूळ गणपाकडून सायत्रानं नवऱ्याची वाट बघून बघून घेतलं आणि त्याचा भात शिजविला व पोरासोरांना कोरडाच खायाला घातला. त्यावरच पाणी पिवून सारी पोरं झोपी गेली होती.

सकाळ झाली तरी भाऊ घरी आला नव्हता. सकाळच्याच पारी सायत्रा उठली,

नाऱ्याला उठविला आणि साऱ्या पोरांच्यावर ध्यान ठेवाय सांगितलं.

"तुझा बाप आजून आला नाय, त्याला बघाय जाते" म्हणून ती ढोर चाळीकडे आली. सकाळी सकाळीच नेमा आंगूळ करून तळं तकटायच्या बेतात व्हता. इतक्यात सायत्राला बघून तो दचाकलाच.

"काय हो वहिनी, एवढ्या सकाळीच आला?"

"व्हयं. काल सांजच्यालाच मी मंगळसूत्र गहान ठिवाय दिलं आन तवा पासून त्यांचा पत्ता न्हाई, कुठं गेल्यात कुणास ठावं? भावजी तुमी बघा, त्यानला जाऊन, कुठं जात्यात, कुठल्या अड्ड्यावर गेलायं, कां कुठं पिऊन पडलाया, का कुठं मरुन पडलाया काय माहीत न्हाय! तुमी जरा बघा."

नेमाने सारं ऐकून घेतलं. त्याला घडीभर वाईट वाटलं पन भाऊचा स्वभाव साऱ्यांनाच माहीत होता. सायत्रा सारखा त्रास काढायची, दुसरी एखादी बाई त्याच्या संसारात टिकली नसती, पन पोरांसोरांसाठी सायत्रा सारखी काबाडकष्ट उपसायची, नवऱ्याचा सारखा मार खायची, पण कच्च्याबच्च्यांना कशीबशी भीक मागून का होईना पन खायला घालायची– हे सारं नेम्याला ठाऊक होतं.

सकाळी सकाळी नेम्या उठला, घरात गेला, कापडं चढवाय लागला तशी सुमी बाहेर आली. सायत्राबाईला तिनं आत बोलावलं 'चा' पिण्यासाठी! तिला इनवाय लागली पर सायत्राचं डोकं ठिकाणावर नव्हतं. सायत्रानं कमरेच्या पिशवीतली काळ्या तपकीरीची डबी काढली, चिमूटभर चिमटीत घेवून नाकात कोंबली. डाव्या हातानं पदर घेवून एक नाक पुसलं– तिला 'चा' प्यायची इच्छा नव्हती, पण सुमीनं लई आग्रह केला आन् तिला घरात घेऊन गेली. तिला 'चा' दिला तवर नेमा कापडं घालून तयार झाला होता–

"चला वैनी" म्हणत नेमा सायत्राबाईबरोबर बाहेर पडला.

सायत्रा आणि नेमा दोघंही गिरगांवच्या भाजी बाजारातल्या बाकड्यावर आले होते. शंकर बटाटेवाला, जानू पानसरे, गोळ्या, रामू, आनंदा, लाख्या या साऱ्या भाजीवाल्यास्नी सायत्रानी विचारलं–

"अहो ते आलंत का?"

कुणी बघितलं म्हणून सांगितलं न्हाय! बाहेर बनाम हॉल लेनच्या गल्लीत रोडवर कांही भाजीवाले बसायचे त्यांच्या जवळ नेमा आणि सायत्राबाई आली. रुकमी लिंबं विकत बसली होती. बाजूला तान्हं पॉर रस्त्यावर गोणपाटावर पडलं होतं, बाजूलाच तिची शकी खेळत होती.

"काय गं रुक्मे त्यानला पाहिलस कां?" सायत्रानं विचारलं. ती नेम्याकडं टकाटका पाहत व्हती. तानं पॉर रस्त्यावर झोपलं होतं ते आकाशाकडं पाहत होतं– गोर गोमटं, डोक्याला टकुचं, गालावर काजळाची टिकली, ढुंगणाला लंगुटी,

झाकपैकी झबलं, हातात काळ्या मण्यांची बांगडी, पायात तांब्याचा वाळा, डोळ्यात काजळ, असा डौल त्या तान्या पोराचा होता. मधीच हातपाय हालवायचं, फुरफुर करायचं, थुंकी होटावर यायची–

सायत्राचं ध्यान त्या पोरावर गेलं– "अगं रुक्मे त्या तान्या पोराच्या अंगावर तरी टाक की गं. कसं खेळतयं बघ!"

"अहो लइ लबाड हाय तो, आताच त्याला पाजून ठिवलंय, नायतर लइ बोंबलतं आनि बोंबलाय लागला की त्यो वाणी भडाकतो असं खट्याळ कार्ट हाय." रुक्मी कौतुकानं सांगत होती.

"अहो सायत्राबाई, सकाळीच की पाहिलं की हो नाऱ्याच्या बापाला."

"कुठं पाह्यलंस?"

"अहो सकाळी सकाळी मी इथं पाट्या मांडल्या तवा बाजारात जाताना पाह्यला, आत मार्किटात आसला तर बघा की."

"आगं आतच जावून आले. आत कुनी पाह्यलं नाही म्हणून सांगत्यात म्हणूनच भायेर इचारायला आले."

"परत जा पाठच्या बोळातनं!" म्हणत रुक्माने हात दाखवत सांगितलं.

"चला भावोजी आपुन मार्किटात जावून परत बघुया."

सायत्रा आणि नेमा पाठच्या बोळातून मार्किटात शिरले. आत शिरल्या शिरल्याच डाव्या हाताला वळले, बाजूला मुत्री होती, सगळी दुर्गंधी सुटली होती, नासक्या सडक्या कुजक्या भाज्यांचा ढीग बाजूलाच टाकला होता, तिथंच एक मोरी होती अन् मोरीच्या मागच्या बाजूस इमारतीचा जिना होता. जिन्यावर चढून सायत्रा वर आली, पाठीमागं नेमा होताच.

जिन्यावरच्या वाटेतच रामभाऊ भिंतीलगत तोंड करून झोपला होता, सायत्रानं पाह्यलं, नेमाला खुणावला तसा नेमा वर आला–

"ए भाऊ, भाऊ, ए भाऊ."

नेमा भाऊला गदागदा हलवत होता. रात्रीच्या जुगाराच्या जागरणानं भाऊ आडवा होवून घोरत होता. नेमा हाका मारत होता– हालवून हालवून नेमानं भाऊला जागा केला–

भाऊनं डोळा उघडला त्याला अर्जुनासारखी पहिली सायत्री दिसली–

"उठा की हो, का झोपला?" सायत्रानं इचारलं.

"उठ, उठ." नेमा भाऊला बोलत होता.

उठायचा त्याला कंटाळा आला होता. नेमाच्या जबरदस्तीमुळं तो कसाबसा उठला, आळुखं पिळुखं द्यायला लागला.

"रात्री घरी का आला नाय? रातभर वाट पाहिली पोरासोरांनी."

"गणपा वाट बघत व्हता..."

"मंगळसूत्र गहान ठिवलं का?"

"पैसं कुठं हाईत?"

"बोलत कां न्हाई? थोबाड का बंद केलंय?"

"रातचानी पोरं उपाशी हाईत. घरात गव्हाचा दाणा न्हाय कां तांदूळ मीठ, मिर्ची नाय! पोरं रस्त्यावर पडत्याल म्हनून गळ्यातलं डोरलं हवाली केलं– काय केलं कुनास ठावं."

सायत्रा रितशीर बोलत होती पन रामभाऊचं डोळं लाल झालं होतं.

"अरे भाऊ, पन तू डोरलं गहान ठेवलंस कां, ते तरी सांग की."– नेमा.

"आरे बाबा डोरलं गहान ठिवलं पन्नास रुपयाला–" भाऊ.

"मग पैसं कुठं हाईत?"– सायत्रा

"हारावलं."– भाऊ हळूच बोलला.

"बग कसा खोटं बोलतुया!" "डोरलं गहान ठिवलं अन् पैसं हरावलं व्हय?"

"का रं खोटं बोलतोयासं. हरावलं असत्याल जुगारीत. पोराबाळांनी काय तुझा गू खायचा? पोरांचा तळतळाट तुला लागल बघ. किडं पडत्याल जीभेला, खोटं बोलतोयास." सायत्राचा पारा चढला व्हता.

"हे बघ साइत्रे त्वांड सांभाळ, तुझी आईची गांड. लई तुला त्वांड हाय. लइ उड्या मारतीस, कशाच्या जिवावर उड्या मारतीस, गांडीच्या जिवावर उड्या मारतीयास व्हय." भाऊनं आपलं तोंड सोडलं होतं.

"तुझी आई बहीण पन गांडीच्या जिवावर उड्या मारत्यात कां? बांडगुळा"– साईत्राचा तोल गेला.

"हे बघ, तुझ्या आईचा भोसडा"– म्हणत भाऊ साइत्राच्या अंगावर चवताळून आला तसा नेमानं भाऊच्या हाताला धरला.

"आरे काय भांडनं करतो?"

नेमा समझी घालाय बघत व्हता–

"वैनी तुमी गप रहा."

"आरे भाऊ तू डाग गहान ठेवलास कां नाय ते तुला अन् तुझ्याच आत्म्याला ठाऊक. पन् पोराबाळांना कशाला उपाशी मारतोस?"

"नाय त्या बांडगुळाला असाच देव तडफडाय लावल, लई आक्रीत करतो, कितींदा त्याचं सहन करायचं, उठतो, जातो जुगार खेळाय, मारतो, शिव्या देतो, आराडतो वराडतो, किती किती जुलूम करतुया हा पोरांच्यावर! गाबडी काढून ठेवल्यात पन् त्याना चारा मिळाना." साईत्रा घुश्यातच बोलत होती, तिच्या डोळ्यात पाणी तरारलं होतं.

"माझा मलाच जीव द्यावासा वाटतुया. सगळ्या पोरांच्या गळ्यात धोंडा बांधावा अन् विहिरीत जीव द्यावा असं लई वाटतंय, पन् मला ती पाप करायच न्हाई, आपला जीव गेला तर गेला, पन लेकरांचा जीव कशाला घ्यायचाय. पन रागा वैतागानं मी कायबी करुन घीन. बघत रहा."

"ए छिन्नाल, जास्ती बोलूं नगंस. जीव द्यायचा तर चालाय लाग इथं राहू नकोस. तुझ्या सारख्या छपन्न रांडा मी करीन, चल चालाय लाग." भाऊ चिडला होता– त्याला स्वत:चा अपराध दिसत नव्हता.

"अरे भाऊ, तू करतो ते ठीक न्हाय." नेमा मधेच समजावत होता.

"अरे तू मला झवाय शिकवू नकोस नेमा? तुमी डाव रचून आलाय– माझाच मुडदा पाडाल ना. पाड ना. दोघंच्या दोघं मतून आलाय ना, काय होनार हाय, मुडदाच पडल, आनखी काय व्हईल?" भाऊ सायत्रा नेम्यावर आरोप करीत होता. तो जुगारीत सारे पैसे हरून बसला होता. झालेल्या चुकीवर पांघरुन कसं टाकायचं त्याला म्हाईत होतं कारण तो अस्सल जुगारी होता.

बायकोवर, नेम्यावर तो कुभांड रचत होता.

"भाऊ तू असा काय बोलतोयसं मला कळत न्हाय."

"तुझी बायको माझ्याकडं आली. तू जाग्यावर न्हाईस म्हनून तुला धुंडायला आलो आन् तू माझ्यावरच आक्रीत करतो काय?"

नेम्या समजावून सांगण्याचा प्रयत्न करत होता.

"अरे नेमीनाथ, मी कच्च्या गुरुचा चेला नाय, मी तुमची सगळी चालबाजी वळाखली हाय. तू मला जास्ती शिकवू नकोस आणि मला काही इचरुभी नकोस." भाऊ उलटाच नेम्याला दापत होता.

"हे बघा भावजी, मला हा काय दररोजचा तरास सहन होत न्हाय, मला माझ्या माहेराला जावू द्या, नायतर गावाला कुठंही जावू द्या, पोरांना घिऊन कुठंपन राहीन, मोलमजुरी करुन कुठंपण दोन– चार पैसं मिळवीन, कच्च्या बच्च्यांना कशीबशी खायाला घालीन, पन या माणसाचा असा दररोजचा तरास नकोयं! याच्या दारुनं आनि जुगारीनं आमच्या जीवाला वैताग आनलाय! सायत्रा आपल्या मनातले विचार भडाभडा मांडत होती.

"ए रांडे, छिन्नाल जा, रहा ना कुठंपन. कुठंपन जा आणि गांड वाट की, तुझ्यावर कुनी राखाण करतंय का?"

"ठीक हाय, तू असा बोलतुयास ना, मग मी पन तुला दावते."

"चला भावजी, मला ठेसनावर सोडा, गाडीला काय पैसं आसलं तर मला पन्नासीक रुपयं द्या, मी तुमाला गावावरून पाठवून दीन."

नेमाकडं पाहून सायत्रा रागा वैतागानं जिना खाली उतराया लागली– नेमा पण

तिच्या पाठी खाली उतराया लागला– सायत्रानं पदरानं डोळं पुसलं! पिशवीतली तपकीरीची डबी काढली, चिमूटभर तपकीर नाकात वढली आनि तरातरा दोघंही चालाय लागली.

कल्याण बिल्डिंगीकडं वळताना नेमा बोलला ‘‘वैनी तुमी जा घरला!’’

‘‘न्हवं तुमी मला पन्नासीक रुपयं खरंच द्या, आज रातच्या गाडीनं मी गांवाला जाते.’’

‘‘गावाला जावून काय खानार, दगड का माती?’’

‘‘मोलमजुरी करीन की, आज ना उद्या पोरं हाताला येत्याल.’’

‘‘ठीक हाय, तुमची इच्छा जायचीच हाइ तर बघतो, माझ्याजवळ पन पैसे न्हाईत. कुणाला तरी मागून बघतो.’’

नेमा सांगत होता– सायत्रा परत बोलली ‘‘तिन्ही सांज व्हायच्या आत पैसे आणून दिलं तर गाडी गाठता इल. रात्री पुण्याच्या गाडीनं जाता इल.’’

‘‘ठीकयं’’! म्हणत नेमा ढोर चाळीकडे वळला, आनि सायत्रा कल्याण बिल्डिंगीत शिरली. दुपार होत आली होती, पोरं पाखरासारखी वाट पाहत होती. नाऱ्या गंगीला खेळवत होता. दगड्या लक्षाचा लपाछपीचा खेळ चालला होता, नाम्या कसलंतरी पुस्तक वाचण्यात मग्न झाला होता. आई आल्या आल्या लक्षा बिलगला, गंगीनं नाऱ्यादादाची पाठ सोडली, दगड्याचा खेळ थांबला–

‘‘नाऱ्या सकाळी ‘‘चा’’ कडावला व्हता का नाय?’’

‘‘व्हय. तू दिलेल्या पैशातनं दोन आणं राहिल्यात. चार आण्याची साखर, एक आण्याची चाची बुकी, एक आण्याचं दूध’’ खिशातनं दोन आणे काढले अन् आईच्या हातात नाऱ्यानं चवली टेकवली. पोरांचा चेहरा काळवंडला होता, घरमालक गणपा घरात नव्हता– गणपाची बायको चूल पेटवत होती, घरात धूर झाला होता– कोळसा शेगडीत टाकत होती, पुठ्ठ्यानं भकभक वारा घालत होती, शेगडीतल्या कोळशाचा निखारा फुलायचा, विझायचा, परत फुलायचा असा विस्तवाचा खेळ चालला होता. सायत्राच्या डोक्यात पण डोंबाऱ्याचा खेळ चालला होता. पाच पोरांची उपासमार, कुणाचा आधार घ्यावा अन् कुणाचा घेऊ नये, सारखा विचार डोक्यात घोळत होता. इतक्यात डोक्यावरचा पदर नीट सारला, तपकीरीची डबी काढली. डबीत तपकीर नव्हती तशी डबीच तिनं नाकाला लावली. नुस्ता तपकिरीचा सुगंध घेऊन ती सुस्कारा देत होती.

दुपारच्याला पोरांसाठी घरांत काही नव्हतं! इतक्यात गणपा हातात बाजारातून पिशवी घेऊन आलेला होता, त्यात सामान भरल्याचं दिसत होतं. आला तसा बायकोच्या पुढ्यात चुलीजवळ त्याने पिशवी जमिनीवर वतली, गवार, भिंडी, कांदे, बटाटे आणि मक्याची कणसं. खिळंचुका, पालीशच्या डब्या, बुरुस, मेणं, धाग्याचं

बंडल, धार लावलेल्या दोन आऱ्या हे साहित्य त्यानं वेगळं करून चामड्याच्या खोक्यात टाकलं.

सगळी पोरं भाजीच्या पिशवीकडं टकाटका पाहत होती.

गणपा एका कोपऱ्यात जावून बसला, टोपी काढली, डोक्यावरून हात फिरवला, डोकं घामानं भिजलं होतं– टोपीनंच त्यानं तोंड पुसलं.

सायत्रा आणि तिची पोरं एका कोपऱ्यात बसली होती.

"राम रातच्यानं आलाच नाय कां?" गणपानं इसावा घेत सायत्राला विचारलं.

"नाय आलं, बाजारातच झोपलं हाईत."

"काय झालं इकडं यायला?"

"पैसं मिळालं नाय म्हणून काय झालं, आज ना उद्या डिपाझीट मिळालं आस्तं, कुठं पळून गेलं आस्त कां?"

गणपा तसा आपुलकीनं बोलत होता– त्याला काहीच ठाऊक नव्हतं. सायत्राच्या गळ्यातल्या डागाचं रामायण त्याला ठाऊक नव्हतं. सायत्रा गप राहिली कांहीच बोलली नाय.

"किसने, ती कणसं भाज आन् एकेक पोरानला दे." गणपा बायकोला सांगत होता.

किसनाबाई मायाळू होती, तिनं चूल पेटवलीच होती. कोळशाचे निखारे धगधगत होते. तिनं एकेक दोन दोन कणसं चटाचटा भाजायला घेतली. कणसं कोळशाच्या विस्तवात टाकली, लाल लाल व्हायला लागली, तडातडा दाण्यांचा आवाज लाह्यासारखा व्हायला लागला, निखाऱ्याच्या दोन– चार ठिणग्या फुलबाज्यासारख्या तडतडाय लागल्या. कणसं लाल लाल, काळी व्हायला लागली, तशी पोरांची मनं सुद्धा फुलासारखी उमलली. पोरांच्या तोंडाना पाणी सुटलं होतं. किसनाबाईनं एकेक कणीस पोरांच्या पुढं टाकलं, पैलं कणीस गंगीनी उचाललं तसं तिचा हात भाजला, तसं तिनं कणीस खाली टाकलं– खाली पडल्यालं कणीस सायत्राबाईनं– उचाललं खसाखसा जमिनीवर चोळलं, निवू दिलं आनि त्याचे दाणं सोलून गंगीला खायाला दिलं– तिचा पोरांच्यापेक्षा पोरीवर जास्त जीव होता.

नाऱ्या, नाम्या, दगड्या, लक्षा कणीस खाण्यात गुंतले. गचागचा दाण्याचं लचकं तोडलं. लक्षानी मुळासकट खाल्लं, नाऱ्या मडक्यात मीठ बघत होता, दगड्या दाणं हातानी सोलून खात होता, नाम्या दाण्याचं गणित करुन करुन खात होता. गचागचा खावून पोरं पटापट पाणी प्याली.

सायत्राबाईनं एक गोणपाट घेतलं अन् दारातच आडवी झाली, विचार करत पडली. पोरांनी कणसं खावून दारातच त्याची बोंडं टाकली.

गणपा मधून मधून पोरांच्याकडे न्याहाळायचा, तंबाकू चोळायचा, दातात धरून

पचापचा पिचकाऱ्या मारत होता, मधे मधे पोरांनला दम द्यायचा, ईथं तिथं बसाय सांगायचा. किसनाबाई शेगडी जवळ जेवण करत होती, तिनं ज्वारीच्या भाकऱ्या थापल्या, भाजल्या, गवार खुडली, तव्यात टाकून झ्याकपैकी कोरड्यास केलं. घरमालकीण आणि घर मालक, किसनाबाई, गनपा यांनी जेवणावर ताव मारला– पोरं इकडं तिकडं फिरत होती. पोरांच्या पोटात एकेक कणीस गेलं होतं– पाणी पिऊन त्यांनी पॉटं फुगावली होती. पण कुठलंही पोर मालक मालकीण जेवत असताना ताटाजवळ आलं नाही, तशी पोरं शिस्तीची होती.

तिन्हीसांज झाली– गणपा अप्पर शिवायला बसला, मशीनवर पाय झटझट चालवत होता– मशीनमधून अप्पर शिवून निघत होतं– मशीन वरुन खाली-खाली अप्परची माळ सरकायची, मशीनच्या धाडधाड होणाऱ्या आवाजाकडं पाहत सायत्रा गुपचूप बसली होती. पोरं त्या बोळात खेळत होती. तिच्या मनात कालवाकालव चालली. इतक्यात नेमा खंडाळकर आला.

“का रे नेमा, कसा आलास?” शिवण मशीन चालवता चालवता गणपा बोलला.

“सहज आलो, वैनीला पोरानला गावाला घेऊन जायाचं हाय ना.” नेमाच्या या बोलण्यासरशी गणपा एकदम चरकून गेला.

“काय म्हणतोस ती मला कळलं न्हाय.”

“भाऊनी वैनीचं डोरलं गहान ठिवलं आन् जुगार खेळला, त्या जुगारीत पैसे हारला आसल म्हणून तो इकडंबी आला नाय, कुठंवर असं चालायचं.”

नेमाने रामभाऊचा पोल खोलला होता. सायत्रा गुमान ऐकत बसली होती.

“पन लेका, सायत्रानं मला कसं काहीच सांगितलं न्हाय.”– गणपा नेमाला बोलला.

“तुमाला सांगून तरी त्या काय करनार? मी आता त्या सगळ्यांना गावाला देतो पाठवून. त्यांनीच मला पैसे मागितले, हे बघा पन्नास रुपये आणल्यात. आता जातो बोरीबंदरला या सगळ्यांना गाडीत बसावतो मजी माझं काम झालं!” असं म्हणत नेमाने सुस्कारा सोडला.

नेमा गणपाला भाऊची अशी हकीगत सांगण्यात गुंतला तसं सायत्रानं परत सामान गुंडाळलं, परत भांड्या कुंड्याचं गटुळं बांधलं, कपड्याचं एक गटुळं बांधलं अन् सारी मंडळी नेमाबरोबर निघाली. सायत्राने लक्षाला घेतलं, नाऱ्याने गंगीच्या हाताला धरलं, दगड्या नाम्या त्यांच्या पाठोपाठ, एक गाठुडं नेमाने हातात धरलं होतं. सगळी रस्त्यावर आली, नेमाने टॅक्सी बोलावली, सगळी पोरं टॅक्सीत पटापटा चढली. त्यांना काय कळलं नव्हतं. त्यांना टॅक्सीत बसायचीच मौज वाटत होती. जीवनाची रळा चाललीया हे त्यांना ठाऊक नव्हतं.

टॅक्सी भरधाव व्ही.टी.ला पोचली, सगळी पोरं सामानासकट उतरली. सायत्रा पोरं घेऊन पुढं झाली.

सगळा प्लॅटफॉर्म माणसांनी गजबजून गेला होता. दिव्यांचा झगमगाट चमकत होता. खेळण्यांची दुकानं, पुस्तकांची दुकानं, पाणीवाल्याच्या गाड्या ये जा करत होत्या. टाइम टेबलच्या चोपड्या घेऊन फेरीवाले फिरत होते. लोकांनी स्टेशन पार फुलून गेलं होतं. तिकीटाच्या रांगा लांबच लांब लागलेल्या. सायत्रा आणि तिची पोरं थांबली. गटुळी एका बाजूला ठेवली. नेमा तिकीटं काढाय गेला. पोरांची तोंडं बारीक झाली होती. त्यांना त्यांच्या जीवनात काय खेळ चाललाय ते काहीच कळत नव्हतं, आई नेतिया तिकडं जायचं– तीच माता, तीच अन्नदाता.

नेमा तिकीटं काढून आला. तिकीटं सायत्राच्या हातात दिली तसं सायत्राच्या डोळ्यातून ढळाढळा आसवं गळाय लागली, गंगी तिच्या पदरात येऊन बसली. नाऱ्या इकडं तिकडं पाहत होता. दगड्या, नाम्या, लक्षा गटुळ्याजवळ गुपचूप बसली होती.

"कशाला रडता वैनी, काय व्हायचं आसल ती व्हईल. तुमच्या नशीबाचं अन् पोरासोरांचं." नेमा सायत्रला धीर देत होता. खिशातलं पंधरा रुपयं काढून नेमा सायत्राला देत बोलला–

"हे घ्या पंद्रा रुपयं– तुमाला कामाला येत्याल, सकाळ झाली मजी पोरांना 'चा' पाणी पाजा."

इतक्यात "आई, भाऊ आला, भाऊ आला" नाऱ्या झटकन वराडला.

भाऊ स्टेशनात शिरला होता. तो सायत्राच्या मागावरच होता. झपाझप पावलं टाकीत पुढं आला. गंगीला सायत्रीच्या पदरातून कचदिशी ओढली, लक्षाच्या भावट्याला धरलं.

"चला रे पोरांनो माझ्याबर" आसं म्हणत भाऊनं नेमाकडं रागानं पाहिलं.

"ए नाऱ्या माझ्याबरोबर येतोस का, तिच्याबरोबर जातूस?"

भाऊ डोळं वटारून नाऱ्याला विचारीत होता. नाऱ्या भेदारला. दगड्या, नाम्या, लक्षा ताटदिशी पोरं उभी राहिली. बापाला सारी पोरं भेदरून गेली होती.

"ए अरे भाऊ, वैनी गावाला चाललीया त्यांना जाऊ दे की, पोरं न्यायचं तू नाटाक कां करतोस?" नेमा धाडसानं भाऊला बोलत होता.

"मी माझी पोरं घेऊन जातोय, त्या छिन्नालला कुठं म्हनतुया चल म्हणून, मला काय गरज पडलीया, माझी पोरं हाईत म्हणून घेऊन जातुया ना! तू पाहिजे तर तिच्याबर जा, तुला काय मी आडावला हाय कां?"

"हे बघ, त्वांड सांभाळून बोल, मी माझी पोरं घिऊन चाललीया तू कशाला मागं मागं येतो रे, बांडगुळा?" सायत्रानं तोंड सोडले.

"ए छिन्नाल तू बोलू नकोस? मी माझ्या पोरानला घेऊन चाललुया. तु तुझ्या ठोक्याला घेऊन जा!" हा शब्द नेमाच्या जिव्हारी लागला तसा तो उखडला.

"हे बघ, रामभाऊ तू मला काई कमी समजू नकोस, मी पन काय कच्च्या गुरुचा चेला नाय, तू त्वांड सांभाळून बोल!"

"जा रे जा तुझ्यासारखे लई बघितल्यात, माझ्या घरादाराचं वाटोळं कराय तू येतोस काय?"

"आरे तुझी बायको हाय तर तू नीट सांभाळ की, कशाला बायकापोरं रस्त्यावर टाकतोस?" नेमा तावातावाने बोलत होता. सारं प्लॅटफॉर्मवरचं पब्लिक त्यांच्याकडं बघाय लागलं होतं.

"ए दगड्या, लक्षा चल तू पण, येतोस का माझ्याबर." भाऊ पोरांना काय सोडायला तयार नव्हता.

"बरं तू पोरं घेऊन जातो ना जा, मी एकटी जाते, जा सगळी पोरं घिऊन जा. मी पन तुला दावते. नाही भावाकडून ठोकला तर पोटफोड्याची औलाद सांगायची न्हाई!"

सायत्रा पण जोरजोरात बोलत होती.

नाऱ्याचा चेहरा काळवंडला होता, दगड्या लक्षा रडत होते; गंगीनं बापाच्या अंगावरून आईकडं धाव घेतली. भांडान नवरा– बायकोचं पर तमाशा पोरांचा चालला होता, हाल हाल, खायाचं, पियाचं, रहायचं, सारंच हाल! रामभाऊला त्याची कवडीची किंमत नव्हती. व्यसनापायी घराचं वाटुळं व्हतंय. ह्याची त्याला जाणीव असून सुद्धा तो शुद्धीवर येत नव्हता. पोरांच्या आईला तोंडपण अधिक– सायत्राचा तोंडाळपणा, भाऊचं व्यसन पोरानला नडत होतं. त्यांच्या बालमनावर ह्या तमाशाचा बरा-वाईट परिणाम होत होता.

नाऱ्याच्या मनाची उलघाल चालली होती.

चमकणाऱ्या लाईटीत त्याला उभं रहावसं वाटाना. कुठल्यातरी अंधारात जाऊन बसावं असं त्याच्या कोवळ्या मनाला वाटाय लागलं. त्याला थोडं थोडं कळत होतं, त्याला रडाय यायला लागलं. एकदम वासरासारखा त्याने एकाकी हंबरडा फोडला, त्याच्या हंबरडा फोडण्यामुळं भाऊ हादारला–

"आरं नाऱ्या काय झालं, का रडतुयास– तुझी आई मेली नाय, ही बघ जिवंत हाय, ही बघ!" सायत्राच्या डोळ्यातून पण घळाघळा आसवं गळाय लागली. सारी पोरं रडाया लागली. नेमाला पोरांचं रडणं पाहवेना.

"वैनी ही घ्या तिकीटं" असं म्हणत त्यांनी तिकीटं वैनीच्या अंगावर टाकली. "मी जातोय" म्हणत तो पाणावलेल्या डोळ्यानं निघून गेला.

भाऊ पोरांच्या जवळ तसाच बराच वेळ उभा राहिला. थोड्या वेळानं पोरं गप्प

झाली. गंगीला स्टेशनातल्या कॅन्टीन मध्ये नेऊन भाऊनं चहापाणी पाजलं– परत पोरांच्या जवळ आला. सायत्राला घरला चल, म्हणून समजवायला लागला. सायत्राचा राग गेला नव्हता. नाऱ्याला आणि नाम्याला भाऊनं गटुळी उचलाय लावली. गंगी आईला चल, चल म्हणत होती. पोरानला झोप येत होती. त्यांना घरी जायची ओढ लागली होती.

नाऱ्यानं आईला विनवली तेव्हा नवऱ्याला शिव्या देतच ती उठली, ती पोरांच्या माग चालाय लागली, पोरांच्या म्होरं गंगीला घेऊन भाऊ बिऱ्हाडाबरं परत घरला निघाला. वाटेत त्यानं साऱ्यांना उसळ पाव खायला घातला, मात्र सायत्रानं काहीच खाल्लं नाही, टॅक्सी करून बिऱ्हाड कल्याण बिल्डिंगकडं येण्याकरता वळलं.

* * *

भाऊचं बिऱ्हाड कल्याण बिल्डिंगीत पण जास्त दिवस टिकलं नाही. तीन महिन्याची आगाऊ रक्कम तर भाऊनी घरमालकाला दिली नव्हती. प्रत्येक महिन्याचं सात रुपये भाडं भराय पण त्याला जड जायचं. त्यामुळे पोरासोरांना घेऊन त्याला गिरगावच्या बनाम हॉल लेन मधल्या भाजीच्या बाकड्यावर बिऱ्हाडासकट परतावं लागलं.

* * *

संध्याकाळी भाजीची पाटी डोक्यावर घेऊन नाऱ्या झपाझप पावलं टाकत होता. त्याची मान भाजीच्या पाटीनं पार दबून गेली होती. भाजी नुकतीच धुतल्यामुळं भाजीच्या पाटीतून पाणी नाऱ्याच्या कपाळावरून घरंगळत, घरंगळत नाकावर यायला लागलं, पाटी दोनी हातांनी घट्ट धरलेली. पाण्याचा थेंब त्याच्या नाकावरच येऊन थिबाकला. खमीस, गंजीफराक सगळं ओलं झालं होतं. त्या पाटीच्या ओझ्यामुळं मान सारीच दबाकली होती, पण इलाज नव्हता, आईबापानं दम दिला होता, सगळी खपवून ये– तवाच जेवाय मिळंल. घरंगळत्या पाण्याच्या थेंबाला नाऱ्या उजव्या हातानं पुसाय गेला तशी डोक्यावरची पाटी धाडदिशी खाली आदळली, सगळी भाजी रस्त्यावर पडली. मेथी, मायाळू, चवळी ह्या पालेभाज्या झाडत झाडत त्याने परत पाटीत कशाबशा लावल्या. रस्त्यावरून जाणारं पब्लिक त्याच्याकडं पाहत होतं. समोरच एक पानवाला बोलला–

"अरे जमता नही तो उठाता क्यूँ है इतना बोझा!" "गरीबका पेट भरने के लिए यह सब करना पडता है फलनवा!" नाऱ्या हिंदीतून बोलला तसं त्याला बोलायची सवय हळूहळू झाली होती.

भाजीची पाटी डोक्यावर घेवून, नाऱ्या वणवण फेरी करत होता. "मेथी, मेथी" ओरडत ओरडत इमारतीत, चाळीत, गल्लीत घुमत होता. कुणी गिऱ्हाईक जवळ

बोलवायचं, भाव करायचं आन् माल न घेताच परत पाठवायचं असंच इरभळ चालायचं. त्याला सगळा सामना गिऱ्हाईकाबरोबरच कराय लागायचा. नाऱ्याला वाटायचं गिऱ्हाईकाला शिव्या द्याव्या, पर शिव्या देऊन काय करणार? वणवण भटकावं लागणारच. "मेथी, मेथीची भाजी" करत गिरगावांत मॅजेस्टीक सिनेमाच्या समोर नाऱ्या आला. समोरच्या इमारतीतून दुसऱ्या माळ्यावरून एक बाई नाऱ्याला बोलवत व्हती–

"ए भाजीवाल्या, ए भाजीवाल्या!"

नाऱ्याने हाक ऐकली तसा तो थबकला. डोक्यावरची पाटी पहिल्यांदा त्यानं खाली ठेवण्याकरता रस्त्यावरनं चाललेल्या एका माणसाला "सूक सूक" केलं तसा तो माणूस त्याच्याजवळ आला–

"अहो हात लावा हो" मोठ्या आदबीनं त्या इसमाला म्हणाला. त्या माणसानं पाटीला हात लावला आणि ती पाटी खाली उचलून ठेवायला मदत केली.

हा प्रकार त्याला घडी घडी करावा लागायचा, पाटीचं ओझं कमी होत नव्हतं. पाटी खाली ठेवताच त्यानं समोरच्या इमारतीत वर पाहिलं, एक बाई त्याला खुणवून वर बोलवत होती. ती तिच्या कपड्यावरनं भटीण असावी हे त्याने ओळखलं होतं. एका मेथी जुडीच्या विक्रीकरता त्याला दोन माळ्यावं चढावं लागणार, ती पण घेतली तर बरं नाहीतर एवढं ओझं घेऊन परत खाली बोंबलत यावं लागणार हे नाऱ्याला ठाऊक होतं; मानगूट पार मोडून गेलं होतं पर इलाज नव्हता. आईबापानं दम दिल्याची आठवण झाली आणि त्या धसक्यानं नाऱ्याची वाकडी मानगूट आपोआप सरळ झाली, परत याच्या त्याच्या मदतीनं ती पाटी डोक्यावर घेऊन जिनं चढला– "हास हूस" करीत पाटी दुसऱ्या माळ्यावर खाली ठेवली... जिना वर चढून आल्यामुळं त्याला दम लागला होता. चुंबळ हातात घेतली आणि चुंबळीनंच त्याने तोंड पुसलं.

"अहो शान्ताकाकू मेथीची भाजी घेता कां, भाजीवाला दारात आलाय?"

रमाताई, एक वयस्कर बाय शेजारणीला विचारत होती. इतक्यात शान्ताकाकू घाईतच बाहेर आल्या. बघता बघता दोन तीन मुलीही तिथं आल्या. भाजीची चिवडाचिवड, उपसाउपस, झाडाझाड व्हायला लागली.

"काय रे कशी दिलीस मेथी?" शान्ताकाकूंनी इचारलं.

"चार आणे जुडी."

"छे, चार आणे काय सांगतोस, भाजी बाजारात दोन आणे जुडी मिळते." नाऱ्याचं डोकं खवाळलं. पण करणार काय? गरजवंताला अक्कल नसते.

"ही सडकी भाजी न्हाय, आई ताजी भाजी हाय, ताजी!" स्वत:च्या मालाची स्तुती करत आणि दाखवत नाऱ्या सांगत होता.

“सडक्या भाज्या दोन आणे जुडी मिळत्यालं.”

“बाजारात जा मंजी तुमाला कळंल.”

“अरे तू आगाऊ बोलू नकोस बघ, तुला द्यायची असेल तर दे.” शान्ताकाकू नाऱ्याला दमातच घेत होत्या. रमाताई पण भाज्यांची उलथापालथ करत होत्या. त्यांनी शेवटी तीन जुड्या बाहेर काढल्या.

“काय रे भाजीवाल्या, ह्या तीन जुड्यांचे काय घेतोस?” रमाताई अनुनासिक स्वरात नाऱ्याला विचारत होत्या.

“बारा आणे!”

“छे! काहीतरी कमी करून दे, आम्ही दोघीही तीन तीन जुड्या घेतो, काय हो शान्ताकाकू?” शान्ताकाकूंनी होकारार्थी मान हालविली. त्यांनीही तीन जुड्या काढून ठेवल्या होत्या.

“आठ आण्याला तीन जुड्या या हिशोबाने दे!” रमाताई.

“हो! देतोस तर आठ आण्याला तीन याच हिशोबाने दे– म्हणजे सुट्ट्यांचीही खळखळ नको, बंदा रुपया घे!” शान्ताकाकू.

सहा जुड्या खपणार व्हत्या, डोक्यावरचा भार कमी होनार व्हता. देऊ का नको, देऊ का नको नाऱ्याच्या मनात खळबळ माजाय लागली, त्याने मानगूट घडीभर चोळलं.

“साठ पैशाला तीन द्या!”

भाव वाढवून मिळेल या आशेनं त्यांनी मागितलेल्या भावापेक्षा फक्त दहा पैसे अधिक तीन जुड्यामागे मागितलं होते. पण त्या चिवट भटणी त्याला काय ऐकणार? मेलेल्या टाळूवरचं लुणी खात्याल, पर पदरची पै अधिक देणार न्हाईत हे नाऱ्याला मनात ठावं व्हतं. पण धंद्यात वरचढपणा, चावराटपणा हा असाच चालायचा नाहीतर धंदा करणं मुश्कील. हे सारं धंदेवाल्याला ठाऊक असतं.

“चला घ्या.”

असं म्हणत नाऱ्यानं त्या दोघींना इशारा केला. शान्ताकाकू आणि रमाताई यांनी भाजीच्या तीन तीन जुड्या उचलल्या आणि पैसे आणायला घरात निघून गेल्या, इतक्यात रमाताईंच्या खोलीतून नाऱ्याच्याच वयाची एक सुंदर पोरगी बाहेर आली. नाऱ्याची आणि तिची नजरानजर झाली तसा नाऱ्या तिला बघून दचाकलाच! त्या पोरीनं पण त्याला बघितलं. नाऱ्याचा अवतार मळलेला होता, अंग चिकाट चिकाट पाण्यानं ओलसार झालं होतं. नमिता खरेला पाहिल्या पाहिल्या नारायण बागडे ओशाळला. दोघं एकाच वर्गातली. नाऱ्यानं तिला आणि तिनं नाऱ्याला ओळखलं होतं. पण कुणी कुणालाच ओळख दाखवाय तयार नव्हतं. नाऱ्याला वाटलं ही भाजीची पाटी टाकून पळून जावं आणि कुठंतरी तोंड लपवावं. तिचा दिसणारा

टापटीपपणा, स्वच्छता, त्यात तिला मिळणारं जागेचं सौख्य, अभ्यासाला भरपूर वेळ ह्या साऱ्या गोष्टी आपल्याला कुठायंत? आपुन एका वर्गात बसत असलो, एका इयत्तेत शिकत असलो तरी फरकच ना. हा फरक कां, कशाकरिता? या सगळ्या विचारांची घौडदौड नाऱ्याच्या मनात व्हायला लागली. नमिताने त्याला पाहिलं, नजर वळवली, परत पाहिलं– तोवर शान्ताकाकू आणि रमाताई येऊन ठेपल्या.

"हे घे रे पैसे. हा एक रुपया घे."

रमाताई त्याला देत होत्या. रमाताईच्या घरातूनच नमिता खरे बाहेर आली होती, ही रमाताईचीच मुलगी असावी असा अंदाज नाऱ्या काढत होता. आपल्या वर्ग मैत्रिणीच्या आईकडून भाजीचे पैसे घ्यावे की नाही, या विचाराचं वादळ त्याच्या मनात येत होतं. पन आईला हिशोब तर द्यावा लागल. तिनं वळख दाखवली नाय तर म्याबी वळख दाखवणार नाय. असं द्वंद त्याच्या मनात चाललं असतानाच रमाकाकू बोलल्या.

"अरे काय विचार करतोस."

"हा रुपया घे ना, तुला आणखी भाजी विकायला जायचं आहे ना." या बोलण्यासरशी त्यानं रमाताईकडून रुपया घेतला. त्याने नमिताकडे हळूच कटाक्ष टाकला.

"अग नमे, त्याच्या डोक्यावर पाटी ठेण्यासाठी त्याला मदत कर ग." रमाताईने नमिताला सांगितले तशी नमिता दचकलीच, थोडीशी लाजली, पुढं आली, तिनं परत चोरट्या नजरेनं नाऱ्याकडं पाहिलं. नाऱ्यानं पाटी उचलता उचलता तिच्याकडं पाहिलं, पण पाटीला हात लावताना नमितानं मात्र त्याच्याकडं पाहिलं नाही. पाटी डोक्यावर घेऊन नाऱ्या तसाच जिन्याकडं वळला. एकेक जिना उतराय लागला, नाऱ्याच्या थोबाडीत कुणीतरी मारावं अशाप्रकारे त्याची कानशिलं तापली होती, खाली आला तसा "मेथी, मेथीची भाजी" वरडावं का न्हाय? हा प्रश्न त्याच्या डोक्यात घोळायला लागला. हा आवाज नमिता खरे ऐकेल, सगळ्या वर्गात सांगेल. नारायण बागडे हा भाजीवाला, नारायण बागडे हा भाजीवाला. नमिता तशीच पाहत राहिली. रमाताई नमिला हाका मारत होत्या.

"ए नमे, नमे!" पण नमी सुन्न होती.

गिरगांव, ठाकुरद्वार, आंबेवाडी, गोरेगांवकर चाळ, गायवाडी, कांदेवाडी या साऱ्या भागातून, चाळी चाळीतून, पाड्या– पाड्यातून, खाली वर जिने चढत चढत नाऱ्या दिसभर भाजी विकून विकून फार थकून गेला होता. रात्री बाजाराकडं वळला. भाजीची पाटी खाली झालेली. आई भाऊ खुश झाले होते. नाऱ्याला उसळ पावाबरोबर आज कांद्याची भजीही मिळणार होती.

***

नाऱ्या चौदा वर्षांचा झाला तेव्हा सातवीचा निकाल लागला. नाऱ्या बेचाळीस टक्क्यानं पास झाला. धंद्याचं रहाटगाडगं, नाम्या, दगड्या, लक्षा, गंगी यांना सांभाळणं, अभ्यासाकडं पाहणं ह्या साऱ्या बाबी करताना नाऱ्याचा जीव मेटाकुटीला यायचा, पण इलाज नव्हता.

"ए नाऱ्या, नाऱ्या ऊठ!"

रामभाऊ नाऱ्याला एका रात्री उठवत होता. बापाचा आवाज ऐकल्या, ऐकल्या नाऱ्या दचकून उठला.

"चल लवकर चल" भाऊ घाईत बोलत होता.

"कुठं जायाचं" नाऱ्यानं घाईनं इचारलं.

"इस्पितळात जायाचं हाय" भाऊ बोलत व्हता.

"तुझ्या आईला इस्पितळात घिऊन जायचंय ऊठ."

नाऱ्याला काहीच कळाना. "आई कुठंय?"

"तिला बाहेर उभी केलीया. तिच्या पोटात लई दुखतया लौकर चल."

भाऊनी घाई केली तशी नाऱ्यानं बाकड्यावरनं उडी मारली, खमीस घातलं अन् बापाबरोबर निघाला.

त्याची आई रस्त्यावरच बसली होती. भाऊ रस्त्यावर उभा राहिला. टॅक्सीची वाट पाहत व्हता, इतक्यात एक टॅक्सी आली. भाऊनी थांबवली. तिघेही टॅक्सीत बसले.

"चलो कामा हास्पिटल!"

मध्यरात्रीचा एक वाजला होता. क्रॉस मैदानाच्या समोरच्या भागात मोठं कामा इस्पितळ हाय. त्या इस्पितळाच्या आवारात टॅक्सी उभी केली. आईला उतरायला नाऱ्या मदत करत होता. भाऊनी नर्सला गाठलं. नर्सने पहिलं नांव नोंदवलं आहे कां हे इचारलं, भाऊनी "नाही" म्हणून सांगितलं; तसं सायत्राबाईला इस्पितळात दाखल करायला अडचण निर्माण झाली, वेळ दवडत होता. सायत्राबाई जोरजोराने वर्डत होती. ती पोटुशी होती. ती घायाळ झाली तेव्हा रामभाऊ नर्सच्या पाया पडाय लागला, नर्स डाक्टरला जाऊन भेटली. डॉक्टर आला, सायत्राबाईला पाहिलं, तपासलं, तात्काळ एक खाट दिली. रामभाऊनं नाऱ्याला बाहेर जायला सांगितलं. नाऱ्या बाकड्यावर जाऊन बसला, तो पेंगत होता. रामभाऊ चिंतेत पडला होता. दोन तीन तास तसेच घालवावे लागले. सायत्राबाई बाळातीण होती, ती बाळंत झाली, तिला मुलगा झाला, मुलगा झाल्याची बातमी एक नर्स घेऊन बाहेर आली. रामभाऊला कळलं तसा तो खुश झाला होता. "नाऱ्या तुला भाव झाला." हे रामभाऊचं सहावं अपत्य.

बाकड्यावर बाळातपण करता येणार नाही म्हणून ग्रँट रोडकडं जाणाऱ्या

पाववाला स्ट्रीटमध्ये १० बाय १० ची पत्र्याची खोली भाड्यानं घेतली. तिथंही रांडाच राहायच्या. रांडांचीच वस्ती. जी जागा घेतली होती ते एक गटार होतं. दोन इमारतीच्या मध्ये कचरा टाकायला असणारी जी जागा असते, त्या जागेत ते पत्र्याचं झोपडं बांधलेलं होतं. त्या झोपड्यात रामभाऊचं बिऱ्हाड आलं. आलेल्या नवीन पोराचं नाव ईश्वर ठेवलं होतं. त्या झोपड्यात पण रामभाऊनं भागिदारी केली होती. रामभाऊची धाकटी बहीण भागुबाई, तिचा नवरा आणि तिची तीन पोरं यांच्या समवेत राहायच्या. खरी तर भावजईच्या बाळातपणामुळंच भाऊला जागा बहिणीनं दिली होती. छपराच्या पत्र्याला काही भोके पडली होती. त्या भोकातून ऊन घरात पडायचं. वरनं टाकलेला कचरा त्या पत्र्यावर पडायचा. एवढंच काय तर घरात कुणी जेवायला बसलं असेल, तर जेवणात छपरावरून किडेही पडायचे. असं कित्येक वेळा झालं. दारातच गुमूत पडायचं, सडक्या भाज्या, आंब्याच्या साली, उष्टी खरकटी, केसाचा गुंतडा, सांडपाणी, खरकटं पाणी यांनी त्या झोपड्यातला दरवाजा भरून जायचा, चारी बाजूला तेच तेच. छपरावर तीच घाण, दारात उभं राहता येत नव्हतं, घरात गेलं की घाण यायची. घर कसलं– नरकच! ते घर घेणाराने तरी कसं घेतलं हे काही कळत नव्हतं. फक्त आजुबाजूला आडोसा पाह्यजे हाच जीवनातला अर्थ असावा. असल्या कचऱ्याच्या डब्यात सायत्राबाईचं बाळंतपण साजरं झालं, आणि व्हायचं तेच झालं– ईश्वर चिमुकला जीव आजारी पडला. एकाएकी उचक्या द्यायला लागलं, काय झालं ते कुणालाच कळलं न्हाय, आणि त्याच्या छातीची धडधडच एकाकी बंद पडली.

सायत्रा रडत होती, त्याला छातीला कवटाळला होता. मैतीचं सामान आणलं, एका कपड्यात त्याला गुंडाळलं, गुंडाळलं नव्हं वाटलं होतं भाजीची जुडी कपड्यात बांधलीया. ईश्वराला कपड्यात गुंडाळला, भागुबाई तिचा नवरा राजाराम, राजारामचा साडू सदाशिव अशी चार-पाचच माणसं होती. भाऊनी त्या पोराला स्मशानभूमीत नेलं. गरिबीच्या पोटाला आलं आन् गरिबीत गेलं, पण रामभाऊ काही डगमगणारा नव्हता. परत पुढच्या दोन वर्षांत दोन गाबडी त्याला झालीच. एकंदर सात पोरांचं कुटुंब झालं– दोघं नवराबायकू. एक अगोदरच वजा झालं व्हतं. नाऱ्या, नाम्या, दगड्या, लक्षा, गंगीला आणखी दोन भावंडं मिळाली– काळ्या आणि बाळ्या.

***

रात्र झाली होती. सायत्रानं कोळंब्याचं कोरड्यास चुलीवर टाकलं होतं. रोट्या थापून तिनं तयार करून एका कागदावर ठेवल्या होत्या. पोरं जेवाय बसली होती. बाकड्याच्या बाजूलाच एक कचऱ्याचा डबा होता. त्या कचऱ्याच्या डब्यात सडक्या कुजक्या भाज्या मार्किटातल्या भाजी विक्यांनी टाकल्या होत्या. सगळीकडं दुर्गन्धी

पसरलेली. जेवताना सुद्धा उग्र दर्प. पण सगळ्यांना त्याची सवय झाली होती. मार्किटात एका बाकड्यावर शंकऱ्या न्हावी, आन पानसऱ्या धनगर जेवत होता. दुसऱ्या फळकुटावर बाबू पाटील व त्याचा भाव रघु नुकतंच खाणावळीनं दिलेलं डबं सोडीत होता. समोरच्याच तिसऱ्या बाकड्यावर बुवा खेडकर बटाट्याच्या गोणी बांधत होता. इतक्यात रामभाऊ झिंगत झिंगत मार्किटात आला, त्याच्या बाकड्यावर थबाकला, त्याचा तोल सारखा जात व्हता, त्याची सगळी पोरं त्याच्याकडं टकामका बघाय लागली.

"ये नाऱ्या, चल...चल बाजूला व्हं! ये साई...त्रे मला जेवाय दिलं न्हा...य! भेंचोद रांडंला माझी आठवन होत न्हाय. ए नाऱ्या, ए दगड्या, चल बाजूला व्हं."

असं तो दारुच्या नशेत बडबडत होता. बडबडता बडबडता तो झोकांड्या देत होता.

"ए साई...त्रे त्या पोरानला बाजूला काढ! चायची गांड– चल...सगळं भोसड्यात जाऊ दे!"

भाऊ काय बडबडत व्हता त्याचं त्याला ठाऊक नव्हतं. सगळी पोरं भेदारली. सायत्राबाईनं कोळंब्याच्या कोरड्यासातला चमचा काढला आणि खाली ठेवला–

"बांडगुळ दारु पिऊन आला. सारखा ढोसतोयं– त्याला काय चैनच न्हाय."

सायत्राचं डोकं भडाकलं व्हतं– ती बडबडत होती.

लक्षा दगड्याकडं बघत होता, गंगी उठली अन् एका फळकुटावर बाजूला जाऊन बसली. काळ्या, बाळ्या लांब निघून गेली. नाम्या मुतायचं निमित्त करून मैदानात गेला. लक्षा, गंगी पण तिथून हलली. राहिला नाऱ्या. नाऱ्या तिथंच उभा राहिला. नाऱ्याला कळत होतं भाऊ दारुच्या नशेत आल्यामुळं पोरांना ताटावरनं उठावं लागलं होतं. कोळंब्याच्या कोरड्यासाला दुसरा कढ येत चालला होता. तसं तसं नाऱ्याचं डोकं हळूहळू तापाय लागलं. इतक्यात सायत्रानं एक पितळी घेतली, चमच्यानं कोरड्यास काढून त्या पितळीत ओतलं आणि रामभाऊच्या पुढ्यात मांडलं. रामभाऊ डुलतच होता. ताट पुढं आलं तसं रामभाऊनं उचाललं अन् समोरच्या कचऱ्याच्या डब्याकडं फेकून दिलं. सगळी बाजारातली माणसं टकामका पाहत होती. भाऊनं नाऱ्याला बाजूला धक्का मारला आणि बाजूला पाडला. नाऱ्या कलांडला होता. तशी सायत्रा चवताळली.

"बांडगूळ कसा पटदिशी मराना कुणास ठावं?"

"मरीन मरीन तू लेकाला उडवून घे..."

असं बोलताच नाऱ्या भाऊकडं रागानं बघाय लागला, लाल लाल व्हत गेला.

"भेंचोद टकाऱ्याची औलाद, काय बघऽऽतोस माझ्याकडं!"

भाऊ नशेत बडबडत व्हता. पन त्यानी साऱ्यांची टाळकी खराब केली व्हती.

"तुला दावू का?" नाऱ्या रागानं बापाला पुटपुटला.

"काय रे का...य दावतो?"

भाऊ नशेत बडबडत होता. "थांब दावतोय" म्हनत नाऱ्यानं बापाचं गचुंड धरलं तसा त्याला आडवा पाडला. सायत्रा किंचाळत होती. रामभाऊ नाऱ्यावर झटापट कराय लागला. रामभाऊ बेफाम झाला. पोराच्याही डोक्यात त्याच्या दारुच्या नशेचा वास शिरला. नाऱ्या कधी नव्हं एवढा चवताळला. रामभाऊ उठला नाऱ्याला माराय गेला. नाऱ्यानं उठला तशी बापाला जनावरं मारत्यात तशी धाडदिशी टक्कर मारली. रामभाऊच्या नाकातोंडातून रक्त यायला लागलं, एक तोंडातला दात निखळून पडला, तसा नाऱ्यानी परत धरून त्याला आडवा पाडलाच. बाप लेकाच्या झटापटीत सायत्रा मधे पडली, सायत्राच्या पोटात भाऊनं आडवं पडल्या पडल्या लाथा घातल्या. आई मधी आली म्हणून नाऱ्यानं आईच्या झिंज्या पकाडल्या अन् तिलाही बाजूला ढकलून दिली. तिनं नाऱ्याला बराच काबूत आणण्याचा प्रयत्न केला. नाऱ्या बेफाम झाला होता. आईला पण त्यानं लाथा घातल्या, बापाला मारलं तसं आईच्याही दोन चार मुस्कटात दिल्या. सगळा बाजार त्यांच्या भांडणाकडं पाहत होता. कुणीही माईचा लाल सोडवायला पुढं आला न्हाय, सगळ्याला भाऊची आदत, त्याचं व्यसन माहीत होतं. सगळी पोरं लांब उभी राहून आईबाप– भावाचा धिंगाणा बघत होती. गंगी, बाळ्या, काळ्या लांबूनच रडत होती. त्यांना नाम्यानं जवळ घेत समजावलं आणि त्यो त्या पोरानला लांब घेऊन गेला. नाऱ्या आईबापाला बाकड्यावर आडवं करून, एक पिशवी अन् चादरीसकट मार्किटातून बाहेर पडला. बाहेर पडता पडता सगळी पोरं त्याच्या मागं हळूहळू आली. नाम्या, दगड्या, लक्षा, गंगी, काळ्या, बाळ्या नाक्यावर येऊन थांबली. नाम्यानं नाऱ्याला हांक मारली.

"दादा कुठं चालला?"

"कुठं नाय."–

नाऱ्या बोलत होता पर त्याचं डोळं पाण्यानं भरल्यालं होतं. नाम्याच्या डोळ्यातून आसवं गळत होती. गंगी पण रडत होती. दगड्या, लक्षा कठोर मनानं सगळ्याकडं पाहत होती. सगळ्यांच्या चेहऱ्यावर मृत्यूची झांक होती. जीवन कशाला आन कुणासाठी हेच प्रत्येकाला प्रश्नार्थक वाटत होतं.

"दादा जाऊ नकोस!"

नाम्या धाकटा भाव थोरल्याला समजावत होता.

"नामदेव तू पोरांच्यावर ध्यान ठेव."

नाऱ्या गदगदून बोलत होता. पुढचा शब्द त्याच्या कंठातून बाहेर पडत नव्हता– गंगीचं, काळ्या, बाळ्याचं त्यानं पटापट मुकं घेतलं, त्यांच्या केसावरनं हात फिरवला, त्यांची आसवं पुसता पुसता त्याला भडभडून आलं होतं, पन काय सुचत

नव्हतं– हे जीवनच नको, स्वत: दुर्बल असल्यामुळं त्या कवळ्या जीवाचं आपण काय रक्षण करणार? या प्रश्नानं त्याचं मन गदगदून गेलं होतं.

"नामदेव मी जातो, माझं डोकं ठिकान्यावर नाय,

मला आई भाऊचा हा रोजचा तरास सहन होत नाय, मला जाऊ दे!"

नाऱ्या धाकट्या भावाला समजावत होता. नाम्यानं बरंच समजावून सांगितलं. तो पण रडत होता. पण त्याच्या डोळ्यातली आसवं नाऱ्यानं पुसली, त्याची आसवं पुसण्याचं त्यानं बंधुप्रेमाचं कर्तव्य केलं होतं.

नाऱ्या पुढं पुढं जाया निघाला तसतशी पोरं मागं मागं यायला लागली, नाम्या मागं मागं येत होता. नाम्या मधीच थांबला, दगड्याला जवळ बोलावलं अन् सगळ्या पोरानला बिर्ला मॅन्शनच्या जिन्याखाली बसाय सांगितलं. दगड्यानं साऱ्या पोरांना घेतलं अन् समजवत समजवत तो बिर्ला मॅन्शनकडं लक्षा, गंगी, काळ्या, बाळ्याला घेऊन गेला. नाम्या, नाऱ्याच्या पाठीमागं चालला होता. बनाम हॉल लेन मधून बाहेर पडून गिरगाव पोर्तुगीज चर्चजवळ आला. नाऱ्या थबाकला, तसा नाम्या पुढं आला.

"दादा कुठं चाललास, सांग तरी?"

"मी जास्ती लांब जाणार न्हाय, इथं कुठंतरी काम बघीन, तू काळजी करू नकोस, लांब जात न्हाय, जीवाचं बरंवाईट काही करून घेणार न्हाय!"

नाऱ्यानं नाम्याला सांगताच बरं वाटलं– नाम्याला तीच मनात धास्ती होती.

"ठीक आहे तू जा, कुठंही रहा– मी पण बघतो."

"पण पोरांच्यावर लक्ष ठेव."

नाऱ्या बोलत व्हता. "काय काळजी करू नकोस– खरंच" असं म्हणत त्यानं नाम्याच्या गोजिरवाणी चेहेऱ्यावरनं हात फिरवला. नाम्यालाही चटदिशी हलकं हलकं वाटाय लागलं– नाऱ्याच्या हातात बंधुभावाचा विलक्षण गोडवा होता.

नाम्या पाठीमागं वळला, नाऱ्या पुढं पुढं हातातली पिशवी हालवत हालवत चालाय लागला. खिशात एक पै देखील नाही. गिरगांवच्या रोडनी नुस्ताच चालत होता, का चालत होता, कशाकरता चालत होता याचं उत्तर त्याच्याजवळ त्या घडीला नव्हतं. एक अजब चक्र त्याच्या डोक्यात वावटळ निर्माण करीत होतं– ते चक्र नव्हतंच. त्याच्या जीवनातला एक टप्पा होता तो. तो पुढं पुढं जात राहिला– धोबीतलाव गाठला, आझाद मैदानावरून बोरीबंदर स्टेशनावर आला. स्टेशनात गुमसुम चकरा माराय लागला, कुठं जावं, कुठं जाऊ नये– कशाचं काही गणित नव्हतं, जीवनच सारं बेहिसाबी होतं. कलकत्ता, फ्रंटीयर मेल, मद्रास मेल, हैद्राबाद एक्सप्रेस, भुसावळ पैसेंजर, पुणे ही सगळी यादी तो इन्डीकेटरवर बघत होता, भूगोलातली थोडी फार माहिती होती. लांब कुठं जावं, कशाचाही थांगपत्ता नव्हता,

पैसा अडका नव्हता, गाडीत पाय ठेवावा तर लहान लहान भावंडांची सारखी आठवण मनात तरळाय लागली, डोळ्यांत आसवं जमाय लागली, मुंबई नगरीच्या कुशीत खेळलेला हा दरिद्री नारायण लांब पल्ल्याच्या गाडीत बसायला तयार होईना... परत तो पाठी फिरला अन् व्हीटीच्या पाठीमागं आला, भाटिया उद्यानाच्या समोर हॉटेलांची लाईन होती, त्या लाईनीत बावळटासारखा चालाय लागला. परिस्थिती माणसाला कुठं कशी नेईल, अन् कुणाला कशी वागवेल याचा अंदाज बांधणं तेवढं सोपं न्हाय. उडप्यांची हिंदू हाटीलं नाऱ्या लाइनीनं शोधाय लागला, चालून चालून थकला होता. डोळ्यातली आसवं सुकली तसं ओठावरचं पाणीही पळालं होतं. पोटात अन्नाचा कणही नव्हता. भांडणानं जीव किकला होता, पण किकलेल्या जीवाला वाचवायचं होतं. समोरच कचऱ्याचा डबा दिसला. त्या कचऱ्याच्या डब्याकडं त्यानं क्षणभर पाह्यलं. त्याला बाजारातल्या डब्याची आठवण झाली– कचऱ्याच्या डब्याजवळ कुत्री, मांजरी अन्न शोधतात, तशी पोरंही येतात, कचऱ्यातून कागद गोळा करणाऱ्या बायाही आढळतात– अन्नाला मोहताज असणाऱ्या त्या दुर्दैवी पोरांचा कुणी वाली असतो?... असतील तर आपल्यासारखेच त्यांचेही आईबाप असतील– त्यांनाही कुणीतरी काढून ठेवलंय ना! ह्या सगळ्या विचारांची साखळी नाऱ्याच्या मनात वाटाय लागली, स्वतावर परिस्थिती ओढवल्यामुळं कचऱ्याच्या डब्यातून अन्न शोधणाऱ्या हिंदुस्थानातल्या तमाम पोरांची कीव नाऱ्याला त्या क्षणी आली. तसा तो कचऱ्याच्या डब्या जवळून गेला, पण त्यातली दुर्गन्धी त्याला जाणवली नाही; तर ज्या समाज व्यवस्थेनं एवढी दुर्गन्धी निर्माण करून ठेवलीया त्याचं काय? असे नाना विचार नाऱ्याच्या टाळक्यात यायला लागले. या सगळ्या विचारापोटी आईबापाचं कर्तृत्व त्याला तुच्छ वाटायला लागलं, कारण सामाजिक समस्येच्या विचाराने तो उध्वस्त झाला होता. पुढं जाता जाता एका हिंदू हॉटेलात शिरला. अन् मॅनेजरला विचारलं–

"मुझे काम मिलेगा क्या?"

"नाही!"

असं विचारत विचारत पाचव्या हॉटेलच्या मॅनेजरनं त्याची विचारपूस केली–

"कहाँसे आया है, कहा रहता है, पहला काम क्या करता था?"

या सगळ्या बाबींची माहिती करून घेतल्यावरच नाऱ्याला त्यानं कपबशा अन् खरकटं मरकटं काढण्याकरिता कामावर ठेवलं!

रात्र झाली होती, अकरा वाजले होते. हॉटेलातली तमाम खरकटी भांडी नाऱ्याकडं पाहायला लागली. पालेभाज्या, भाज्यात गुंतलेले हाथ खरकट्या भांड्याकडं वळले. चपलांच्या पालीसाचे डागही हातावरचे बुजले नव्हते.

खरकटी भांडी धुता धुता नाऱ्याची कंबरच वाकून गेली. त्याशिवाय त्याला

जेवाय मिळणार नव्हतं. भांडी धुवून झाल्यावर त्यानं मॅनेजरच्या ऑर्डरीनं जेवायला मागितलं, मोठ्या काचेची प्लेट भरून भात अन् त्यावर ओतलेला सांबार. रोट्या खाणाऱ्या माणसाला भातावर निभवावं लागलं. भात खाता खाता त्याला भावंडांची सारखी आठवण येत होती. झोपायचा काही ठिकाणा नव्हता, रामा आणि आनंदा शेट्टीबरोबर रस्त्यावर झोपाय गेला. हॉटेलाला मॅनेजरनं टाळं मारलं होतं.

पहाटेच पाच वाजता आनंदा शेट्टीनं नाऱ्याला उठवलं, रामा शेट्टीचं अंथरुन बाजूला नव्हतं. कुठंतरी उठून लघवीबिघवीला गेला असेल म्हणून आनंदा शेट्टीनं पाहिलं नाही. आनंदा शेट्टी उठून हॉटेलाच्या बाजूच्या गटारात मुतायला उभा राहिला, त्यानं सहज हॉटेलाकडं पाहिलं तर त्याला हॉटेलाच्या शटरच्या दरवाज्याचं कुलूप तोडल्यालं दिसलं. तशीच आनंदानं नाऱ्याला हाक मारली आनि नाऱ्या आनंदाकडं धावत आला–

"वो देख रे ताला तोडा लगता है रे!"

नाऱ्या डोळं विस्फारून पाहत होता. त्या शटरचं टाळं तोडल्यालं होतं. जवळ जाऊन त्यांनी हळूच वाकून पाहिलं. खरंच टाळं कुणीतरी फोडलं होतं. नाऱ्या दचकून मागं झाला. शेट्टी लघवीवरून तडक दरवाजाकडं आला आणि टाळ्याला हात लावाय गेला. त्याबरोबर नाऱ्या ओरडला–

"ए अबे, उसे हाथ मत लगा, कुछ गडबड दिखती है– वो तेरे साथ का रामा किधर है–!"

"मालूम नही है, वो रात अपने साथ मे था–"

शेट्टी घाबराघुबरा झाला होता. तासाभरातच मॅनेजर आला. मॅनेजरला टाळं तोडल्याची हकिगत कळली तसा तो तडक आझाद मैदान पोलीस स्टेशनात गेला, अन् तक्रार नोंदवली. पोलीस सकाळी सकाळीच हॉटेलात आले. दरवाजाची, टाळ्याची तपासणी केली. गल्ला तपासला. रात्रीच मोजून ठेवलेली दोन हजाराची रक्कम नाहीशी झाली होती. सगळीकडं सामसूम. आजुबाजूचे लोक पोलिसांची गाडी आली म्हणून हॉटेलाजवळ गर्दी कराय लागले. पोलीस इन्स्पेक्टर खान आणि पाटील चौकशीत गुंतले होते. आनंदा शेट्टीची आणि नाऱ्याची जोरदार चौकशी झाली, त्यानं सारा वृत्तांत सांगितला, मार्किटाचा पत्ता, शाळेचा पत्ता, आईबापाचं नांव सारं सारं काही सांगून टाकलं. पाटील इन्स्पेक्टरला नाऱ्यानं ओळखलं होतं. चौकशीत जबानी देताना त्यानं ओळख दावली.

"सायेब तीन–चार महिन्यांपूर्वी तुमी माझ्याव चार्ज मारला व्हता. मी सदाशिव गल्लीत भाजी इकत असताना चार्ज मारून महारबावडी पोलीस ठेसनात तुमीच आमा काही भाजीवाल्याना नेलं व्हतं– आम्ही दंड भरून आपला माल सोडवून आनला व्हता."

पाटील सब इन्स्पेक्टरला थोडंस आठवलं– त्याला खात्री पटली होती, हा पोरगा त्यातला न्हवं. सगळ्यांची जाब– जबानी झाली. तपास चालू होता. नंतर कळालं केरळात रामा शेट्टीला पकडण्यात आलं.

हा प्रसंग येताच दुसऱ्या दिवशीच नाऱ्यानं तिथून पळ काढायचं ठरवलं. घेण्या न देण्याच्या लफड्यामुळं नाऱ्याचा मूडच खराब झाला. चोरी केली कुणी? आणि आळ कुणावर? हे लफडंच नको म्हणत नाऱ्यानं उष्टं खरकटं एक दिवस साफ करून सरळ मार्किट गाठलं.

दुसऱ्या दिवशीच रात्री मार्किटात आला. मार्किटातल्या शाळेच्या जिन्याखाली कडेला अंगावर चादर घेवून झोपला होता. त्याची आई त्याला दोन दिवस धुंडत होती. नेमकी साईत्राबाई त्या जिन्याखाली आली–

''नाऱ्या, नाऱ्या– ए नाऱ्या।''

म्हणत म्हणत नाऱ्याच्या अंगावरची चादर अलगद काढली–

''कुठं व्हतास दिसभर.''

विचारपूस करत जेवणाखाण्याबद्दल विचारलं, भांडान होऊन त्याच्या हातचा मार खाऊनसुद्धा त्याच्या आईनं त्याला छातीजवळ कवटाळलं– बिचारी आईची माया– काय आगळी वेगळी जगापलिकडली! नाऱ्यानं पण आईच्या कुशीत तोंड लपवलं आणि ढसाढसा रडला, आईबापाव हात उगारल्याबद्दल त्याचं त्याला लई वाईट वाटत होतं.

***

हायस्कूलचं पटांगण फुलून गेलं होतं! सगळे विद्यार्थी पटांगणात पीटीच्या तासासाठी उतरले. चौदा वर्षांचा नाऱ्या खुशीत. त्याचे मित्र– मैत्रिणीही खेळण्यात गुंग. सफेद शर्ट, निळ्या चड्ड्या, सफेद ब्लाऊज, निळे स्कर्ट असा अर्धानिळा परिसर चांदण्यासारखा पसरला होता. मांजरेकर सर शिटी मारत होते. कोण कुणाचं ऐकत नव्हतं. प्रत्येक विद्यार्थी विद्यार्थिनींचा घोळका इथं-तिथं विखुरला होता. कोणी लंगडी, कोणी पकडा पकडीत दंग होते. मुला– मुलींचा भेदभाव बिलकूल दिसत नव्हता. इतक्यात मांजरेकर सर ओरडले, शिट्टी मारायला लागले. खेतवाडीच्या शाळेतलं हे पटांगण म्हणजे राष्ट्रीय एकात्मतेचं प्रतीक झालं होतं. जोरजोराने बेंबीच्या देठापासून ते शिटी मारत होते. पोरांचं लक्ष शिट्टीकडे गेलं अन् सगळे विद्यार्थी एकदम गप्पगार! एक– दोघांना सटासट रट्टे बसले. नाऱ्याला तर एक जोरात पाठीवर सटका मिळाला, सगळी पोरं फिदीफिदी हंसाय लागली.

''अरे सगळ्यांनी लाईनात या.''

''मुलांची रांग अन् मुलींची रांग वेगवेगळी करा पाहू'' मांजरेकर सरांनी आदेश

दिला. दाये घुम, बाये घुमचा प्रयोग झाला.

"हं! चला आता टोळी टोळी खेळायचं."

"अय्या!" "अरे मज्जाच मज्जा."

मुलामुलींचा जल्लोष. टोळ्या तयार व्हायला लागल्या. एकेक मुलाने एकेक मुलीचा हात धरला अन् खेळाला सुरुवात झाली. मुलं मुलींचा हात धरताना संकुचित होत होती, पण गुदगुल्या सगळ्याच मुलांच्या मनाला शिवत होत्या. अशी संधी मुला– मुलींना पी.टी.च्या वेळी क्वचितच मिळायची. शिवाय हा नववीचा वर्ग, सगळ्यातच म्होरं! अभ्यासात, खेळात, सांस्कृतिक कार्यक्रमात, मस्ती करण्यातही पटाईत. कारण बहुतेक मुलं कामाठीपुरा, गोलपिठा, खेतवाडी, गिरंगाव, ताडदेव, नाना चौक या विभागातलीच होती. नाऱ्याचा हात एका मुलीनं येऊन धरला. चंचला वायंगणकर. मुलगी फारच देखणी, गोरी– गोमटी, डोळ्यात काजळ घातलेली, काळ्याभोर केसांना लाल रिबीनी लावलेल्या, कानात सुंदरसे डुल, अगदी फटाकडी. नेमक्या त्याच पोरीनं नाऱ्याचा हात धरला. तिनं हात धरल्या धरल्या नाऱ्यानं एका हातानं केसावरनं हात फिरविला, शर्टाला बटणं लावल्यात कां धागा बांधलाय हे चाचपलं. पॅन्टीची बटनं सरळ लागलीयंत की नाही ते पाहिलं, हे सारं त्यानं क्षणार्धात केलं. चंचलानं नाऱ्याकडं पाहिलं, नाऱ्यानं चंचलाकडं पाहिलं अन् तोही गोड हसला, तीही हसली. नाऱ्या कदाचित एवढा गोड पहिल्यांदाच हासला असावा. तिनं नाऱ्याचा हात घट्ट धरला होता. नाऱ्याच्या हाताला लगेच घाम फुटला, पण त्यानंही तिचा हात सोडला न्हाय. सगळी पोरं मांजरेकर सरांच्या शिट्टीनुसार धावाय लागली, धाड धाड आवाज व्हायला लागला, पळापळ, धरपकड जोरदार सुरू झाली, पटांगणात नुस्ता धुमाकूळ घातला होता. सगळे विद्यार्थी टोळी, टोळी खेळण्यात एकदम दंगच दंग. नाऱ्या-चंचल, मनोहर बाणे-रंजना, दिपक बांदेकर-शीला, विश्वास खडपेकर-राधा, विलास सावंत-लिला, वसंत सकपाळ-रेखा हे सगळेच विद्यार्थी धावपळीत दंग होते, कुणाचा कुणास पत्ता नव्हता. सगळ्या विद्यार्थ्यांना खेळाचा जोश होता. निष्पाप मनं समतेन लीन झाली होती. विद्यार्थी– विद्यार्थिनी एकमेकाला खेचताना काही औरच धम्माल येत होती. काही विद्यार्थी– विद्यार्थिनीला खेचत न्यायचे तर काही विद्यार्थिनी विद्यार्थ्याला पळवायच्या. एकमेकाला थाप मारण्यास, शिवाशिवी खेळण्यात, पळण्यात मश्गूल होते. एक जाडी विद्यार्थिनी लीला हर्णेकर- रमेश खेडकरला घेऊन खेळता खेळता आदळली. तिच्या पायाला खरचटलं होतं. तात्काळ मांजरेकर सरांनी येऊन लाल दवा तिच्या हातात दिला. रमेशने आयोडीन काढून तिच्या गुडघ्याला लावलं, ती फार शरमली. पोरं खेळता खेळताच हंसाय लागली. चंचल तर नाऱ्याचा हात घट्ट धरून खदाखदा हसत होती. चंचल नाऱ्याला पळवत होती, नाऱ्या तिच्याबरोबर धांवत होता. नाऱ्या

धावता धावता सुखावत होता. चंचल नाऱ्याला पळवायची म्हणून नाऱ्यानंही मनात विचार आणला, आता आपण चंचललाही पळवायची अन् नाऱ्यानं खरंच चंचलला पळवाय लावली, तो जोरजोरात पळायचा, चंचलही तेवढ्याच जोरानं धावायची, एकमेकांचे हात सुटायचे तसे दोघंही गपकन एकमेकांचे हात धरायचे. चंचल धावता धावता एकदम दमली व खेळता खेळता एका ठिकाणी थबकली.

"छे रे, सोड ना माझा हात!"

नाऱ्यानं झटकन हात सोडला. हात सगळा ओला झाला होता. नाऱ्यानं त्याच्या चड्डीला हात झट्दिशी पुसला, तिनं ब्लाऊझ मधला रुमाल काढला अन् स्वत:चेही हात पुसले.

"काय रे, रुमाल आणला नाहीस कां?"

"नाय! घरी राहिला!"

नाऱ्यानं चक्क थाप मारली. त्याने आतापर्यन्त रुमाल वापरला नव्हता.

"हा घे, पूस!"

नाऱ्यानं चंचलचा रुमाल घेतला, हात स्वच्छ केले अन् चटकन तोंडाजवळ नेला, त्या रुमालाला "खस" अत्तराचा वास येत होता. नाऱ्या अत्तरानं हुरळून गेला होता. रुमाल पुसला अन् चंचलच्या हातात परत दिला. चंचलनं तो रुमाल त्याच्या समोरच ब्लाऊझ मध्ये खोवला अन् हळुवार लाजली, नाऱ्या पार पाघळून गेला होता. त्याला स्वर्ग दोन बोटंच उरला होता. चंचलने परत हात पुढं केला नाऱ्या तिच्या लाजवाब चेहेऱ्याकडं पाहत होता.

"अरे बघतोस काय? धर ना हात!" नाऱ्यानं पटकन हात धरला अन् टोळी टोळी खेळण्यात गुंग झाला. टोळी टोळी खेळता खेळता नाऱ्याचं मन इमला बांधू लागलं होतं. चंचलच्या स्मित हास्यानं तर नाऱ्याचं काळीज खलास झालं होतं. पडवळ, भेंडी, वांगी, तांबाटी, तो घडीभर विसरला होता. चंचल नाऱ्याचा हात धरून खेळण्यात दंग होती. चंचल वेगानं पळता पळता त्यांचे हात अचानक सुटले. चंचलचा तोल गेला अन् ती धाडदिशी जमिनीवर आदळणार इतक्यात, नाऱ्यानं वेगानं पुढे होऊन ती जमिनीवर आडवी होण्याच्या आत तिच्या कमरेला दोन्ही हातानी विळखा घातला अन् तिचा तोल सावरला, तोल सावरत असतानाच त्याचा हात अलगद वर सरला. चंचल सावरली अन् पडत पडता वाचली, पडली असती तर तिच्या पायाचं हाडच मोडलं असतं–

"चंचल पडली असती तर...?"

"हो रे, नाहीतर... तू धरलंस म्हणून बरं झालं."

नाऱ्याच्या नाहीतर शब्दावर चंचल हसायला लागली. हसता हसता दोघांच्याही नजरा एकमेकांकडे पाहायला लागल्या. चंचल सावळ्या रंगाच्या रेखीव चेहऱ्याच्या

नाऱ्याकडं पाहायला लागली. नाऱ्याच्या केसांचा देवानंदी कोंबडा विस्कटला होता. तिनं त्याच्या केसांकडंही पाहिलं. चंचलमध्ये सौंदर्य नांवाची चीज होती, ती एक चौदवीचा चाँद होती. दोघांच्या डोळ्यात न जाणे कशी काय ती विलक्षण चमक आली. खरं तर नाऱ्याच्या ध्यानी मनी काहीच नव्हतं, चंचलच्या चंचल नजरेनं तो लुब्ध झाला होता. टोळी टोळी मुलं खेळण्यात दंग होती. चंचल अन् नाऱ्या दोघंही फक्त एकमेकांकडे पाहण्यात गुंग होती. इतक्यात मांजरेकर सरांनी शिट्टी माराय सुरुवात केली, मुलं खेळायची थांबत नव्हती. मांजरेकर सर शिट्टी जोरजोराने माराय लागले, तसतसे विद्यार्थी खेळता खेळता हळूहळू थबकायला लागले. पी.टी. चा तास संपला होता– शाळेची घंटा घणघणत होती.

रांगेनं विद्यार्थी शाळेचा जिना चढायला लागले. विद्यार्थ्यांची अन् विद्यार्थिनींची रांग वेगवेगळी झाली. जिन्यानं सगळे वर्गात आले. आपापल्या वर्गात सगळे स्थानापन्न झाले. चंचलचा कटाक्ष नाऱ्यावर पडायला लागला. नाऱ्याही हळूच मधून मधून पाहत होता. इतक्यात मधु शेट्टी सर हातात हिंदीचे पेपर घेऊन आले. शेट्टी सरांनी एकेकाचं नाव पुकारले अन् प्रत्येकाला त्याचा त्याचा पेपर हातात दिला. मौजेची बाब म्हणजे नारायण बागडेला अडुसष्ट गुण पडले होते. वर्गात तो पहिला आला होता. नारायणकडे पाहून शेट्टी सरांनी विचारलं–

"क्यूँ कॉपी नही की ना?"

"नही सर!"

लाजत लाजत नारायण बागडेनं उठून उत्तर दिलं. चंचलनंही त्याच्याकडं कटाक्षाने पाहिलं, तिला कमी गुण मिळाले होते.

***

दुसऱ्या दिवशी नाऱ्या शाळेत येताना अंघोळ करुनच आला. शर्टाच्या हुकात धागा बांधण्याऐवजी बटणं लावून, केसाला तेल अन् पायातल्या चपलांना पॉलीस करुनच आला. येताना त्याने पॅन्टीच्या खिशात मार्किटातून बऱ्याच कैऱ्या अन् कच्ची करवंदे आणली होती. मधल्या सुट्टीत सगळ्या पोरा–पोरींना त्याने करवंदे अन् कैऱ्या वाटल्या. मुलींना करवंदे अन् कैऱ्या फार आवडायच्या. चंचलकडेही त्यानं पाहिलं अन् झटदिशी एक कवळी कैरी तिच्याकडं फेकली–

"बघ, तुझ्यासाठी कवळी कैरी आणलीय ग!"

"अय्या! छान आहे गं!"

असं म्हणत चंचलने कैरी रुमालात धरली अन् कचदिशी तोंडात फोडली, अन् अर्धा हिस्सा तिनं नाऱ्याकडं बघत पाणीदार डोळे मिचकावत शीलाकडे फेकला. नाऱ्याही वस्ताद. त्यानं खिशातली दुसरी कैरी काढली अन् त्यानंही कचदिशी

दातांनी बिगर रुमालाची तोडली अन् अर्धा हिस्सा चंचलला डोळे मिचकावत मनोहर बनेकडे फेकला. बने पण दिलखुलास मित्र. तोंडात कैरी घालता घालता तो बोलला–

"च्याआयला किती आंबट आहे रे!"

"अरे बने, कैरी आंबटच असते!"

"अरे पण कैरी खायचे दिवस आहेत कां?"

बने पोरींना टोमणा मारत होता!

"खा रे! आंब्याला मोहोर आलाय–"

नारायण बागडे चंचलकडे पाहत पाहत बोलत होता.

चंचलने "हट" करत नाऱ्याला चिडवलं.

चंचलने खिशात शेंगदाण्याची पुडी भरून ठेवली होती. तिने हातात काही दाणे काढून काही मुलांना वाटले अन् स्वत: काही न खाता हातातच ठेवले. चंचल दुसऱ्या बेंचवर होती, नाऱ्या पहिल्या बेंचवर बसला होता. नाऱ्याच्या टाळक्यात ती हळूहळू एकेक शेंगदाणा मारत होती. नाऱ्यानं शेंगदाणे कोण मारतंय म्हणून पाठी पाहिलं. चंचल त्याला दाणे मारताना आढळली. त्याने चंचलचे दाणे गोळा करायला सुरुवात केली अन् खायला लागला. पण त्यालाही चैन पडेना अन् त्यानं खिशातली करवंदे बाहेर काढली. हर एक शेंगदाण्यासरशी नाऱ्याने एकेक करवंद चंचलला मारायला सुरुवात केली. चंचल करवंद झेलण्याचा प्रयत्न करायची आणि नाऱ्या शेंगदाणा झेलायचा. असा खेळ बराच वेळ चालला होता.

"घे बाबा घे, दाणे खा!"

मनोहर बने, नारायण बागडेला चिडवत होता. इतक्यात मधली सुट्टी संपण्याची घंटा झाली अन् शेंगदाणे करवंदांचा खेळ संपला. परंतु दाणे अन् करवंदांनी चंचल व नाऱ्याची मनं मात्र चंचल करून सोडली होती. दोघांची अधूनमधून नजरानजर व्हायला लागली. इतक्यात संस्कृतच्या तासाचे उत्पात सर हजर झाले अन् गच्छामि, गच्छाव:, गच्छाम:ला प्रारंभ झाला; परंतु चंचलचे व नाऱ्याचे मन मात्र दाण्या-करवंदातच गुंतलं होतं.

*** *

नाऱ्या स्वत:च्या आयुष्यात दु:खी कष्टी असूनही सुखी राहण्याचा प्रयत्न करायचा. स्वत:चं दु:ख त्यानं जगापासून लपवण्याचा फार आटोकाट प्रयत्न केला परंतु तो प्रयत्न बऱ्याचदा फसायचा. त्याची मित्रमंडळी त्याच्या घरी येण्याचा प्रयत्न करायची, तो फार टाळाटाळ करायचा पण आग्रहाखातर त्याला कधी कधी बाजाराच्या दिशेनं आणायला लागायचं. बाजाराच्या बाजूला असलेल्या इमारतीत

माझं घर आहे, हा बहाणा करायचा पण हे किती दिवस चालणार? एके दिवशी मनोहर बने त्याच्याबरोबर आलाच. मनोहर अन् तो एकाच बेंचावर बसायचे म्हणून त्याची अन् मनोहरची मैत्री जास्त. नाऱ्या अभ्यासात चांगला होता आणि पुष्कळदा बने त्याच्या वह्या मागून न्यायचा. मनोहरला मार्केटात कचऱ्याच्या डब्याजवळ असणाऱ्या बाकड्यावर आणलं अन् नाऱ्यानं आपली सारी खरी परिस्थिती कथन केली. त्या बाकड्यावर पडलेला अस्ताव्यस्त पसारा, त्याची भावंडं, त्याचे आई–वडील, कपडालत्ता, भांडी– कुंडी, मडकं, वलन, वलनीवरचे कपडे, तांबाट्याची रिकामी खोकी, फळकुटं, बारदानं, मोडकी चूल हे सारं दृष्य मनोहरनं एकदा डोळ्यानं पाहिलं, त्याच्या डोळ्यात पाणी उभं राहिलं, नाऱ्या शाळेत हंसतो, खेळतो, मौजमजा करतो, दिलखुलास वागतो अन् त्याची ही दरिद्री अवस्था! मनोहरचं मन घडीभर अस्वस्थ झालं पण त्याचा ईलाज काय चालणार? हेच नारायणचं घरदार,

"अरे झोपतोस कुठं?"

"रस्त्यावर, फुटपायरीवर, इमारतीच्या जिन्याखाली– जागा मिळेल तशी– अरे मनोहर, होटल में खाना और फुटपाथपर सोना– ऐसी है जिन्दगी अपनी अपनी।"–

नाऱ्या मनोहरजवळ दिलखुलास बोलत होता, मधून मधून भंकसही करत होता.

"अरे पण पावसाळ्यात झोपतोस कुठे?"

"इमारतीच्या जिन्याखाली, कुठंतरी वळचणीला!"

"बापरे! भयानकच आहे बागडे!"

"असू दे रे, ये जिन्दगी में भी मजा है!"

नाऱ्या खुलूनच सांगत होता. त्याने खुल्लमखुल्ला मन्याला सांगितलं.

"अरे, आता तुझ्यापासून लपवायचं काय, जिन्याखाली आडोशाला झोपतानाही रात्रीच्या येणाऱ्या जाणाऱ्यांच्या लाथा खाव्या लागतात. हे खुलं आकाश हेच छत अन् धरती हाच बिछाना!"

नाऱ्या मनोहरला सांगत होता.

"अरे पण मनोहर तू कुठं राहतोस?"

"बाणगंगा, मलबार हिल जवळ!"

"आरे व्वा! मलबार हिलवर– तू तर यार खुशनसीब आहेस बने!"

"नाही रे माझे वडील माळी आहेत."

मनोहर बनेनीही मोकळेपणानं सांगितलं.

"पण तुला घर तरी असेल ना?"

"हो. आम्हाला बागेत एक छोटं घर राहायला दिलेलं आहे."

“छान. घर तरी आहे.”

नाऱ्याचं आणि मनोहरचं बोलणं बराच वेळ चालू होतं.

नववीची परीक्षा झाली अन् नाऱ्या चांगल्या मार्कानं उत्तीर्ण झाला. मनोहर बने, चंचल आणि त्याची बरीचशी मित्रमंडळी पास झाली होती. नाऱ्या तसा अभ्यासात कसूर करत नसायचा. आई–बापाची त्याला फार भिती वाटायची. भाजीचा धंदा करता करता त्यातल्या त्यात वेळ काढून तो अभ्यास करायचा. अभ्यासाला त्याला जागा नव्हती, झोपायला, उठा–बसायला जागा नव्हती तर अभ्यासाला कुठून येणार? पण नाऱ्या हॉटेलातूनच अभ्यास करायचा. सकाळी पहाटेच उठून तो बनाम हॉल लेनच्या नाक्यावर असणाऱ्या केळकर हॉटेलात बसायचा. हॉटेलातली उसळ शिजली की गणपा वेटर त्याला पहिली गरम गरम प्लेट पावा बरोबर आणून द्यायचा. उसळ पाव अन् एक कप चहा घेतला की नाऱ्याचा नास्टा व्हायचा, अन् त्या नाष्ट्याच्या नादात अभ्यासही व्हायचा. चार आण्यात उसळ पाव अन् चहा मिळायचा. आदल्याच रात्री एक पावली नाऱ्या चड्डीच्या खिशात ठेवायचा. ती पावली पडू नये म्हणून खिशाला खालून दोरा बांधायचा. दोरा बांधल्यामुळं ती पावली बंदिस्त राहायची अन् झोपेत ती कुठंच हरवायची नाही. केळकर हॉटेलचे मालक स्वत: त्या हॉटेलात पहाटे सहा वाजता यायचे, त्या हॉटेलातले टेबल, खुर्च्या, बरण्या साफ करायचे अन् घामाघूम व्हायचे, त्यांचा हा नित्यक्रम असायचा. ते नाऱ्याला कोपऱ्यात एका खुर्चीत बिस्किटांच्या बरणी आड असलेला डोकावून पहायचे, अन् दुसरीकडे नजर हळूच वळवायचे. त्यांना ठाऊक झालं होतं की हा नाऱ्या अभ्यासासाठी हॉटेलात येत असतो. पण केळकरांनी नाऱ्याला कधीही हटकलं नाही की कधी इतका वेळ तीन तीन, चार चार तास कां बसतोस म्हणून विचारलं नाही, पण नाऱ्या केळकरांना दबकून असायचा. गल्ल्यावर काळी टोपी घातलेले, गळ्यात कधी कधी मफलर घातलेले ‘मास्तर’ मॅनेजर असायचे ते सुद्धा कधीच नाऱ्याला तासन् तास बसून सुद्धा हॉटेलातून उठून जा म्हणून म्हणायचे नाहीत. त्यांनाही ठाऊक होतं नाऱ्या इथं अभ्यासाला येतोय. बाजारातली परिस्थिती मास्तरला ठाऊक होती, ते नाऱ्याच्या भांडखोर आई-बापाला ओळखत होते. मुलांच शिक्षण पुरं व्हावं म्हणून सायत्राने माहेराला जाण्याचा बेत आखला.

***

सातारा जिल्ह्यातल्या लोणंदचा बाजार भरून गेला होता. सगळीकडं गांवठी ताजी भाजी. कांदा– बटाट्याच्या, वांग्याच्या, आंब्याच्या राशीच राशी दिसत होत्या. नाकात नथ, टोपपदराच्या साड्या, चोळ्या अन् काष्टा नेसलेल्या बाया बाजारात भाजी घ्यायला लांब लांबून गांवातून आल्या होत्या. लोणंद हे सातारा जिल्ह्यातलं

बाजारपेठेचं गाव. नाऱ्याचं आजोळ. सगळीकडं जत्रेचं स्वरुप आलं होतं. कच्च्या हिरव्या पानांच्या पाट्या, मेथीच्या भाज्यांनी भरलेल्या पाट्या, पेंढाऱ्याचं हस्तीदंताचं, काळ्या मण्यांचं, दात कोरण्याचं सामान कोपऱ्यावर आढळत होतं. मिठाई, जिलेबी, भजी या सगळ्या पदार्थांनी बाजारातली हॉटेलं भरली होती. पागोटेवाले, गांधी टोप्यावाले मंडळी इकडून तिकडून फिरत होती. जाडीभरडी अंगावर देशी कापडं, वाऱ्या फुफाट्यातून आरडगाव, तरडगाव, हिंगणगाव, खेड इ. खेड्याखेड्यातून आलेली गांवकरी मंडळी. त्या मंडळींनी आणलेले छकडे, छकड्यांना जोडलेल्या बैलजोड्या, बैलजोड्यांच्या गळ्यात खळखळ आवाज करणारे घुंगरु. मधेच गोचडी कानावर बसते म्हणून बैलांनी हळूच कान उडवावं, अंगावर गोमाशी बसते म्हणून हळूच अंग हलवावं, हे सारं पाहत नाऱ्या बाजार हिंडत होता. नाऱ्याच्या आई–बापानं बाजारात साखरगोटी आंब्यांचा भरलेला छकडा विकत घेतला होता, दीडशे रुपयाला. छकडाभर आंब्यांची खरेदी करून रामभाऊनं तो खाली जमिनीवर ओतला होता.

"राम किती पैसे द्यायचं आहेत छकड्यावाल्याला?"

हे माधवराव पोटफोडे विचारत होता. हा रामभाऊचा थोरला मेव्हणा. हा ग्रामपंचायतीचा उप–सरपंच होता. अंगापिंडानं मजबूत, रामभाऊपेक्षाही वयानं मोठा, पुढारी थाटाची गांधी टोपी घातलेला, पांढरा शर्ट अन् झक्क पांढरं खादीचं धोतर नेसलेला काळा पण रुबाबदार चेहरा. गांवाच्या राजकारणात हयात घालवलेला गृहस्थ. स्वत:ला उच्चकोटीचा राजकारणी समजणारा बेरकी माधवराव. रामभाऊलाच छकडाभर आंब्याचे पैसे देत होता. रामभाऊनी पैसे घेतलं अन् खेडकर आंब्यावाल्याचे पैसे भागवले. बोलता बोलता रामभाऊनी आंब्याच्या राशी मांडून माल विकाय सुरुवात केली. सायत्रा त्याच्या बाजूलाच बसली होती.

माधवरावाने पैसे दिले अन् छकडा निघून गेला. रामभाऊ–

"एक रुपयाला पायली,
एक रुपयाला पायली"

वरडत वरडत गिऱ्हाईकांना हाळी द्यायला लागला. एक रुपयाला पायलीभर आंबा हा कसं इकतो म्हणून गिऱ्हाईक भराभर जमाय लागलं, तसं तसं रामभाऊ गिऱ्हाईक जवळ आलं की डझनाचा भाव सांगाय लागला. गिऱ्हाईक जवळ आलं की झटदिशी साखरगोटी फोडायचा अन् चटदिशी गिऱ्हाईकाच्या तळहातावर आंब्याचा रस पिळायचा–

"हं बघा पावनं रस पिऊन!
कसं, गॉड लागतोया कां?"

"गॉड हाय पर लई भाव हाय!"

“आता हो! एक रुपयाला पायलीभर
मंजी डझनभर!
अहो, बोलता बोलता एक रुपया
पान कात सुपारीला जातुया
रुपयाचं आंबं घरला नेलं तर बारा पोरं खात्याल! काय बघताया,
घ्या आंबं घरी घिऊन जा, पैसं नसलं तर दिऊ नका!”

अशी बोलण्याची मखलाशी रामभाऊ प्रत्येक गिऱ्हाईकाला करायचा– तो तो गिऱ्हाईक त्याच्या बोलण्याला पाघळायचं. गिऱ्हाईकं चटाचट आंबं घ्यायचे अन् पिशवीत टाकून रामभाऊला रुपया टेकवायचे. पैशाची जमवा जमव सायत्रा करत होती. रामभाऊ भराभर आंबं विकीत होता. बोलता बोलता अर्ध्या एक तासात रामभाऊनं छकडाभर आंबं विकलं. सायत्रानं पैशाची पिशवी भरली. दोघांचा हिसाब किताब झाला. त्या आंब्याचे अडीचशे रुपये झाले होते. शंभर रुपये निव्वळ नफा झाला होता. सायत्रा बाजार आणाय गेली. सांजच्याला भाजी, पोरासोरांना खायला, भावाच्या पोरांच्यासाठी एक टरबूजही घेतलं अन् रामभाऊ सायत्रानं घर गाठलं.

पोरं दारातच वाट बघत होती. साईत्रानं पिशवी पोरांच्या पुढं ओतली, भुईमुगाच्या शेंगा, रताळी, पोरं लचकाय लागली; टरबूज कापला. भावाच्या पोरांस्नी दिला. विजा, विल्या, इस्वास, रेखा ही भावाची पोरं सायत्राला ‘आक्का-आक्का’ करत होती.

“ये इजा आरं म्होरं व्हं की!
दारात कां उभा राहिलास!”

अशी गर्जना करत बबई आली. ही बबई माधवरावची बायको. स्वत:च्या पोराला दम देत देत उकीरड्याव कचरा टाकायला बबई निघून गेली.

“सायत्रे एवढं कशाला गं आणलंस?
तुझी पोरं बाळं खायाची हाईत त्यानला ठीव!”

म्हातारी सायत्राला म्हणत होती. ऐंशी वर्षाची म्हातारी पण मक्याच्या कणसासारखी ताठ, केस पिकलेलं. टोपपदरी पातळ, जाडीभरडी चोळी, हातात कांकणं, कपाळाला अबीराचा टिळा अशी पाचपंचवीस नातवंडांची आजी.

“राम, आत या बसा!”

जावयाला आत बोलावलं. रामभाऊ पलंगावर येऊन बसला. रामभाऊ हा तिचा सख्खा भाचा, थोरल्या भावाला सखारामाच्या पोराला तिनं स्वत:ची पोर दिली होती.

इतक्यात माधवराव घरात आला– बहिणीकडं अन् मेव्हण्याकडं पाहिलं.

“आरेच्चा! इतक्या लवकर आला? सगळं आंबं खपलं कां?”

“हो!”

"कमालच हाय! राम, तुमचा हात कडवा हाय."

सायत्रानं बिगी बिगी भावापुढं पैशाची पिशवी खाली केली. पैसं झटाझट मोजलं. दीडशे रुपये काढलं अन् भावाच्या हातात देत म्हनली–

"हे घे, भाऊ तुझं दीडशे रुपयं!"

माधवरावानं चटदिशी उसनं दिलेलं पैसें घेतलं.

"कमाई किती झाली?"

"शंभर रुपये."

रामभाऊ कौतुकानं मेव्हण्याला सांगत होता.

"च्याआयला, आमाला लेका दहा रुपयं खेड्यात लवकर बघाय मिळत न्हाईत अन् तुमी शंभर रुपयं कमवून मोकळं झालात. नवरा बायकोची कमालच!"

माधवराव दोघांची स्तुती करत होता.

"हे बघ माधू, तुला सांगते ऐक. रामच्या बिऱ्हाडाला आपल्या न्हाणी जवळची एक खोली भाड्यानं दे. दोघं नवरा बायकू तिकडं त्यांच्या पोरासोराना घिऊन रहात्याल." म्हातारी आपल्या लेकाला, लेकीला राहायला जागा देण्याकरता सांगत होती.

इतक्यात बबई कचरा उकिरड्यावर टाकून आत आली, तिनं भावजयीकडं नाक डोळं मुरडत बटबटीत डोळ्यांनी पाहिलं अन् झटदिशी स्वयंपाक घरात गेली.

"बबई, जरा दानं जास्ती काढ, रामची पोरं जेवायची हाईत– महादू, आपल्या न्हाणी घराजवळची एक खोली सायत्राच्या बिऱ्हाडाला दिऊन टाक!"

हा हुकूम म्हातारी लेकाला आणि सुनेला देत होती.

"ठीकय! सायत्रा आनि राम तुमचं बिऱ्हाड कोपऱ्यात न्हानीघराजवळ जी खोली हाय तिथं रहा."

"विजा, जा रे चावी घेऊन आनि आक्काला ती खोली उघडून दे." असा माधवरावाने मुलाला हुकूम सोडला. विजा हा नाऱ्यापेक्षा एका वर्षाने लहान होता. विजा पटदिशी चावी घेऊन गेला अन् न्हानी जवळची खोली त्यानं उघडून ठेवली.

"ही घे आक्का चावी."

विजाने सायत्राबाई जवळ चावी दिली.

थोड्याच वेळात मेथीची भाजी आणि ज्वारीच्या भाकऱ्या भाजण्यात आल्या, सगळी पोरं पटांगणात जेवाय बसली, सगळं जेवणखाण आटोपून राम रामभाऊचं बिऱ्हाड न्हाणीघराच्या बाजूच्या खोलीत आलं!

तसा माधवरावाचा तो लहान वाडाच. सात आठ खोल्या एका मागोमाग बांधून घराच्या पुढच्या बाजूला खादी भांडाराचं दुकान, त्या मागं बैठक घर, नंतर सैंपाक घर, पुढं पटांगण, पटांगणाच्या एका कडेला आणखी पाच खोल्या ओळीनं

बांधलेल्या. त्यात न्हाणीघर, पाण्याचा हौद बांधल्याला. पाण्याचा हौद असल्यामुळे पाण्याची टंचाई त्या घरात नव्हतीच. पत्र्याने शाकारलेली घरं. घरं उन्हात लई तापायची. दुपारच्या वेळंला तर घरातून जीवाची तगमग व्हायची, लाही लाही व्हायची. माधवरावाची आर्थिक परिस्थिती तशी बेताची होती. पांच एकर गावात जिराईती जमीन होती. तिला पाण्याखाली आणायची म्हणून माधवरावनं तगाई काढली. त्या तगाईच्या जीवावर विहिरीचं काम सुरु केलं. पुरुसभर विहीर खोदली अन् माधवरावचं तकदीर फळलं. पुरुसभर खोदल्या खोदल्याच विहिरीला पाणी लागलं, म्हातारीनं झाडाजवळ निवद नारळ दाखवला. माधवरावानं शेतातल्या झाडाजवळ जाऊन बापाला हात जोडला.

"पोरा लेकरास्नी सुखी ठेव."

असा आशिर्वाद म्हातारीनं मागितला अन् सळसळता नाग तिथून निघून गेला. माधवरावाच्या बापानं नागाचं रूप घेतलं हाय अशी म्हातारी म्हणायची. माधवरावानं बहिणींच्या मुलींचाही सांभाळ केला. एक बहीण गोदाबाई मुंबईला मुगभाटात राहायला होती, तिला टी.बी.नं नेलं. तिचा नवरा आंधळा झाला. तिला दोन पोरं होती. मुलगी शकू आणि मुलगा शशी. ही दोन्ही पोरं लहानच असताना गोदा मेली. शशी तर दीडच वर्षाचा होता, शकू पाचसहा वर्षाची असेल. दीड वर्षाचा शशी असताना गोदाबाईनं त्याला पेकाटात लाथ घातली होती. बिचाऱ्या त्या दीड वर्षाच्या पोराचं पेकाटच मोडलं अन् ते पोरगं कायमचं कुबडं झालं. त्या पोराला गोदाबाईनं कुबडं केलं अन् टी.बी.च्या आजारपणात प्राण सोडला. तशी माधवरावानं ती पोरं लोणंदात आणली अन् त्यांचं पालनपोषण केलं. शकूचं लग्न करून दिलं. तिचा नवरा चांगल्या ठिकाणी कामाला लागला. तिला पण नोकरी मिळाली, मुलं बाळं झाली. तिचा संसार सुखाचा झाला. शशी हा कुबडा होता. अंगानं अधू. पण काम करण्यात पटाईत. मेहनती. सांगकाम्या. शशी मोठा झाल्यावर मामानी सांगितलेली सारी कामं तो करायचा. शेणगौऱ्या गोळा करणं, झाडलोट करणं, पाणी भरणं, गावकीची कामं, निरोप देणं, शेतावरची कामं, मामाचं खादीच्या कपड्याचं दुकान चालवायचं, सुकटबोंबील विकायचा. म्हातारीच्या चप्पल जोड्या आठवड्याच्या बाजारात नेऊन पोचवायच्या. ही सारी कामं तो मन लावून करायचा. पाठीत भलं मोठं कुबाड असल्यामुळं त्याला पाठीवर झोपता येत नसायचं. तो नेहमी पालथाच झोपायचा. वयात आल्यावर त्याचं लगीन करावं म्हणून माधवरावानं त्याच्यासाठी लई पोरी पाहिल्या. कुबड्याला चांगली पोरगी कशी मिळणार या भावनेनं माधवरावनं या आजुबाजूची खेडी पालथी घातली. गावातल्या राजकारणात जरा म्होरं, म्होरं करायची संवय असल्यामुळं तसा तो म्हाजूर होता. सुरळीची पोरगी त्यानं गटावलीच. एकदम गरीब घराण्यातली. जिथं एक वेळेलाही खायाला पंचाईत असायची अशा

ठिकाणची पोरगी पाह्यली. ती पोरगी उंच काठीची, सडपातळ, काळी सावळी, भाबड्या चेहेऱ्याची, अगदी साधीसुधी खेडवळ. त्या नलीशी शशीचं लगीन झालं. शशीनं भूहीन म्हणून गावातच जागा पटकावली अन् तिथंच शशीनं गरीबी हटाव योजनेखाली संसार थाटला, तालुका खरेदी विक्री संघात कारकुनी पत्करली.

***

नाऱ्या इरभळ बाजारात फिरत होता. लोणंदचा बैल बाजार लई म्हाजूर. त्याच्याच बाजूला कांद्याचा बाजार. कांद्याच्या राशीच राशी पडलेल्या दिसत होत्या. त्याची फोलकाटं वाऱ्यावर पळत होती. माणसांची वर्दळ ये जा करत होती. बाजूलाच जिनींग मधी कापूस पडला होता. त्याचे गठ्ठेच्या गठ्ठे होते. त्याच्या बाजूला मेंढ्यांच्या लोकरीची पोती ठेवलेली होती. सागाळ विकाय आलं होतं. चांभारांनी शेळ्या बकऱ्यांच्या कातड्या काढून त्याला मीठ चोळून सागाळ बाजारात आणलं होतं. बारा बलुत्यांची माणसं बाजारात खरेदी विक्रीसाठी जमली होती. जो तो आपआपल्या कामात मश्गूल होता. नाऱ्या बाजारात फिरत सुक्या बाजाराकडं चालत आला. सुकट बोंबील विकाय लोक ओळीनं बसले होते. बऱ्याचशा बायकाच होत्या. जाडा मोठा बोंबील, जाडी, बारीक सुखट, खारा बांगडा, खारा मासा, सुरमाय, सुका सोडा, चिंगळी हा सगळा सुका बाजार इथं तिथं दिसत होता.

"ये नाऱ्या ये."

असं म्हणत नाऱ्याच्या मावशीनं नाऱ्याचं स्वागत केलं, मावशी सुकट बोंबीलाच्या ढिगाऱ्यात बसली होती. आजुबाजूला माशांचा घोंगाट, एक पाणी प्यायचं मडकं अन् ग्लास, उन लागू नये म्हणून वर ठोकलेली पाल. आजुबाजूला कुत्री फिरत होती, मधीच मावशीचं ध्यान नसलं की एखादं कुत्रं यायचं अन् बोंबील पळवायचं, "हाड हाड" करत मावशी उठायची, कुत्रं लांब पळायचं अन् मावशी परत बसायाची असं सारखं मधून मधून व्हायचं म्हणून मावशीला भिरभिरी नजर ठेवाय लागायची. मावशीनं नाऱ्या आला म्हणून चहावाल्याला बोलावला. चहा आला. नाऱ्यानं तो गटागट पिऊन टाकला अन् मावशी जवळ बराच वेळ बसून राहिला. थोड्या वेळानं मावशी उठली अन् मिठाईच्या लाईनीत गेली. एक पावशेर जिलेबी आणली आणि नाऱ्याच्या पुढं ठेवली.

"कशाला आनली गं मावशे?"

नाऱ्या मावशीला लटकं बोलणं करत होता. जिलेबी बघून तर त्याच्या तोंडाला पाणी सुटलं होतं.

"खा, गावाची जिलीबी कशी लागती ती तर बघ की?"

मावशी मुद्दाम त्याला बोलत होती. मधीच तिनं काळ्या वर्तकी तपकीरीची डबी

काढली अन् चिमटीत धरुन झटदिशी नाकात वढली. ही आदत त्या सगळ्याच बहीण भावांना होती. तिच्या आईनंच ही आदत साऱ्या पोरांना लावली होती. मावशी ही सायत्राची थोरली अन् माधरावची धाकटी बहीण. तिचं लग्न होऊन एक मुलगी झाली होती, ती मुलगी लहान असतानाच तिचा नवरा वारला. लोणंदाच्या जवळ अहिऱ्यात तिला दिली होती, पण तिच्या नशीबात नवऱ्याचं सुख नव्हतंच. सगळ्यात कमनशिबीच ती होती. तिच्या मुलीचा चंदीचा सांभाळही माधवरावनंच केला, पर सारं काबाडकष्ट मावशीनंच केलं. गांवोगांव आठवड्याच्या बाजाराला जाऊन सुकट बोंबील विकायचा धंदा केला. गटुळीच्या गटुळी डोईवरनं वाहिली. ओरडून वरडून धंदा गांवोगांव केला. पैशाच्या राशीच्या राशी भावाच्या पायाजवळ ओतल्या. केवळ स्वत:च्याच लेकीसाठी न्हाय तर भावाच्या संसारासाठी तिनं स्वत:च्या देहाच्या हाडाची काडं केली, पण भावापुढं हूं न्हाय की चूं न्हाय. डाग-डागिनं, पैसा अडका सगळं कमवून भावाला दिला. नवरा नसल्यामुळं भावानंच तिला आधार दिला होता. तिच्या चंदीचं लगीन झालं अन् तिनं समाधानाचा सुस्कारा सोडला. तिनेच बहिणीची पोरं शकू, शशीला संभाळलं. नाऱ्याच्या आईचं बाळातपणही नाऱ्याच्या वेळी तिनंच केलं होतं. "नारायण" हे नांव देखील तिच्याच आवडीनं ठेवलं होतं.

सांजच्याला मावशीनं सुकट बोंबीलाची गटुळी बांधली, पाल काढली, गुंडाळली अन् एका वशा नावाच्या समोरून चाललेल्या मांगाच्या पोराला बोलावलं अन् गटुळी घेऊन जाया सांगितलं. त्या पोरानं दोन–तीन फेऱ्यात सुकट बोंबलांची गटुळी घरपोच केली. मावशीने हातात तराजूची पिशवी घेतली अन् नाऱ्या तिच्याबरोबर गप्पा मारत मारत सोबत घरी आला.

***

सांजच्याला घरी नाऱ्या आला तेव्हा वेगळाच तमाशा बघाया मिळाला. रामभाऊ रातच्याला दारु पिऊन जाम झाला होता. घरात बायकोला बडवत होता. दारुच्या नशेत बडबडत होता. त्याची सगळी पोरं पटांगणात इकडं तिकडं फिरत होती. रामभाऊ सायत्राबाईला आईमाईनं शिव्या देत होता. सायत्रा फुकणीनं चूल फुंकत बसली होती. परातीत पीठ टाकून ती मळत होती. लाकडं चुलीत सरासरा वर सारत होती. तिच्या अंगाची लाही लाही झाली होती. अदुगरच चुलीच्या जाळानं तिचं डोळं लाल लाल झालं. घरात रामभाऊ शिरून बायकोच्या अंगाव मधीच धावून यायचा, अद्वातद्वा बोलायचा. आईमाईवरनं शिव्या देत देत म्होरं होत होता.

रामचं भांडान म्हातारी सासू दाराआडनं ऐकत होती. ती म्होरं आली अन् लेकाच्या खोलीत जावून त्याला भांडनाची हकिगत सांगितली. माधवराव भांडानं

बघण्यासाठी त्यांच्या न्हाणीघराजवळ आला. माधवरावला रामभाऊनं पाहिलं अन् जोरजोरानं भांडाय लागला अन् त्यालाही आईमाईवरनं शिव्या द्यायला लागला. तसा माधवरावनं त्याला बाहेर खेचला, पटांगणात आणला. रामभाऊचा तोल सारखा जात होता. त्याच्या दारुच्या नशेमुळं त्याला कुणीच माफी कराय तयार नव्हते. माधवरावनं त्याच्या शिव्या ऐकून ऐकून घेतल्या अन् त्याच्या मुस्काटात लगावली. इतक्यात माधवरावचा धाकटा भाऊ जयवंत बाहेरून आला. त्यानंही रामभाऊच्या शिव्यांचा भडीमार ऐकला. रामभाऊ चवताळलेला होता. जयवंतनं रामभाऊला शर्टाला धरलं तसं ताडदिशी त्याचं खमीस रागाच्या भरात टराटरा फाडून टाकलं आणि त्याला धक्काबुक्की केली. जयवंत ही रामभाऊला बडवाय लागला होता, माधवराव त्याला साथ देत होता, सगळ्या बाया बाहेर आल्या. बबई, मावशी यांनी सुद्धा भांडनात तोंड घातलं, घरात नुसता कालवा चालला होता. रामभाऊवर मुडद्या, किर्डिवाल्या अशा शिव्यांचा बेसुमार भडीमार चालला होता. माधवराव अन् जयवंत दोघंही त्याला बडवत होते. रामभाऊचं तोंड सगळं रक्तानं भरलं होतं, चेहरा विद्रूप झाला होता, चेहऱ्यावर काळं निळं डाग पडलं होतं. तो मरेस्तोवर मार खात होता. त्याची पोरं भाऊ, भाऊ करत वर्डत होती. त्याची बायको भावाला साथ देत होती. रामभाऊला त्या घरातल्या सगळ्या मंडळीनी नागडा उघडा केला अन् तसाच वाड्याच्या फाटका बाहेर ढकलून दिला. त्याला बाहेर काढून माधवराव गेटात गेला अन् पोलिसात तक्रार केली. गेटातले पोलीस आले अन् रामभाऊला गेटावर घेऊन गेले. रामभाऊला रातसार गेटातच ठेवला. त्याचा चेहरा सुजला होता, डोळं काळं निळं झालं होतं, चेहरा रक्तानं भरला होता, त्याच्या अंगावर रक्ताचं डाग दिसू नयेत म्हणून माधवरावनं गेटात जाऊन वशिल्याची तजवीज केली होती. त्याच्या मारहाणीचा डाव स्वत:वर येऊ नये म्हणून त्यानं गेटातल्या पोलिसात पैसे पण चारलं. रामभाऊ रातसार गेटातच पडून राहिला.

दुसऱ्या दिवशी लक्ष्मीआईच्या देवळात नाऱ्या जाऊन बसला. त्यानं रातचा तमाशा पाहिला होता. त्याला काही नवीन नव्हतं, पण त्याच्या डोक्यात सतत विचारचक्र सुरू असायचं. एवढा दारुडा बाप मार खातो पण दारु सोडत न्हाय, तो दारु सोडत न्हाय अन् समाज, नाती-गोती त्याला माफ पण करत न्हाय! कुणी कुणाचं फुकाटचं ऐकून घ्यायला काय मोगलाई लागली काय? एक तर आपन दुसऱ्याच्या दारात राहतो, कसं गोडी गुलाबीनं दिवस काढायचं पन् ते भाऊला एक दिवस पण जमलं न्हाय. आपल्या शाळेचं पण या भांडनामुळं वाटुळं होणार काय हा सवाल त्याच्या मनात सारखा यायला लागला. कसला देव अन् कसला धरम. दररोजचा हा तरास. आईबापाचं घडीभर पन् सुख न्हाय. खंडीभर पोरं काढून ठेवल्यामुळं जिथं तिथं रळा व्हतीच. सगळी लहान लहान कच्ची बच्ची. सगळ्या

पोरांचा तरास मोठ्याला पन भोगाय लागतोय. संकट काळात कोन कुनाचं नात्यागोत्याचंही कामाला येत न्हाय. उलट सगळ्याच्याच दाबात राहायला पाह्यजे. असा तरास कुठवर काढायचा? हा सवाल मनात येताच लक्ष्मीआईच्या देवळाकडं नाऱ्याची आई आली. लक्ष्मीआईच्या देवळातल्या मोठ्या दगडी गोट्याकडं नाऱ्या सारखा टक लावून चितागती बघत होता. गोटा हा झिजत चालला होता. आज ना उद्या हा गोटा झिजून झिजून लहान लहान व्हत जाईल. मानसाचं जीवन पण असंच हाय झिजाय पाह्यजे, सारखं झिजल्याशिवाय देवपण मिळणारं न्हाय. नाऱ्या हा विचार करत होता. एक खाटीकाचं समोरच दुकान होतं; खाटीक एक बोकाड कापत होता, कातडी सोलत होता, एका बकऱ्याचं कोयत्याचं आडवा घाव घालून मुंडकं फोडलं, आतनं भेजा बाहेर काढला अन् विकाय ठेवला. आजुबाजूला माशा घोंगवत होत्या, खाटकाच्या कपड्यावर रक्ताच्या चिळकांड्या उडाल्या. शेळ्या बकऱ्यांचं मटान वर लटकत ठेवलं होतं. नाऱ्या त्या खाटकाकडं अधून मधून पाहायचा, मनात थोडासा चरकायचा. त्याला सगळे लोक खाटकासारखे वाटाय लागले.

"अरे नाऱ्या उठ, का बसलास?"

नाऱ्या गुमसूम होता, मधीच माती टोकराय लागला. नाऱ्याची आई त्याला विचारत होती.

"चल उठ मुंबईला जाऊ."

मुंबईला जाऊ बोलल्या बोलल्या नाऱ्यानं आईकडं पाहिलं– जीवनाचं गौडबंगाल ऐकून घ्यायला त्यानं कान टवकारलं.

"इथं राहून पन काय उपेग न्हाय. पावन्या रावळ्याच्या दारात राहून हा तमाशाच करतोय. दुसऱ्याच्या दारात तमाशा व्हन्यापेक्षा आपलं मुंबईतच जाऊन राहू. काय व्हईल ते व्हईल. वाटलं व्हतं हा गावाला येऊन सुधारल पन् काहीच सुधारना व्हनार न्हाय. तुमच्या साळेचंही वाटुळं व्हईल. आपली मुंबईच गाठल्याली बरी. आईचं सगळं बोलणं नाऱ्या कान लावून ऐकत होता. त्याला कांहीच सुचत नव्हतं. तो उठला अन् आईबरोबर घराकडं सामान बांधायला वळला.

रेखा माधवरावाच्या घरात कापडं ठीकठाक करत होती. नाऱ्या तिच्या जवळ जाऊन उभा राहिला. सायत्राबाई न्हाणीघराकडं निघून गेली. रेखा एकटीच निवांत उभी होती. तिनं चोरट्या नजरेनं नाऱ्याकडे पाहिलं. अन् धुतलेल्या कपड्याच्या घड्या घालण्यात मग्न झाली. रेखा ही नाकीडोळी नीटस, देखणी, गोरीपान सुंदरशी मुलगी, नाऱ्यापेक्षा दोन-तीन वर्षानं कमी असलेली.

"आम्ही चाललोय."

नाऱ्या हळू स्वरात तिला बोलला. तिनं हळूच चोरट्या नजरेनं त्याच्याकडे पाहिलं, परत कपड्याच्या घड्या करण्यात गुंतली.

"कुठल्या गाडीनं चाललाय?"

तिनं खाली बघतच प्रश्न विचारला.

"म्हाहित न्हाय. आई सांगेल त्या गाडीनं निघायचंय!" तिनं परत नाऱ्याकडे कटाक्ष टाकला अन् तिच्या डोळ्यात हलकेच पाणी तरारलं. तिनं कपड्याच्या घड्या केल्या आणि त्या समोरच्याच लाकडी मांडणीत ठेवल्या.

"चल जेवायला!"

"नको, आई वाट बघील?"

"मी सांगत्ये आक्काला, तू इथंच जेव."

"नको गं!"

"अरे, जेवून जा, परत कधी येशील ते येशील!"

रेखाचा हट्ट नाऱ्या पुरा करण्याकरता सैंपाक घरात आला. सैंपाक घरात कुणीच नव्हतं. तिनं मांडणीवरचं ताट काढलं– शिकाळीला लटकत असलेलं दह्याचं गाडगं काढलं अन् ज्वारीची भाकरी व दही नाऱ्यापुढं ठेवलं– बाजूच्याच मडक्यातून एक पाण्याचा तांब्या भरून घेतला अन् नाऱ्यापुढं ठेवून त्याच्या समोरच्याच पाटावर बसली. अन् नाऱ्या जेवायला बसला. दह्या बरोबर ज्वारीची भाकरी मिटक्या मारुन खात होता. दही आंबट होतं.

"काय रे आंबट आहे कां रे?"

"साखर देऊ कां?"

रेखा विचारत होती.

"छे आंबट न्हाय, गॉडच हाय. आता खाऊन बघितलं ना!"

त्यासरशी रेखा खुदकन हासली. इतक्यात माधवराव मधेच टपाकला अन् सैंपाक घरात नजर टाकून परत पाठी वळला. त्याबरोबर सायत्राबाई तिथं आली.

"काय रे इथं जेवत बसलाय व्हय?"

आई नाऱ्याला विचारत होती.

"मी तुझी कवाच्यानं वाट बघतेय. बरं खा घासभर, आता तर जायाचंय हाय."

"कुठल्या गाडीनं जाणार गं आक्का?"

रेखा मावळणीला विचारत होती.

"बाई मिळंल त्या गाडीनं जायाचं!"

सुस्कारा सोडत हताश मनानं मावळण बोलत होती. नाऱ्याच जेवण झालं, त्याने ताटातच हात धुतला. हात धुऊन ओठावर फिरवाय लागला अन् त्यानं रेखाकडे पाहिलं– रेखानं बघता बघता मावळणीकडं तोंड फिरवलं.

"चल, आवर जायला उशीर व्हईल!"

असं म्हणत सायत्रा पुढं निघाली. नाऱ्या रेखाबरोबरच बाहेर आला. नाऱ्या

रेखाकडं पाहून चंचलचीही आठवण सारखी मनात काढत होता.

सायत्राच्या बिऱ्हाडाची बांधाबांध चालली होती, इतक्यात माधवरावकडं दुसरी पावनं मंडळी आली.

***

सायत्रा आपल्या पोराबाळांना घेऊन निघाली– नाऱ्याच्या डोक्यावर भांड्याकुंड्याचं गटुळं होतंच. ओझी वहायचं त्याच्या पाचवीला पुजलेलं होतं. नाऱ्याची मावशी अन् नारायणचा मावस भाऊ नरेश बिऱ्हाडावर लोणंद स्टेशनावर निघाली. दुपारची गाडी होती. स्टेशनात आल्यावर तिकीटं काढली. सायत्राबाईच्या आणि बहिणीच्या गप्पा बऱ्याच वेळ चालल्या. नरेश आणि नाऱ्या बोलण्यात गुंतले होते. इतक्यात कुबडा शशीही तिथं आला. तिघा मावस भावाभावांची गट्टी झाली. आपआपसात गप्पागोष्टी झाल्या. नाऱ्या पण भावाभावांच्या गप्पात रंगून गेला जसं काही झालंच न्हाय अशा आविर्भावात तो आपलं दुःख घडीभर विसरला होता. इतक्यात पुणे पॅसेन्जर आली. सायत्राचं बिऱ्हाड डब्यात चढलं, मावशी अश्रू ढाळत होती. नरेश, शशी नाऱ्याला टाटा करत होते. इतक्यात पोलीस गेटातून ठेसनाकडं रामभाऊ झपाट्यानं येत होता. तो आला तसा पुणे पॅसेन्जरच्या चालत्या गाडीत त्याच्याच बिऱ्हाडाच्या डब्यात शिरला. मावशी, नरेश आणि शशी रामभाऊकडे पाहत होते. गाडीची झुकझुक सुरू होऊन गाडी पुण्याकडे धावायला लागली. लोणंद, नीरा, वाल्हं, जेजुरी स्टेशनं मागं पडाय लागली. नाऱ्याला शाळेची काळजी लागली होती.

रामभाऊचं कुटुंब मुंबईला आलं आन् पहिल्यासारखं जिणं सुरू झालं.

***

सरदार वल्लभभाई पटेल रोड जवळ असणाऱ्या दोन हत्तीच्या गल्लीतच नाऱ्यानं आज भाज्यांच्या दोन पाट्या मांडल्या होत्या. वांगी आणि भेंडी या दोन भाज्या दोन पाट्यात रचून तो गिऱ्हाईकाची वाट पाहत बसला होता. त्या गल्लीच्याच मागच्या बाजूला सुप्रसिद्ध गायिका सुमन कल्याणपूरकरच्या नवऱ्याचं दुकान होतं. नाऱ्या ज्या लाईनीत भाजी विकायला बसला होता ती सगळी रांगच भाजीवाल्यांची होती. ती थेट इम्पिरीयल सिनेमाच्या पाठीमागच्या गेटपर्यंत जाऊन भिडली होती. त्या गेटच्या प्रवेश द्वाराजवळ प्रचंड दोन दगडी हत्ती असल्यामुळे त्या गल्लीला दोन हत्तीची गल्ली हे नाव पडलं होतं. संध्याकाळची भाजी खरेदीकरिता फारच गिऱ्हाईकांची गर्दी व्हायची आणि दोन हत्ती गल्ली माणसांनी फुलून जायची. नाऱ्या डामडौलानं खोक्यावर भाजी विकत बसला होता. त्याच्या पुढं दोन चार गिऱ्हाईकं आणि तो तराजूत भाजी टाकून वजन करत होता. इतक्यात मुन्सीपालिटीची गाडी आली, अन् खाकी कपड्यातली माणसं त्या गाडीतून बाहेर पडली– त्यांनी उतरल्या उतरल्या

नाऱ्याच्या बाजूला बसलेल्या भय्याच्या केळीच्या पाटीवर झडप घातली आणि केळीची पाटी गपकन उचलून ती महापालिकेच्या गाडीत टाकली. हे होताक्षणीच नाऱ्यानं दोन्ही पाट्या एकात एक घालून ताडकन उचलल्या आणि पळतच बाजूच्या बोळात नेऊन ठेवल्या. उजव्या बाजूला मिरच्या कोथिंबीरवाली तानाबाई बसली होती. तिनं बारदानासकट सगळं उचललं आणि पाठच्या जिन्यावर नेऊन ठेवलं. दोन हत्तीच्या गल्लीतल्या सगळ्या भाजीवाल्यांची त्रेधातिरपीट उडाली. कुणाकुणाच्या भाजीवाल्यांच्या मालाचंही नुकसान झालं होतं. बिचाऱ्या एका खंडू भय्याच्या तर हापूस आंब्याच्या दोन पाट्या गाडीत गेल्या. तो गाडीवाल्यांच्या पुढं फारच गयावया करत होता "पांच दहा रुपये देतो पण माझ्या पाट्या घेऊन जाऊ नका." असं तो विनवत होता. शंकर, लाल्या, नाऱ्या, बाळ्या, शिव्या, प्रभ्या या सगळ्यांनी गाडी येताच आपापल्या पाट्या उचलल्या होत्या, त्यामुळं त्यांचा माल बचावला होता. अशी त्रेधातिरपीट भाजीवाल्यांची आठवड्यातून एकदा तरी उडायचीच. त्यांच्या जवळ रस्त्यावरचा परवाना नव्हता आणि मिळण्याची शक्यताही नव्हती. मुन्सीपाल्टीची गाडी काही जणांचा माल घेऊन गेली होती. सगळ्यांनी पाट्या परत आपापल्या जागेवर लावल्या होत्या. सगळेजण भाज्या नीट नेटक्या परत करत होता. मापं बरोबर आहेत कां नाही, कां एखादं हरवलं बिरवलं तर नाही ना याची शहानिशा होत होती. सुरा जाग्यावर आहे कां हेही पाहिलं जात होतं. भोपळा, दुधी, सुरण ह्या भाज्या गिऱ्हाईकाला कापून देण्याकरिता भाजीवाल्याला सुरा वापरावाच लागतो. नाऱ्यानं आपलं सामान स्थिरस्थावर ठेवलं होतं. सारं काही व्यवस्थित पहिल्यासारखं मांडलं होतं– म्युन्सीपालीटीची गाडी केव्हाच निघून गेली होती. रस्त्यावरनं बाजूच्याच सहकार हॉटेलमधला एक चहावाला चालला होता, त्याला नाऱ्याने मध्येच बोलावलं आणि झ्याकपैकी एका कॉफीची ऑर्डर दिली. स्पेशल उडपी कॉफी आली आणि नाऱ्यानं ओठाला लावली, गटागट पिऊन टाकली. चहावाला कपबशी आणि कॉफीचे पैसे घेऊन निघून गेला. भाजीच्या गिऱ्हाईकांची वाट तो पाहू लागला होता. मध्येच "ताजी वांगी, सुरतची मैना, सुरतची भेंडी" म्हणत हाळी देत देत गिऱ्हाईकाला बोलाविण्याचा प्रयत्न करत होता. इतक्यात नाऱ्याची दुसरीच त्रेधातिरपीट झाली. एक गिऱ्हाईक बाई आली. अगदी नेटनेटक्या कपड्यातली, मेकप केलेली, तिच्या बरोबर एक मुलगी होती, जवान मुलगी. चंचल वायंगणकर होती ती. तो तिच्याकडं पाहतच राहिला. ती त्याच्याकडे आश्चर्याने पाहत राहिली. तिने विस्मयक नजरेनं पुन्हा त्याच्याकडे पाहिलं. तिच्या बरोबर असलेल्या स्त्रीनं त्याला वांग्याचा भाव विचारला. तो तिच्याकडं पाहण्यात मग्न होता.

"अरे भाजीवाल्या, भाव सांग ना." परत तिने विचारलं.

"बारा आणे किलो" त्यानं उत्तर दिलं. ती वांगी निवडायला लागली. नाऱ्यानं

काट्याचा एक भाग पाटीत ठेवला तो चंचलकडं पाहत होता. चंचल त्याच्याकडं पाहत होती. चंचलने त्याच्याकडे पाहिलं आणि तोंड वेंगाडलं. बस नाऱ्याच्या छातीत धस्स झालं. त्याला एकदम शरम वाटल्यासारखं झालं. आपण रस्त्यावर भाजी विकत बसतो हे गुपित फुटलं होतं. आता आपल्याशी शाळेत चंचल बोलणार नाही हे त्याला ठाऊक होतं. कारण चंचलने त्याला काहीच प्रतिसाद दिला नाही की तिचा शाळेत दिलखुलासपणे हंसणारा चेहरा नाऱ्याला भाजीविक्याच्या अवस्थेत बघून खुलला नाही, उलट तिनं तोंड वेंगाडलं होतं. नाऱ्याचा थरकाप झाला. त्याच्या स्वप्नाची राख झाली होती. नाऱ्या तिच्यावर मनापासून प्रेम करायचा पण त्याचं पितळ उघड्यावर पडल्यामुळे त्याला कसंकसंच वाटू लागलं होतं. चंचलानेही आपल्या आईला नारायण बागडेची ओळख करून दिली नाही, की प्रेमाचा शब्दही तिने तिथं उच्चारला नाही. तिने त्याच्या प्रेमाला साद द्यावी असंही नाऱ्याला वाटलं नव्हतं. परंतु अनुल्लेख करून तिनं नाऱ्याचं काळीज चिरून टाकलं होतं. शाळेत ज्या मायेनं आणि ज्या प्रेम भावनेनं ती नाऱ्याशी वागत होती ती भावनाच क्षणार्धात चक्काचूर झाली. नाऱ्या स्वत:च स्वत:च्या नशिबाला दोष द्यायला लागला होता. चंचलची आई भाजी घेत असताना चंचलनं त्याच्याकडं प्रेमभावनेनं पाहिलं पण नाही. कुत्सितपणाचा भाव तिच्या मनात निर्माण झाला होता. तिच्या आईनं वांगी पिशवीत घेतली, तिने नाऱ्याकडे पैसे अगदी भिकाऱ्यासारखे टाकले अन् चंचलच्या बरोबर ती पुढे चालू लागली. चंचलच्या पाठमोरी आकृतीकडे नाऱ्या बराच वेळ पाहत राहिला. आपण एवढ्या हीन अवस्थेत जगत आहोत की काय याचा तो शोध घेण्याचा प्रयत्न करायला लागला. परंतु लोकांनी एवढ्या हीन दीन नजरेनं आपल्याकडे कां पाहावं याचं कोडं नाऱ्याला उलगडलं नव्हतं. तो भाजी विकता विकताच चिंताक्रांत झाला. हळूहळू रात्र होत होती. नाऱ्या चंचल विषयीच्या चिंतेत डुबून गेला होता.

त्या रात्री तो कॅफेबहारमध्ये इम्पीरियलच्याच नाक्यावर सिगरेटचे झुरके घेत बसला. हॉटेल सगळं गिऱ्हाईकांनी भरुन गेलं होतं. अब्दुल वेटर चहापाणी देण्यात मश्गुल होता. रेडिओग्रॅमवर गाणी वाजत होती. कॅसीनोवर पैसे टाकून काही तरुण मंडळी खेळण्यात मग्न होती. दोन तीन वेश्याही तिथं चहा प्यायला बसल्या होत्या. नाऱ्याचा मूड चंचलमुळे आज खराब झाला होता. इतक्यात राजन निंबाळकर हा त्याचा जुना मित्र आला. तो एकदा मागच्या मारामारीतनं सहीसलामत सुटलेला होता. त्याने नाऱ्याला पाहिलं आणि स्मित हास्य केलं. नाऱ्याच्याच बाजूच्या खुर्चीत तो येवून बसला. नाऱ्याने आज भाजीतले बरेच पैसे ढापले होते. सिगरेटचं पाकीट नाऱ्यानं राजनपुढं सरकवलं, राजनने एक सिगरेट काढून घेतली आणि खिशातलं लायटर काढून त्यानं सिगरेट पेटवली. त्या लायटरमुळे देवानंदच्या असली नकली

चित्रपटाची आठवण झाल्याचे सांगून नाऱ्याने राजनला खुश केलं.

"अरे राजन, यार आज मूड नही है!" नाऱ्या राजनला चेतवत होता.

"खरंच माझा पण आज मूड नाही– जरा अपसेट हुआ हूँ।"

राजनने दुजोरा दिला. राजन हिंदुस्थान रिचर्डसन कंपनीत कामाला होता. त्याचा आज पगारानं खिसा भरला होता.

"चल नारायण, आज जाएंगे!"

"कहाँ?"

"अरे चल तो, एक जगह चलेंगे!"

"लेकिन बता तो यार!"

"तू जादा बात मत कर, आना है तो आ!"

"मस्ती में झूमेंगे चल!"

आज दोघांचा खास बंबईया हिंदी संवाद चालला होता.

* * *

राजन नाऱ्याला नॉव्हेल्टी सिनेमाच्या दिशेने ग्रॅण्ट रोडकडे घेऊन आला होता. नॉव्हेल्टी सिनेमाच्याच बाजूला पुढे गेल्यावर एक अंडेवाल्याची गल्ली लागते. त्या गल्लीच्याच नाक्यावर बऱ्याच रांडा उभ्या होत्या. दोन चार अंडीवाले उकडलेली अंडी मोठ्या परातीत घेऊन मीठ मिर्चीसहित विकायला बसले होते. कबाबची सळी बनवणारे दोन-तीन मुसलमानही तिथे शेगडी मांडून सळईत मटणाचे तुकडे खोवून शेगडीच्या विस्तवावर पटापट भाजत होते. गिऱ्हाईक आल्या आल्या त्यांना सळईतले भाजलेले मिठ मिर्ची लावलेले मटणाचे तुकडे काढून एका पानात गुंडाळून त्यावर लिंबू पिळून गिऱ्हाईकांना देताना दिसत होते. अंडेवाल्याच्या गल्लीत राजनने नाऱ्यासहित प्रवेश केला. गल्लीतल्या मुस्ताफा मंझिल मध्ये राजन एका घरात नाऱ्याला घेऊन गेला. तो एक दारुचा अड्डा होता. बरीच मंडळी दारु पिताना आढळली. मित्र– मंडळी गटागटाने बसली होती. राजनने एक कोपऱ्यातला बाकडा गाठला अन् दोन पावशेरची ऑर्डर दिली. दोन ग्लासात दोन पावशेर दारु, हमीदने आणून ठेवली.

"अरे हमीद, जरा दो पापड ला!"

असं म्हणताच पापडही आले. चण्याची मळकट बशी आली. थम्सअप मध्ये मिक्स केलेली दारु राजन व नाऱ्याच्या पुढे होती. नाऱ्याला त्या दारुचा वास सहन होत नव्हता. राजनला त्याने सांगितलं.

"अरे यार मै तो पिता नहीं!"

"अबे मै भी कहाँ डेली पिता हूँ, आज पगार मिला है, ले पिले, मै तुझे पिला

रहा हूँ, वैसे तो मै किसी को पिलाता नही, सभी को काटता हूँ।''

राजन त्याला समजावत होता. नाऱ्याला दारु पिण्याची तिळमात्र इच्छा नव्हती. त्या दारूच्या ग्लासात सारखा त्याला त्याचा बाप दिसत होता. एका बाजूने राजनचा आग्रह चालला होता ''ही मैफिल सोडून कसं जावं'' हा प्रश्न त्याच्या मनात उभा रहात होता. मध्येच त्याला चंचलची आठवण यायला लागली, तो फारच व्यथित झाला.

''ले, चियर्स!''

म्हणत राजनने स्वत:चा ग्लास नाऱ्याच्या ग्लासाला टेकवला आणि त्याने पहिला घोट घेतला. नाऱ्या चकित होऊन पाहत होता. तो कधीच कुठल्या बारमध्ये गेला नव्हता. त्याला नफरत वाटायची. पण तो आता या परिस्थितीत होता कि काय करावे हे त्याला सुचतच नव्हते.

''अबे ले ना, क्या देखता है? डरना नही, कुछ होगा नही इस पेग में... ए देख, मै ले रहा हूँ–''

असं म्हणत राजन एक एक घोट नरड्याखाली ओतत होता.

''देख हिजडे के जैसे मत कर... वो देख सामने, हिजडा भी कैसे पी रहा है!''

असं दाखवित राजन एकेक घोट रिचवत होता. समोर खरोखरच एक हिजडा पावशेर दारू नरड्याखाली घटाघट ओतून निघून गेला. नाऱ्या त्या हिजड्याकडे पाहातच राहिला. मध्येच राजनकडे पाहत होता. राजनच्या चेहेऱ्यावर नशेची धुंदी चढलेली. त्याची चढलेली धुंदी पाहून नाऱ्याने स्वत:च्या ग्लासातील त्याच्या ग्लासात अर्धी दारु पटदिशी ओतली, आणि ग्लास पटकन तोंडाला लावलं. एका झटक्यात त्या ग्लासातली दारु त्यानंही नरड्याखाली झटदिशी घोटून मोकळा झाला. त्याच्या नरड्यात चर्चर्र झालं. त्याच्या पोटात गरम गरम वाफा निघायला लागल्या, त्यानं पापड पण अधाशासारखा खाऊन टाकला. राजन त्याच्याकडे पाहत होता.

''अरे काय दारू अशी पितात काय?'' राजन जणू काय त्याला शिकवतच होता.

''आयस्ता आयस्ता पीना चाहिए, ताकि मजा आए!''

''देख भई, मुझे ना पिने की आदत है– ना मै कभी पिया हूँ!''

''अबे, गांडू– ना पिना हराम है, ना पिलाना हराम है, पिने के बाद होश में आना हराम है!''

हा शेर राजन नाऱ्याला सुनवत होता. नाऱ्यानं निमूटपणे ते ऐकून घेतलं. त्याला पिण्याची इच्छा नसतानाही त्याचा मित्र त्याला जबरदस्ती करत होता. पण आग्रह करून सुद्धा दुसऱ्या पावशेरला नाऱ्याने ठाम नकार दिला. राजनने दुसरी

पावशेर मागवली आणि तीही रिचवली. नाऱ्याने जेवढी नरड्याखाली घोटली होती त्याच्यामुळेच त्याचं डोकं गरगरायला लागलं, मळमळायला लागलं होतं. नाऱ्याने राजनला उठण्याचा आग्रह केला तसा राजन लडखडत उठला. नाऱ्या त्याला सावरायला गेला तसा तोच त्या बाकड्याला ठेचाळला.

"अरे नाऱ्या तुला जास्ती झाली काय?"

राजनला जास्ती होवून राजनच नाऱ्याला विचारत होता. बिचारा नाऱ्या उगाच फसला होता. त्याच्या बाजूला बसलेल्या एका इसमाचं नवं कोरं कापड विसरलं होतं, ते नाऱ्याने राजनला दाखविले तेव्हा ते राजनने गुपचूप उचललं आणि हळूच पँटीच्या खिशात घातलं. ते दोघेही मुस्ताफा मंझिलमधून ठेचाळत ठेचाळत बाहेर आले. त्या दोघांनीही मार्केटचा रस्ता धरला. राजन नाऱ्याला पोचवायला मार्केटपर्यंत आला. राजनने वाटेत उकडलेली अंडी घेतली. ते दोघेही खात खात रस्त्याने चालले होते. राजन मध्येच एका रांडेजवळ थांबला, तिच्या कानाजवळ काही तरी पुटपुटला आणि दोघंही घराकडे वळले. दारुच्या धुंदीत नाऱ्याच्या मनात एका दुसऱ्या मित्राची आठवण तरळाय लागली होती.

***

नाऱ्या बब्याबरोबर भुलेश्वरच्या दिशेनं चालला होता. बब्याची पाटी फुलांनी भरलेली होती. भुलेश्वरातूनच त्याने मोगरा, सायली, जाई, जुई ही फुलं विकत घेतली होती. फुलबाजारातली रजनीगंधा, गुलाब, कागडा, जाई, जुई, चमेली, चाफा, सायली, मोगरा ही फुलं पाहून मन मोहून जात होतं. सगळ्या बाजारात फुलांचा सुगंध दरवळलेला– भुलेश्वरची वस्ती सदोदित गजबजलेली. त्यात एक मोठासा अरुंद रस्त्यात कबुतरखाना. त्या कबुतरखान्या जवळ सोमनाथ, शिवलिंग, दुर्गा, चंडीका, रेणुका, मुंबादेवी इत्यादि देवळे, मोठमोठ्या कपड्यांची, सोन्या-चांदीची अस्सल तुपाची मिठाई, दुध-दह्यांची दुकाने, रस्तोरस्ती कपडे, स्टील भांड्यांचे फेरीवाले, जिलेबी, पापडीची दुकाने असा सगळा भुलेश्वरच्या बाजाराचा थाटमाट. या घाईगर्दीतून वाट काढत काढत बब्या फुलवाला व नाऱ्या घाईघाईनं चालले होते. नाऱ्याचा हा जोडीदार फुलाचा धंदा करायचा, पुणे जिल्ह्यातल्या फुरसुंगीचा. त्याचं चौधरी घराणं या बाजारात भाजी, फुलं, फळफळावळ विकायचं. बापाची तब्येत बरी नसायची म्हणून बब्या धंद्यावर असायचा. लहानपणी ते दोघेही एका वर्गात शिकत होते. पण दुसऱ्या इयत्तेतच त्यानं शाळा सोडून दिली होती. बब्या स्वत:च्या संगतीकरता नाऱ्याला कधी कधी घेऊन जायचा. माधवबागेतल्या एका इमारतीत बब्या नाऱ्याला घेऊन आला. लिला आणि हेमा या दोन गुजराथी पोरी त्याची वाटच पाहत होत्या. त्याने गजऱ्याची पाटीतली निम्मी फुलं लिलाच्या घरात

दिली आणि निम्मी फुलं हेमाच्या घरात दिली. त्या फुलांचे गजरे बनवून बब्याकडे द्यायच्या अन् बब्या त्यांच्याकडून गजरे बनवून गिरगांवच्या बाजारात किंवा दोन हत्तीच्या गल्लीत विकायचा. हा त्याचा दररोजचा दुपारचा नित्यक्रम असायचा. त्यात सहसा खंड पडायचा नाही. बब्या अडाणी असून गुजराथी चांगलं बोलायचा. त्यांना फुलं देताना तो म्हणाला.

"केटला वार लागशे? घंटा डोढ घंटा!"

बब्याच्या प्रश्नादाखल लिलाच्या आईनं घरातून उत्तर दिलं.

"ठीक छे, हूं दोस्तार साथे चाय पिवा माटे जाऊ छूँ हूँ, अने साथे एक क्लाकमा आवूं छू!" असा एक तासाचा वायदा करत बब्या नाऱ्याला घेऊन खाली आला.

बब्या हा नेहमी अर्ध्या चड्डीतच वावरायचा. एक गबाळा फुलवाला! पण धंद्यात, बोलण्यात चलाख तेवढाच संवेदनाशील, मवाळ. तो तिथल्या लिलावर प्रेम करायचा आणि त्याचा तिच्याकरता जीव तिळतिळ तुटायचा. लिला नववीत होती, देखणी सुस्वरुप होती, अल्लड आणि खेळकर होती. बब्याही नाऱ्यासारखी अफलातून स्वप्ने पहायचा. या स्वप्नांची मात्र गम्मतच असते. भावना ज्याला त्याला असतातच पण त्या ज्याच्या त्याच्या गटापुरत्या मर्यादित ठेवाव्या लागतात. कारण त्याला समाज बंधने असतात. जात, धर्म, प्रान्त, भाषा, अर्थ यांचीही अडचण असतेच. तरीही भावना ही भावनाच असते. बब्या नाऱ्याला खाली घेऊन आला. एका हिंदू हॉटेलात चहा पिण्यासाठी दोघेही शिरले, तिथे बब्याने चहाची ऑर्डर दिली–

"एक लिलि चाय आपो!"

लिलि चहा हा मसालेदार असतो. त्यात लवंग, दालचिनी, पेरुचा पाला, जायफळ, गवती चहा इत्यादि मिश्रण केलेला मसाला असतो. चहा पिताना एक वेगळाच स्वाद त्या चहातून मिळतो. चहा पिऊन दोघेही पानाच्या दुकानावर आले. भुलेश्वरातल्या पानपट्ट्यांची दुकाने म्हणजे एक वेगळाच थाटमाट. सगळा माल अव्वल दर्जाचा, प्रत्येक प्रकारचं पान खायला मिळणारा–

"हो पंडित, लाव हमरा पनवा, कलकत्ता एकसोबीस, तीनसौ जाफरानी, कच्ची पक्की सोपारी, स्टार, इलायची, लवंग, पूंछ की गोली, नवरतन किमाम!"

ही बब्याची नामानिराळी पान खाण्याची स्टाईल.

"काय रे नाऱ्या पान खाणार ना!"

"नको बाबा."

नाऱ्या बोलत होता. नाऱ्याला पान खाण्याची सवय कधीच नव्हती.

"अरे खा.....रे!"

"पंडित– दो पान लगाओ!"

“नको रे, खरंच नको, तंबाखू असते काय?”

“अरे, मसालेदार तंबाखू– तू बघ तर मजा कशी येते ती?”

“नको, खरंच तंबाखूचं पान नको– पाहिजे असल्यास एक बनारसी मसाला घेतो–”

“अरे यार, काय मसाला पान खातोस ते तर हिजड्याचं पान!”

बब्या नाऱ्याला चढवत होता. नाऱ्याला पण त्याच्या आयुष्यात एकेक नगच मिळाले होते. हिजड्याची कुणी उपमा दिली कि नाऱ्याचं डोकं सटकायचं. बब्यानं दोन झकास पानं घेतली आणि ती दोघांनी तोंडात टाकली. नाऱ्यानं मात्र तोंडात टाकण्यापूर्वी पान उघडून बघितलं– त्या पनात एक वेगळीच खुशबू येत होती. बब्यानं उजव्या तर्जनीवर चुनाही घेतला आणि पानाची मजा तो चाखू लागला. नाऱ्यानं पान खाल्लं पण त्याचं डोकं गरगरायला लागलं. त्याने असलं पान पहिल्यांदाच खाल्लं होतं. नाऱ्यानं पान अर्धवट थुंकून टाकलं–

“काय लेका, किती बुळा आहेस?”

असं बब्या त्याला बोलला आणि सोडा प्यायला घेऊन गेला, सोड्यानं नाऱ्याला थोडं बरं वाटलं पण त्या पानाची लज्जतदार खुशबू त्याच्या तोंडात दरवळत होती. कसबसं तासभर फिरून दोघंही माधवबागेतल्या त्या इमारतीकडे आले. बब्याच्या बोटावरचा चुना संपला नव्हता, तो मधून-मधून चुना खात होता. मधूनच त्या माडीवरून खाली पटदिशी पानाची पिचकारी मारायचा. लिलाच्या घरात जाऊन तो पलंगावर बसला. लिला गजरे बनवण्यात गुंग होती. ती डाव्या हातात धाग्याची सुतळी घेऊन एकेक मोगऱ्याचं फुल गजऱ्यात गोवत होती. नाऱ्या तिच्या कलेकडं पाहत होता तर बब्या तिच्या चेहेऱ्याकडे पाहत होता. मध्येच शम्मी कपूरसारखे केस उडवायचा, गुजराथीतून लिलाशी गप्पा मारायचा, गप्पा मारता मारता तो दोन्ही पायावर खाली बसला. त्याने अर्धी चड्डी घातली होती. एवढा मोठा टोणगा पण त्याला काही लाज शरम नव्हती. त्याच्या चड्डीतून सगळं सामान दिसत होतं, ते लिलाच्या नजरेला आलं आणि लिला फिदीफिदी हासत हासत सैंपाक घरात पळाली. नाऱ्याचं तिच्या हासण्याकडे लक्ष गेलं आणि बब्या चटदिशी उठून उभा राहिला–

“च्यायला चड्डीनी सगळी घाण केली बघ, शिंगुळंच भायेर आलं!”

असं तोच निर्लज्जपणानं नाऱ्याला सांगत होता. नाऱ्या खदखदून हासत सुटला. इतक्यात लिलाची आई बाहेर आली. दोन दिवसाच्या मजुरीचे पैसे तिने बब्याकडून घेतले अन् सगळ्या गजऱ्यांनी बब्याची पाटी भरली. हेमाने पण सायलीचे, जाई– जुईचे गजरे आणून दिले– सगळी गजऱ्यांनी भरलेली पाटी बब्यानं कमरेवर ठेवली अन् नाऱ्याला घेऊन तो भुलेश्वराकडून बाजाराच्या प्रार्थना समाजच्या दिशेला

यायला निघाला. मात्र बब्याच्या चारसेवीस पानाची आठवण नाऱ्याच्या मनात कायम राहिली.

***

उकाडा होत होता. चांदण्या रात्रीतही ढग आले होते. चंद्रावर ढगाचं सावट मधून मधून येत होतं. नाऱ्या आपल्या गोणपाटावर मार्केटच्या बाहेर फुटपायरीवर आपल्या एका लहानपणाच्या दोस्ताबरोबर झोपला होता. कान्तीलाल हा त्याचा बालपणापासूनचा दोस्त. कांत्याची कहाणी म्हणजे एक दर्दभरी हकीगतच! पूर्वी तो मुगभाटात राहायचा. जातीनं चांभार. बाप 'बॅलेट शू' बनवायचा. त्याची आई टी.बी.नं आजारी होती. कांत्याचा बापही अस्सल बेवडाच. कांत्याच्या बापानं मुगभाटातली खोली विकून गांवाला बिऱ्हाड घेऊन गेला होता. सगळ्या पैशाची दारुतच त्याने वाट लावली होती. त्याला दर आठवड्याला एक कोंबडी एकट्याला लागायची आणि ती नेमकी दर शनिवारचीच. शनिवारची कोंबडी कधी चुकली नाही. शनिवारी रात्री तो कोंबडी हाताने कापायचा, सोलायचा, तुकडे पाडायचा अन् शिजवायला टाकायचा. शिजली की रात्री अर्धी खायाचा, अर्धी रविवारी सकाळी हाणायचा. कांत्या त्याला चळचळ कापायचा. टी.बी. ग्रस्त बायकोलाही जेवणाखाण्याचा तो वारंवार त्रास द्यायचा. कांत्या हा सतरा वर्षाचा असतानाच त्याच्या बापाला दोन मुलं झाली. एक मुलगा अन् मुलगी. त्या टी.बी.च्या बाईनं दोन मुलांना वर्षाच्या अंतरानं जन्म दिला. त्या मुलांना जन्म दिला आणि कांत्याच्या बापाला लिव्हर झाला. दारुच्या व्यसनामुळं त्याचं यकृत सडून गेलं होतं. तो गावाला होता. सोहोली हे सांगलीतलं खेडं. या खेड्यात त्याची थोडीफार जमीन होती पण त्या जमिनीवर त्याच्या भावाचा, जग्याचा डोळा होता. जग्या हा त्याच्या भावाच्या मरणाची वाट पाहत होता. तो मरायच्या आत शेती–भातीची नोंद व्हावी म्हणून त्यानं भावाकडून लिहून घेतलं अन् शेतजमीन ताब्यात घेतली. ही शेतजमीन ताब्यात घेऊन जग्या शेतावर नांगर फिरवायला लागला तसा कांत्या त्या नांगराच्या आडवा आला. जग्यानं त्याला धक्काबुक्की करण्याचा प्रयत्न केला. कांत्या ओरडत होता–

"काका तुला नांगर फिरवायचा तर माझ्या अंगावरून नांगर फिरव!"

जग्यानं त्या पोराला बाजूला हाकलून काढला तसा कांत्या बापाकडं धावत आला आणि बापाला बोलला–

"बापू तू करतोस ते बरं न्हाय तू तुझ्या भावाला तुझी शेतीवाडी दिलीस अन् तू तर आता मरणार आहेस, तू आता काढून ठेवलेल्या पोरांना खायला कोण घालणार? मी जिवंत असताना तू असं कां केलंस? तुझी बायको टी.बी.नं झुरतीया अन् तू हातचं होतं नव्हतं तेवढं तू भावाला दिलंस काय?"

कांत्याच्या बापानं नीट ऐकून घेतलं अन् पाटलाला, सरपंचाला बोलवून परत कागदपत्रं कांत्याच्या नावानं फिरवायला सांगितली. हे काम झालं अन् कांत्याच्या बापानं प्राण सोडला. मरताना त्याच्या यकृतातून पू वाहत होता, त्याची घाण कांत्यालाही सहन होत नव्हती. बाप मेला तेव्हा कांत्याच्या डोळ्यातून एकही अश्रूचा थेंब गळत नव्हता. वर्षातच त्याच्या आईनंही प्राण सोडला आणि दोन कच्च्या-बच्च्यांची जबाबदारी कांत्यावर येऊन कोसळली होती. त्याचा चुलता जग्या हा भावाची पोरं सांभाळायला राजी नव्हता. त्याने स्वत:च्या बायकोलाही तसं बजावून ठेवलं होतं. ती लहान चिल्लीपिल्ली सांभाळायला कुणीतरी असावं म्हणून कांत्यानं गांवातच एका गरीब पोरीबरोबर लगीन केलं. त्या पोरीवर ती दोन पोरं सांभाळायची बारी आली पण ते सुख सुद्धा देवाला पाहावलं नाही. वर्षाच्या आत कांत्याची बायको सुद्धा गांवात विहिरीवर पाणी उपसत असताना तोल जाऊन विहीरीत पडली, गांवात बोंबाबोंब झाली, लोक जमेपर्यंत उशीर झाला होता. कांत्याची बायको विहिरीत बुडून मेली. तिला कांत्यानं अग्नी दिला. चुलतीच्या हातापाया पडून ''चार आठ दिवस पोरं कशीबशी सांभाळ, त्याचे पैसे मुंबईवरून पाठवून देतो'' म्हणून कांत्या मुंबईकडे वळला होता. नाऱ्या हा त्याचा जिवलग मित्र. नाऱ्या त्याच्या वेळप्रसंगी त्याला धीर द्यायचा, मार्गदर्शन करायचा आणि कांत्या कुणाचं नाही, पण नाऱ्याचं मुद्दाम ऐकायचा.

कांत्याला त्याच्या आयुष्यात आईबापाचं कधीच प्रेम मिळालं नव्हतं. नाऱ्या मात्र त्याला पुरेपूर प्रेम द्यायचा. वेळप्रसंगी त्याला पदरमोड करून उसळपाव खाऊ घालायचा, स्वत:चे कपडे घालायला द्यायचा, त्याची आई कांत्या वर चिडायची पण नाऱ्या कांत्यासाठी कधी कधी चपात्या चोरूनही आणून द्यायचा. ह्या आशेच्या आणि मायेच्या किरणाखातर कांत्या जीवन कंठत होता. नाऱ्यानं पुढे कांत्याला नोकरी लागावी म्हणून पुष्कळ प्रयत्न केला. त्याच्यासाठी तो बरेच अर्ज लिहून द्यायचा, कांत्या परत परत निराश व्हायचा पण त्याचा निश्चय ढळू द्यायचा नाही हे नाऱ्यानं ठरवलं होतं.

कांत्या हा पोट भरण्याकरिता ठाण्याला गटईचं काम करायला जायचा; त्याच्या बापानं ठेवलेली हत्यारं रापी, आरी, ऐरण, चक्की, पात्रिंग, खिळे, चुका, हास्ती ही त्याच्या मालकीची झाली होती. बापानं त्याच्यासाठी ठेवलेली धंद्यावरच्या जातीची धनदौलत. या दौलतीवरच तो गिऱ्हाईकांच्या जुन्यापान्या चपला, बूट, बॅगा रिपेअर करायचा. एका गटाराच्या फळकुटावर तो गटईचं काम करून उदरनिर्वाह करायचा. दिवसाकाठी दोन- चार रुपये मिळतील त्याचं समाधान मानून आल्या दिवसाला तो हात जोडत राहायचा. पाच पैशाच्या तंबाखूवर आठ आठ दिवस काढायचा, कुणी चहा पाजला तर प्यायचा, कुणी जेवायला बोलवलं तर जेवून घ्यायचा. कर्मदरिद्री माणसाच्या जीवनात जीव कसाबसा जगवणं हेच फार मोठ ध्येय असतं. या

ध्येयाशी कांत्या इमानेइतबारे बांधील होता, त्याला नाऱ्याचीही साथ होती.

नाऱ्याच्याच गोणपाटावर कांत्या झोपला होता. मधूनमधून अंथरुणात उठून बसायचा, तंबाखू चोळायचा, घरची आठवण झाली की सुन्न व्हायचा, नाऱ्या त्याला दिलासा द्यायचा. असाच एकदा कांत्या गोणपाटावर इकडून तिकडून कुशी बदलत तळमळत होता. नाऱ्यानं त्याची तळमळ पाहिली आणि त्याला धीर देण्यासाठी म्हणाला–

''कांत्या, तो बघ समोरच्या इमारतीत कसा गरगर पंखा फिरतोया. दिसतोय कां? बघ, आपल्याला पण असं पंखा फिरणारं घर मिळेल, एक ना एक दिवस मी माझ्या आयुष्यात असा आणिन, आणि त्यावेळेस तू माझ्याच जवळ पलंगावर झोपलेला असशील, आताच्यासारखं गोणपाट नसेल. ती बघ रस्त्यावरनं कशी फियाट धावतेय, आपण पण असे गाडीतून एके दिवशी फिरू. तू काय काळजी करतोस यार, हरेक के दिन होते है, अपने भी दिन आ जायेंगे! बेटा, तू फिक्र नही कर, देखना अपना भी एक ना एक दिन होगा, आज सारी दुनिया अपने पर हँसती है, कल हम भी किसी पर हँस लेंगे!''

आशावादी जीवनाचे स्वप्न रंगवत नाऱ्या कांत्याला समजावीत होता. कांत्या कान लावून ते ऐकत होता. तंबाखू त्याने ओठाखाली ठेवली होती, नाऱ्याचा डायलॉग ऐकून घेतला अन् तो पटदिशी म्हणाला–

''च्यायला नाऱ्या खरंच तू म्हणतोस ते स्वप्न खरं होईल कां?''

''कां होणार नाही? आपण कुणाचं वाईट केलं आहे कां? अरे, आपण आज ना उद्या मेहनत आणखी करणार आहोतच ना. अरे, हिम्मत ए मर्दा तो मदद ए खुदा!''

नाऱ्या कांत्याला दिलासा देत होता. नाऱ्या कधी कधी एवढं सुंदर बोलायचा, की कांत्यालाही आपलं स्वप्न साकार झाल्यासारखं वाटायचं.

***

नाऱ्यानं दुसऱ्या दिवशी कांत्याला सांजच्याला बरोबर घेतलं अन् तकदीर आजमावयाला निघाला. कांत्याकडून एक रुपया घेतला अन् त्याने ''सिक्स्टी नाईन'' हा आकडा लावला. त्याच्या काही मित्रांकडून तो मटक्याबद्दल ऐकत असे पण त्याच्या जीवनात मटका खेळण्याची ही पहिलीच वेळ; रात्रीचा त्याने सिंगल आकडा ऐकला, छक्का आला होता. छक्का ऐकून दोघंही फुटपाथवर अंथरलेल्या गोणपाटावर झोपायला गेले.

सकाळी उठल्या उठल्या नाऱ्यानं आकड्याची खबर घेतली. क्लोजिंगला नव्वा आला होता. नाऱ्या आनंदानं नाचायला लागला. कांत्याला बिगी बिगी उठवलं अन्

त्याला नाऱ्यानं सिक्स्टीनाईनची खबर दिली. एका रुपयाचे त्यांना आता नव्वद रुपये मिळणार होते. नाऱ्यानं अंघोळ करून अड्ड्यावर जाऊन पैसे घेतले, तोवर कांत्या तयारच झाला. कांत्या आणि नाऱ्यानं दोन हत्तीच्या गल्लीतल्या बावडीवर जाऊन कपडे धुतले, वाळवले अन् इस्त्री करून आणली. आज त्यांचा थाटमाट काही वेगळाच होता. दोघांनीही इस्त्रीची कापडं चढवली. नाऱ्या विचार करायला लागला. आता जीवाची मुंबई करायची. नाऱ्या हा चंचल स्वभावाचा तर कांत्या स्थितप्रज्ञ. कांत्याच्या पायात चप्पलही घालायला नव्हती. नाऱ्यानं ढोर चाळीत जाऊन एका दोस्ताकडून कमी दराने चप्पल विकत घेतली, कांत्याच्या पायात कोल्हापूरी पट्ट्यांची नवी कोरी चप्पल चमकत होती. तिच्या नाकावरील लाल गोंडा झुलत होता. नाऱ्यानं आणि कांत्यानं दुपारच्याला हॉटेलात मस्तपैकी मोगलाई खाना, स्वस्तिक सिनेमाच्या समोर किंग रेस्टॉरन्ट मध्ये घेतला. रेस्टॉरंट मध्ये जेवता जेवता नाऱ्या दिवसाकाठची योजना आखत होता.

"कांत्या, तू कधी रेस पाहिलीस कां?"

"नाही बुवा!"

"मग आपण जाऊया कां?"

"कशाला? आपल्याला त्यातली काही माहिती नाही, उगाच अड्डाणचोटासारखं जाऊन तिथं काय करायचं?"

"अरे, तिथं जाऊन रेस खेळायची अन् रेसही पाहायची– कुणाच्या बापानं अजून रेसचा घोडा पाहिलाय?"

"पण रेस खेळायला भरपूर पैसे लागतात ना?"

"लागू दे रे, एन्ट्री तर मिळेल ना!"

"मग चल!"

नाऱ्यानं मनाशी पक्क ठरवलं अन् तो कांत्याला लोकल ट्रेनने महालक्ष्मीला घेऊन आला. महालक्ष्मीच्या रेसकोर्स मैदानावर तमाम पब्लिक जमलेलं होतं. जो तो आपआपल्या विचारात मग्न होता. गाड्या घोड्यांची वर्दळ होती. गेट जवळ प्रवेशाकरिता पाच पाच आणि आठ आठ रुपये घेत होते. बरीचशी धनिक मंडळी कारमधून येत होती. काळ्या चकचकीत टोपीतले काही पारशी बावाजी इकडून तिकडून फिरत होते. त्यांच्या हातात 'कोल' नावाची पुस्तिका होती. नाऱ्यानं अन् कांत्यानं हे दृश्य पहिल्यांदाच पाहिलं होतं. दोघेही एकमेकांकडे पाहत होते. कांत्या तर नुसता चकित होऊन नाऱ्याकडे पाहत होता. नाऱ्या गेटवरच घुटमळत होता. गटागटानं लोक हिशोब करत होते, कुणी एजन्सी करत होते, कुणी कुणी आत चालणाऱ्या घोड्याच्या रेसवर बाहेरच व्यवहार करताना दिसत होते. काही ठिकाणी जॅकपॉटची भाषा केली जात होती. नाऱ्याला काही समजत नव्हतं. तो गेटजवळच

उभा होता. इतक्यात एका धनिकाची गाडी गेट जवळ आली तशी गाडी पुसणारी लहान लहान मुलं त्या गाडीकडे धावत सुटली. नाऱ्यालाही त्यात धक्काबुक्की झाली. गाडी गेटवर थांबताच त्यातून एक धनिक महाशय उतरले. सफेद धोतर, सफेद शर्ट, शर्टावर सफेद कोट, डोक्यावर काळी टोपी, शर्टाला सोन्याची बटणं लावलेली असा काही त्या धनिकाचा थाटमाट होता. त्या धनिकाने जवळ जवळ अर्ध्या फुटाचं घडी केलेलं पैशाचं पाकीट कोटातून काढलं, त्यात शंभर एक शंभरांच्या नोटांची थप्पी होती आणि एक एक, दोन दोन रुपयांच्या नोटा थोड्याच होत्या. एक एक, दोन दोन रुपये काढून त्या शेठजीने गाडी पुसणाऱ्या मुलांच्या हातावर टेकवताच त्या मुलांनी गलका केला.

"सेठ हमको भी दे दो, हमको भी दे दो!"

शेठ पुढं निघाला तशी ती मुलं त्याच्या पाठोपाठ पळाली. इतक्यात नाऱ्याचं लक्ष जमिनीकडे गेले. त्याला शंभरची नोट खाली पडलेली आढळली त्यानं ती पटकन उचलली आणि त्या धनिकाला दिली. बाहेर बेलचा आवाज ऐकू आला, तोपर्यंत तो शेटजी रेसकोर्स मैदानात गेटमधून केव्हाच निघून गेला होता. पहिली रेस सुरू झाली होती. नाऱ्या कांत्याला घेऊन तो गेट जवळील खिडकीशी गेला. पाच पाच रुपयांची दोन तिकीटं घेतली अन् दोघेही प्रेक्षक सज्जात जाऊन मजेत घोड्यांची रेस पाहत बसले. घोड्यांच्या शर्यती फार मजेदार होत होत्या. घोडे दौडत होते. प्रत्येक जॉकी जिवाची शिकस्त करून आपला घोडा शर्यतीत पुढे कसा धावेल या हिशोबाने घोडा पळवित होता. धडाधड घोडे धावायचे अन् प्रेक्षक सज्जातल्या तमाम पब्लिकची उलघाल व्हायची. कुणी ओरडायचे, कुणी मध्येच चुकचुकायचे. घोडे जिवानीशी धावत होते, जॉकी प्राणाची बाजी लावत होते. सज्जातल्या प्रेक्षकांची मात्र धांदल उडत होती. असा बराच वेळ घौडदौड पाहण्यात चालला होता. कांत्याला वाटत होते की आज आपले नशीब फळते की काय? नाऱ्याचा जीव पण धाकधुक करत होता. आज चांगलाच शुभ दिवस आहे, आपलं नशीब निश्चित उघडेल असं नाऱ्याला त्या घोड्यांची रेस पाहताना सारखं वाटत होतं. सकाळीच डबल मटक्याचे पैसे मिळाले, म्हणजे तकदीर उघडणारच. अशा निश्चयानं त्याच्या मनात घर निर्माण केलं होतं. त्यांच मन रेस खेळण्यांवर सारखं जात होत.

"च्यायला हाती असलेले पैसे असतील नसतील तेवढे गेले तर?"

असा प्रश्नही नाऱ्याच्या मनात चमकून गेला. संध्याकाळच्या उसळ पावाचेही वांदे झाले नाही म्हणजे झाले? असा तो एका मनाने भितही होता.

"च्यायला गेले तर गेले, इयाट जाईल! कुठं कष्टाचे पैसे आहेत?"

असा शेवटचा विचार नाऱ्यांनं मनात आणला आणि कोल पुस्तिका मैदानाच्या आवारात विकत घेतली. 'कोल' पुस्तिका त्यानं चाळून चाळून पाहिली. लहान

लहान टाईपात लिहीलेली अक्षरं, कुठं काय लिहीलंय ते त्याला कळत नव्हतं. हळूहळू तो बारकाईने वाचायला लागला. घोड्यांची नांवे त्याला समजायला लागली. ब्लू हेवन, रॉयल स्टार, ब्लॅक स्टॅलीन, नॉटी बॉय तथा जॉकी नारायण, जॉकी जोसेफ, जॉकी श्रॉफ अशा प्रकारे घोड्यांची व घोडेस्वारांची अनुक्रमे नांवे होती. त्या बाजूला घोड्यांची वजनेही लिहीली होती. ४७, ४८, ५०, ५१ किलो. अशाप्रकारे एकेक जॉकीची वजने होती. जेवढा कमी वजनाचा जॉकी तेवढा तो घोडा तेज धावतो असं काहीतरी त्याच गणित असतं. हे तिथली बोलणी ऐकून नाऱ्याला कळालं होतं. कांत्या नुसता 'आ' वासून सारं काही चुपचाप पाहत होता. नाऱ्यानं खिडकी जवळ जाऊन नऊ नंबरच्या घोड्यांच एक तिकीट घेतलं अन् त्या रेसला सुरुवात झाली. नवीन शर्यत होण्यापूर्वी घंटा व्हायची. घंटा झाली तशी रेसला सुरुवात झाली. सगळे घोडे परत धाडधाड धावायला लागले. घोड्यांच्या टापांची धूळ उडत होती. प्रत्येक जॉकी आपापली कॅप सावरून घोडे जोरजोरात पळवित होता. जॉकी उभे राहून घोडे पळवताना काही औरच दिसायचे. मनोहारी दृश्य पाहत असताना प्रेक्षकांच्या काळजातही धस्स होत होतं. नाऱ्या अधून मधून प्रेक्षकांच्या चेहऱ्याकडे पाहायचा आणि त्याला जास्तच मौज वाटायची. कांत्या मात्र तंबाखू ओठात दाबून पचापच पिचकाऱ्या मारत मारत घोडदौड पाहत होता. एकदाचे घोडे अंतिम टप्प्याला पोहोचले. कुठला घोडा पहिला आला याची अनाऊन्समेंट झाली. नाऱ्या कान टवकारून ऐकत होता. कांत्याने मध्येच तंबाखूची पिचकारी गवताच्या कडेला मारली. दहा नंबरचा घोडा पहिला आला होता. नाऱ्या बिचारा हळहळला काय करणार नववा नंबर हुकला होता. दहा नंबरचा घोडा पहिला आला अन् त्या घोड्याचा भाव फुटला. फक्त दहा रुपये. पाच रुपयाच्या एकेरी तिकिटाला फक्त दहा रुपयेच विजेत्यांच्या नशिबाला प्रत्येकी आले होते. प्रत्येक विजेता पैसे मिळणाऱ्या खिडकी जवळ झटझट रांगेत नंबर लावायचा, अन् आपआपल्या तिकीटाचे पैसे घ्यायचा. पैसे देणाऱ्या अन् रेसच्या तिकीट विकणाऱ्या अनेक खिडक्या रेसकोर्स मैदानात होत्या. हे सगळं दोघेही टक लावून पाहत होते, मजा लुटत होते. कांत्यानेही नाऱ्याकडून पैसे घेतले अन् घोडे लावायला सुरुवात केली. प्रत्येक शर्यतीच्या वेळी त्यांच काळीज धाडधाड व्हायचं पण कांत्या आणि नाऱ्याचं नशीब काही फळत नव्हतं. असे बराच वेळ चालू होतं. आता घोड्यांची शर्यत जिंकण्याची काही आशा नव्हती. दोघेही तंबाखू चोळीत खिडकी जवळ आले. फक्त शेवटचे पाचच रुपये खिशात राहिल्यामुळे नाऱ्याला व कांत्याला फिकिर वाटायला लागली. कांत्याला राहवेना.

"आण इकडं पाच रुपये."

म्हणत कांत्यानं नाऱ्याकडून पाच रुपये घेतले अन् तिकीट काढायच्या खिडकीजवळ

गेला. ''नौ दो ग्यारा'' म्हणत अकरा नंबरच्या घोड्याचं तिकीट काढलं. सिंगल घोड्याचं नाव– रॉयल स्टार! रॉयल स्टार हे नाव कांत्याला का आवडलं ते काय कळाय मार्ग नाही. पण कांत्यानं रॉयल स्टार– अकरा नंबरच्या घोड्याचं तिकीट नाऱ्याच्या हातात आणून दिलं. तंबाखूची डबी परत काढली. डाव्या तळहातावर तंबाखूची चिमूट भरून झाकण बसवलं आणि डबी उलटी फिरवून नखानं चुना उकराय लागला. चुना उजव्या हाताच्या अंगठ्याच्या नखानं कुरतडत होता. त्यानं डबीतला चुन्याचा वाळलेला तुकडा काढला आणि डाव्या तळहातातील तंबाखूवर अंगठ्याने घासून घासून चोळाय लागला. चोळून झाल्यावर उजव्या हातानं डाव्या हातावर फक्की मारली तसा तंबाखूचा ठसका नाऱ्याला लागला, कांत्यानं तंबाखूची चिमूट खालच्या ओठात ठेवली अन् रेसची मजा बघाय लागला. नाऱ्या तिकीटांकडं सारखा बघत होता. नवीन रेसची अनाऊन्समेंट कधी होतेय याकडं दोघांचे डोळे लागले होते. रेसच्या मैदानातल्या कर्ण्यांची डबडी वाजाय लागली अन् रेसला परत तगडाक, तगडाक सुरुवात. कांत्या मधून मधून पचापच पिचकाऱ्या मारत होता. नाऱ्या डोळं वटारून घोड्यांच्या रेसकडे सारखा बघत होता. दोघांच्या छातीत घोड्यांच्या टापासारखी धाडधाड होत होती. प्रत्येक जॉकी आपापल्या घोड्यावर उभा राहून लगाम हातात ठेवून वाऱ्यासारखा घोडा पळवत होता. जॉकी लोक पण अंगानी हाडकुळीच, घोड्यांच्या टापामुळं धूळ वाऱ्यावर पसरत होती. वीज चमकून निघून जावी तसा घोड्यांचा वेग होता. शेवटी एक गम्मत झाली. दोन घोडे बरोबरीने धावत होते. शेवटचा टप्पा जसजसा जवळ येत चालला तसा कुठला घोडा पुढं जातोय ते सांगता येईना. शेवटी झाली का पंचायत? असा प्रश्न नाऱ्याच्या मनात चमकून गेला पण रेसचं शास्त्रच न्यारं! दोन्ही घोड्यांचा फोटो घ्यायला बाजूनं एक जीप तेवढ्यात वेगानं पुढं चालली होती. त्या पुढं धावणाऱ्या दोन्ही घोड्यांचे फोटो जीपवाल्यांनी खेचले होते. कसला ॲटोमॅटीक कॅमेरा. नऊ नंबर अन् अकरा नंबरचा घोडा एकाच लायनीत. दोघांच्या पावलातलं अंतर पण सारखं. मग घोडा पहिला कुठला अन् दुसरा कुठला? अकरा नंबरच्या घोड्याच्या डोक्यावरचा एक बाल नऊ नंबरच्या घोड्याच्या डोक्यावरच्या केसापेक्षा म्होरं गेलेला फोटोत दिसत होता. ''फोटो फिनीश'' हा रेसमधला प्रकार पब्लिकला क्वचित बघाय मिळतो. अकरा नंबर ऐकून कांत्या अन् नाऱ्या उड्या माराय लागला. अकरा नंबरचं कांत्याचं तिकीट काढलेलं लकी ठरलं होतं. नाऱ्यांने तर चक्क कांत्याच्या पाठीवर थाप मारली.

''तू लकी हायेस! कांत्या.''

म्हणत दोघेही पैसे घेण्याच्या खिडकीकडे धावाय लागले. पैसे घ्यायला भली मोठी लाईन लागली होती. प्रत्येक जण खुशीत दिसत होता, पण रॉयल स्टारचा भाव कमी फुटला होता फक्त बारा रुपये. बारा रुपये घेताना नाऱ्याच्या चेहऱ्यावर

तसा आनंद नव्हताच; परंतु घोड्याच्या शर्यतीतली एक शर्यत जिंकण्याचा आनंद मात्र दोघांनाही झाला होता. नाऱ्याने बारा रुपये घेतले. कांत्याने नाऱ्याकडे पाहिलं.

"बरं झालं, हा घोडा तरी लागला."

"खरंच, हा घोडा लागला नसता तर रात्री उसळपावाची पण पंचाईत होती."

नाऱ्या कांत्याला बोलत होता.

"खरंच रॉयल स्टार लकी ठरला!"

कांत्या आणि नाऱ्याच्या गप्पा चालल्या होत्या व शेवटची रेस झाली होती. सगळे महालक्ष्मी रेसकोर्स मैदानातून बाहेर पडत होते. सूर्य मावळतीला चालला होता. लोकल ट्रेनमध्ये नाऱ्या आणि कांत्या आपल्या दिवसभर उलाढालीचा हिशोब करण्यांत गर्क झाले. निदान रात्रीच्या जेवणाची सोय त्यांना रॉयल स्टार या घोड्यानं करून दिली होती.

***

दारिद्र्याच्या धकाधकीच्या रस्त्यावरच्या जीवनात नाऱ्या दिवस रात्र कंठत होता. रात्र रात्र मोजून काढायचा. पावसाळ्यात फार हाल व्हायचे. कुत्र्यासारखं जिणं, ना झोपायला जागा, ना उठायला, बसायला, निवांत वेळ काढावा अशी सुखाची जागा कुठं नव्हतीच. कुठल्यातरी इमारतीच्या जिन्याखाली, हॉटेलात नाहीतर जवळपास असणाऱ्या बगीच्यात नाऱ्याला घडीभर सुख सापडायचं. कधी कधी तर आख्या रात्री उभ्यानं जागाव्या लागायच्या. सगळी भांडी– कुंडी, कपडालत्ता पावसाच्या पाण्याने भिजून ओलीचिंब व्हायची. थोडसं ऊन पडलं तर ओलावा सुकवायला जागा मिळायची. ओली कापडं सुकवताना देखील कुबट वास यायचा. रात्रीच्या वेळी जिन्याच्या पायथ्याशी झोपायला गेलं की जिन्यावरनं येणाऱ्या जाणाऱ्यांच्या लाथा बसायच्या, कुणी शिव्या हासडायचे, कुणी न्हाय न्हाय ते बोलायचे, पण सारं मुकाट्यानं सहन करावं लागायचं. गोणपाटात तोंड खुपसून नाऱ्या रात रातभर विचार करायचा, असल्या आई– बापाच्या पोटी जन्माला येऊन काय मिळवलं? नको हे जीणं. असल्या भिकार जिवनात काय अर्थ आहे का? कुठवर असं जगायचं? अशाच जन्मभर भाजीच्या पाट्या उचलायच्या का?

चांभारकीचं काम तर कधी येतच नाही. बापाने दुकान बिकान ठेवलं आस्तं तर कामधंदा करायची फिकीर नव्हती. पण ही फिकीर तर साऱ्या जन्माची अन् कर्माची. नाना प्रश्नांनी नाऱ्याचं डोकं भंडावून जायचं. त्याला कुठल्याच प्रश्नाचं उत्तर कधी मिळालंच नाही. "चलती का नाम गाडी" म्हणत दिवस ढकलायचा. "रोजचं मडं अन् त्याला कोण रडं?" बापानं तर "झडो पडो अन् माल वाढो" म्हणत वंशावळ वाढवली होती.

मॅट्रिकची परीक्षा जवळ आली, तसतसा नाऱ्या चिंतातूर व्हायला लागला. रात रात अभ्यास करायचा. पहाटे नेमाने चार– पाच वाजता उठायचा, सार्वजनिक नळावर अंघोळ करायला जायचा. ऊन पाण्याची अंघोळ त्याला ठांव नव्हतीच, त्या सार्वजनिक नळावर भाजीबाजारातले बरेचजण तालमीतले भाजीवाले यायचे. त्यांच्या भल्या पहाटेच बाजारात बैठका मारण्याचं काम चालायचं. अंगाला तेल चोळून बैठका झाल्या की ते सार्वजनिक नळावर अंघोळीला यायचे. नाऱ्या अंगानं अगदीच किरकोळ. नळावर गेला की सगळ्या पैलवान लोकांना तो टरकायचा. भल्या पहाटे हा नळाखाली अंघोळीला बसला की कुणीतरी पैलवान त्याच्या बावट्याला धरून मधेच ओढायचा.

"ये मोच्याच्या पोरा, आटप, व्ह लौकर बाजूला!"

नाऱ्याची भुडभुडी अंघोळ व्हायची. सगळे लंगोट घातलेले पैलवान बघून नाऱ्या गोंधळून जायचा. त्या पैलवानांच्या दंडाएवढी आपली मांडी हाय कां ते चाचपून बघायचा अन् टरकायचा. "च्यायला कुणी झापड मारली तर आपुन सतराशेसाठ कोलांट्या उड्या खात जावू", असा क्षणभर विचार त्याच्या मनात येऊन स्वत:च्या जीवनाची घृणा वाटायची. पण या सगळ्या भीतीनं नाऱ्या अभ्यासाला लागायचा. अभ्यास करायला पहाटेच केळकर हॉटेलात जाऊन बसला की निवांत तीन– चार तास उठायचं न्हाई याच विचारानं तो बसायचा. हॉटेलातच उसळ पाव खायचा, चहा प्यायचा अन् नाष्ट्यासकट अभ्यास उरकायचा. मॅट्रिकची परीक्षा जवळ येत चालली, बरीच घोकंपट्टी केली. स्वत: पास होऊ का नापास याची खात्री नव्हती पण बिचारा मेहनत करत होता. एकदाची परीक्षा आटोपली. नाऱ्यानं आईला बजावून ठेवलं–

"पास झाल्यावर मला नवी कापडं पाह्यजेत!"

आईनं सुती शर्टाचं अन् पॅन्टिचं कापड आणलं. दोन्ही शिवाय टाकून नाऱ्याला लांबलचक ढगळ घोळदार पॅन्ट आणि ढिल्लं खमीस शिवलं. शर्टाची शिलाई तीन रुपये आणि पॅन्टीची पांच रुपये. नाऱ्याला झ्याकपैकी कापडं आईने शिवून ठेवली होती. पास झाल्यावरच या कपड्याचं उद्‌घाटन कराय मिळेल या हिशेबानंच नाऱ्याने नव्या कपड्याला हात देखील लावला नव्हता. नापास झाल्यावर मात्र भाजीची पाटी न्हाईतर आत्महत्या हे दोनच मार्ग नाऱ्यापुढं उभे होते. मॅट्रिकची परीक्षा म्हणजे नाऱ्याच्या जीवनातली एक प्रकारे घोड्याची रेसच होती.

***

नाऱ्याच्या सतराव्या वर्षी निकालाचा दिवस उजाडला. पहाटेच उठून अंघोळबिंघोळ करून गिरगांवच्या नाक्यावरल्या वर्तमानपत्र विक्रेत्याकडे धाव घेतली. पेपराच्या

पैशाची तजवीज नाऱ्याने आदल्याच रात्री भाजीच्या पैश्यातून करून ठेवली होती. "दैनिक लोकसत्ता" हाती घेतले. पान उघडण्या आधीच मनातल्या मनात कुलदैवत वाग्जईचा धावा केला अन् हळूच पान उघडलं. नंबरावर नंबर बघत होता. भिरीभिरी नजर पेपरातून सारखी नागिणीसारखी वळत होती. छातीत धाकधूक चाललं होतं. जसा काय घोड्यांच्या टापांचा आवाज, तगडाक, तगडाक, तगडाक. कधी स्वत:च्या नंबरापर्यंत पोहोचतोय असं झालं. पोहोचला एकदाचा. नाऱ्याचा स्वत:चा नंबर सापडला, त्याला विश्वास बसेना. परत परत तो नंबर सारखा बघत होता. हाच नंबर आहे का याची खात्री करून घेत होता. त्याही परिस्थितीत त्याला घाम फुटला होता. नंबर लागल्या लागल्या त्याला वाटलं, खरंच जीवनात आपल्याला रॉयल स्टारचा घोडा लागला, मटक्यातल्या खऱ्या जीवनाचा सिक्स्टी नाईन लागला, डोक्यावरून धडाधडा भाजीच्या पाट्या कोसळून पडत आहेत, मी आता भाजीवाला न्हाय! माझं विश्व नवीन! माझी दुनिया नवीन. मी पहाटेच्या या चंद्र प्रकाशात आकाशात उडतोय! खाली कुठं तरी तांबाटी, वांगी, घोसाळी, भेंडी, गवार, सगळ्या दरिद्री सापांचे पडवळ झालंय, आकाशातल्या रथात गावठी गवारीचा ढीग पडलाय, त्यावर मी थयथय नाचतोय. शिराळीच्या देठा देठाला धरून गोफणीत दगड पकडून भिरकावल्यासारखे भिरकावून देतोय, सगळ्या डांगर भोपळ्यांनी रथाच्या चाकांची गुलामगिरी स्विकारलीय, बाजूला दूधी भोपळा, टणा टणा उड्या मारतोय, त्याच्या मुस्कटात मारल्याबरोबर तो गप्प बसला! कडू कारली तर तुपात घोळल्यासारखी निपचित पडलीयंत, हातात पडवळांचा लगाम झालाय, कांदा बटाटी तर त्याने आकाशांतून भिरकावून दिली. ती टपा टपा रस्त्यावर पडायला लागली– खरंच सगळ्या भाज्या माझ्या गुलाम आहेत असा गोंधळ नाऱ्याच्या मनात माजायला लागला. हातातल्या पेपराला किती जपू अन् कुठं ठेवू असं त्याला वाटायला लागलं. मी पास झालोय– पहाट कधी उलटून जाते अन् सगळ्या भाज्यांच्या पाट्या रस्त्यावर कधी येतात, अन् सगळ्या भाजीवाल्यांना अन् सगळ्या मार्केटातल्या लोकांना मी ओरडून कधी ही बातमी सांगतोय अशी उतावळी मन:स्थिती त्याची झाली. बिगी बिगी तो मार्केटात आला. अंगावरची जुनी कापडं काढली. एका खोक्यात जपून ठेवलेली नवी कापडं काढली. झ्याकपैकी शर्ट आणि फुल पॅन्ट चढवली. पॅन्टिच्या आत शर्ट खोवलं. पहिल्यांदाच फुल पॅन्ट घातली होती. नाऱ्याला खरोखरच साहेब झाल्यासारखं वाटतं होतं. केसावरनं फणी फिरवली, पायातलं पायताण साफसुफ केलं. सकाळ झाली होती. उजाडलं. पांढर फटफटीत झालं. नाऱ्याची नवी कापडं भाजी मार्केटात लखलखाय लागली. बाजारात येणारी जाणारी मंडळी त्याच्या नव्या कापडाकडं पाहत होती. नाऱ्या ऐटीत बाकड्यावर देवानंद सारखा उभा होता. सगळ्या पैलवानांच्या नजरा त्याच्यावर येता– जाता

खिळत होत्या.

"च्याआयला, रामू मोच्याचं पॉर आज ऐटीत दिसतया!"

असा जो तो विचार करत होता. पण तो ऐटीत उभा राहूनही त्याला कुणी विचारत नव्हतं. त्याचं त्याला वाईट वाटत होतं.

"काय रे रिझल्ट लागला कां?"

हटकूनच महादू मिर्चिवाल्या पोराला नाऱ्याने विचारलं.

महादू हळूच म्हणाला "लागला वाटत न्हवं तुझा नंबर काय? सांग, हे बघ मी पेपर आणलाय, पेपरात बघून सांगतो, अरे पण तू परिक्षेला बसलायस ना?"

एका दमात नाऱ्यानं महादू मिर्चीवाल्याला विचारलं. तसा महादू खजिल झाला.

"बसलूया, पण पेपर लई कठीण गेलाय!"

"कुठला कठिण गेला?"

"इंगलीस आणि गणिताचा."

"मग नंबर तर बघू."

"छे नंबर काय बघतोस! पेपर कठीण गेलाय– मी पास होणार न्हाई, हे मला ठावंय."

महाद्याचं बोलणं ऐकताच– महाद्याच्या बापानं "याच्या आयला फोकला तानला, भडव्याला अभ्यास करायला काय झालं, लई पैसं कमवावं वाटत्यात भडव्याला, बापाचं ऐकाय नको" अशी किरकिर राम प्रहरीच केली. तसं महाद्याचं डोकं खवाळलं.

"गप बसतोस का म्हाताऱ्या? लई वटवट करू नगंस. एकतर नापास झालुया, डोकं खवळू नगंस– नायतर, हे बघ धोंडाच टाळक्यात घालीन!"

भडकलेला महाद्या बडबडतच होता.

"भडव्या बापाच्या डोक्यात धोंडाच घाल, एवढंच करायला इल बघ, ते बघ, मोच्याचं पॉर पास झालंय, तू बस पाट्या उचलत...."

महाद्याचा बाप वैतागून महाद्याला बोलत होता. महाद्या रागानं खळाखळा कोथिंबीर धुवाय लागला. एका बाजूला बादलीतून धुवून काढलेली कोथिंबीर झटकत होता. मधून मधून तो नाऱ्याच्या कपड्याकडे टक लावून पाहायचा, बापाकडं रागाने पाहायचा, मिरच्या, आलं, कोथिंबीर, पुदीना, कडीपत्ता, बादलीभर पाणी आणि महाद्या यांचा खेळ चालला होता. नाऱ्या बाकड्यावर उभा राहून महाद्याकडे टक लावून पाहत होता.

नाऱ्याची आई समोरून येताना दिसली. भायखळ्याला जाऊन तिनं माळवं आणलं होतं. बाकड्यावर येऊन तिनं उसासा टाकला. तिनं पोराची कापडं पाहिली. पोराकडं पाहिलं.

"आई, मी पास झालो!"

असं आईला सांगत असतानाच नाऱ्याला एकदम भडभडून आल्यासारखं वाटत होतं.

"बरं झालं बाबा एकदाचा मॅट्रिक झालास. मी आई वाग्जाईला निवाद नारळ वाहीन!"

आपली भोळी भाबडी भावना तिनं लेकाला सांगितली.

"आता तू कामा- धंद्याला लागशील? जलमभर पाट्या कशाला उचलायच्या? तुला आता नुकरी तरी मिळलं, प...टा टा एकामागून एक अशी शिकली मंजी बरं झालं."

असं सांगत असतानाच ती पाट्या मांडत होती. नाऱ्यानं नवीन कापडं खराब होतील म्हणून पाट्यांना हात लावला नाही. तो खुशीत होता, म्हणून आईनंदेखील त्याला काम सांगितलं नाही. नाऱ्या, दगड्या, लक्षा, गंगी, काळ्या, बाळ्या ही सगळी पोरं मैदानातून उठून बाकड्यावर हळूहळू यायला लागली. दादाने नवी कापडं घातली म्हणून सारी लहान भावंडं त्याच्याकडं टक लावून पाहत होती. कुणालाच काय कळत नव्हतं. "दादा मातूर लांब लांब ढगाळ पॅन्टित चमाकतुया" हेच विचार त्यांच्या डोक्यातून घोळत होते. चहापाव आज काय बाकड्यावर खायाचा नाय, हा विचार मनात पक्का करून बाकड्यावरून नाऱ्या उतरायला लागला. तेवढ्यात रामभाऊची स्वारी बाकड्याकडं येताना दिसली.

रातसार जुगार खेळून खेळून रामभाऊ सकाळच्या पारी बाकड्याकडं वळला होता. त्यानं बायकोकडं चोरट्या नजरेने पाहिलं, पोराच्या नव्या कपड्याकडं पाहिलं. त्याला बघितल्या बघितल्या बारकी पोरं मैदानाकडे पळाली, रामभाऊ नाऱ्याच्या कपड्याकडं बघत होता. ही नवी कापडं पोराला आपल्या बायकूनं शिवलीया हे त्याला ठावं नव्हतं. त्यानं घुश्श्यातच पोराकडे आणि बायकोकडं पाहिलं- आणि बाकड्यावर दोन तांबाट्याच्या खोक्यावर असलेल्या आडव्या फळीवर आंग टाकलं. सायत्राबाई लेकाला खुणवत होती.

"आरं नारायण, पुढं हो अन् बापाला सांग की, पास झालास म्हणून."

नाऱ्या भीत भीत पुढं झाला. बापा जवळ उभा राहिला. बापानं दोन्ही डोळ्यावर उजवा हात आडवा ठेवून झोपला होता. त्याच्या हाताला नाऱ्या हालवायला लागला, त्या सरशी रामभाऊनं आपलं लाल लाल डोळं वटारलं, तसा नाऱ्या दचाकलाच...

"भाऊ...मी...मी...पास झालोयं...

बापाला मॅट्रिकची परीक्षा पास झालोय हे सांगत असतानाही त्याच्या मनांत द्वंद उभं राहत होतं. एवढी आनंदाची बाब सांगायला सुद्धा नाऱ्याला मनातून भिती वाटत

होती. त्याला वाटत होतं, आपण पास झाल्याची बातमी ऐकून बापानं आपलं कौतुक करावं, आपल्याला जवळ घ्यावं, आपल्या भविष्याबद्दल बोलावं, काही सांगाव, कॉलेजला जाण्याबाबत विचारावं, बाप उलटा खेकसला...

"पास झालास तर माझ्या लौड्यावर उपकार केलंस का?"

या बापाच्या आशिर्वादाने नाऱ्याने मनाशी चुरमुऱ्याचे लाडू खाल्ले; आणखी पुढे कांही बोलेल बिलेल ह्या भितीनं नाऱ्या बाकड्यावरून उतरुन निराश मनाने सरळ बाहेर पडला. बाहेर पडत असताना त्याला वाटत होतं आपल्याला नव्या कोऱ्या कपड्यासकट कुणीतरी उचलून गटारात आपटलंय.

बापाचं बोलणं कधीच सरळ नसायचं. मार्गदर्शन असं कुणाचंच नव्हतं. मित्र मंडळी सगळी उनाडच होती, पण त्यांचा त्याला आधार, आसरा असायचा. राजन, बिल्ला, बब्या, जेरी, विजय, डौमनिक, हमीद, शशी, मनोहर, ही सारी विविध जाती-जमातींची मित्रमंडळी होती. परंतु मित्र म्हणून त्यांच्यात एकोपा असायचा. साऱ्या मित्रांना नाऱ्याचा कळवळा यायचा. आपापल्यापरीनं त्याला ते मदत करायचे. मार्केटमधल्या लोकांची सहानुभूतीही त्याला मिळत असे. बाजारातली कित्येक मराठा मंडळी जातीच्या नावानं त्याला बोलवायची पण दयेच्या भावनेनेच त्याच्याकडं पाहायची. त्याला अस्पृश्यता जाणवत असे. पण तो त्याची खंत करत नसे. त्याची बहुतेक सगळी मित्र-मंडळी त्यामानाने सधन घराण्यातली होती. सगळ्यांना निदान, अन्न, वस्त्र, निवारा होता. काही मित्र गरीब होते मात्र त्यांच्या घरी आई– बापांच्या भांडणाचा जांच नव्हता. त्याकरता नाऱ्या इथं तिथं मित्राच्या घरी जावून तासन् तास बसायचा. भूक लागली तर त्याची मित्र मंडळी नेमकी हेरायची. म्हणून त्याची वेळेची गरज भागायची. कधी कधी एक-एक दोन-दोन दिवस तो मित्र मंडळींच्या घरी काढायचा. मित्र मंडळींच्या आई-वडिलांनीही नाऱ्याला तसा कधीच त्रास दिला नाही. जातीवरून सहसा अवहेलना केली नाही. वेगवेगळ्या समाजातल्या संस्कृतींचं दर्शन मात्र त्याला वेळोवेळी व्हायचं. नकळत त्याच्या जीवनावर याचा परिणाम होत राहायचा. पण वेगवेगळ्या जाती अन् धर्म कशाला याचं कोडं मात्र त्याला उलगडायचं नाही. त्याच्या दारिद्र्याच्या जाणीवेतून त्याचा मित्र गोतावळा वाढत होता. मित्रमंडळी त्याला सिनेमा नाटकालाही घेवून जायची, खायला प्यायला द्यायची, नाऱ्याजवळ त्यांना देण्यासारखं मात्र काहीच नसायचं. मात्र तांबाटी, काकड्या, लिंबे या भाज्यांनी मात्र त्याला साथ दिली. तो कधी कधी या वस्तू मित्रांना गुपचूप नेऊन द्यायचा. आंब्याच्या सिझनमध्ये आंबेसुद्धा तो पोचवायचा. तसं गिरगावातल्या त्या भाजी गल्लीचं वातावरण बहुरंगी बहुढंगी होतं. विजय नावाच्या पंजाबी मित्राबरोबर त्याची दोस्ती झाल्यामुळे त्याला त्याच्या घरी जाऊन डनलपच्या पलंगावर जाऊन बसायला मिळायचं. तो म्हणे एका प्रख्यात सिनेनट दिग्दर्शकाचा दूरचा

संबंधी होता. बनाम हॉल लेन मध्येच आशू ही नटी राहायला होती. बाबूभाई हे प्रख्यात कपड्याचे उद्योगपती मार्केटच्या समोरील मॅन्शनमध्ये राहायचे. कधी कधी ते सुद्धा भाजीवाल्यांशी थोडेफार बोलायचे. कानातला मळ काढायला ते महिन्या दोन महिन्यानं मॅन्शनच्या तळाला येऊन बसायचे. मळवाल्याने कानातला मळ काढला की, त्याच्या हातावर चार आठ आण्याऐवजी सहज दोन-तीन रुपये टेकवायचे. नाऱ्या सुद्धा एवढ्या मोठ्या उद्योगपती बरोबर बोलायला मिळतंय म्हणून त्यांच्याशी जास्त बोलायला पाहायचा. पण बाबुभाईंना बोलत बसायला जास्त वेळ नसायचा. नाऱ्याच्या बापालासुद्धा दारुचं व्यसन सोडून देण्याबद्दल बाबूभाई कधी कधी उपदेश करायचे, पण रामभाऊला उपदेश म्हणजे पालथ्या घड्यावर पाणी.

प्रार्थना समाजच्या नाक्यावर इर्स्टन लेदर वर्क्स नावाचे मोठे दुकान होते. त्याचे मालक बुवाजी सोनगांवकर हे बारामतीचे, हे एकेकाळी तब्बल १५ वर्षे आमदार होते. त्यांचे नाऱ्याच्या कुटुंबियांशी दूरवरचे नाते होते. परंतु त्यांच्याशी त्यांचा फारसा संबंध नसायचा. बुवाजी सोनगांवकर हे एके काळी चर्मकार समाजाचे नेते होते. प्रार्थना समाज जवळ असणाऱ्या राजा राममोहन रॉय रोडवरच्या कुळकर्णी उपहार गृहातील मालक मंडळीही भाजीसाठी कधी कधी यायची. त्यातल्या धाकट्या मालकांशीही नाऱ्याची चांगली ओळख होती. भाजीच्या व्यवसायामुळे आजुबाजूचे बरेच सधन लोक भाजीवाल्यांना ओळखायचे. त्यातही नाऱ्याचे कुटूंब दारिद्र्य आणि त्यांची भांडणं यामुळे हे कुटूंब सर्वांना जास्तच ठाऊक होते. कुणी त्या कुटुंबियांकडे मजा म्हणून पाहायचे, तर कुणी दयेच्या भावनेने तर कुणी उदार अंत:करणाने! बॉम्बे बुक डेपो, लाखाणी बुक डेपो, मॅजेस्टिक बुक स्टॉल, जयहिंद प्रकाशन या पुस्तकांच्या दुकानातली पुस्तकं नाऱ्या तासन् तास न्याहाळत बसायचा. अभ्यास करता करता त्याला वाचायचाही नाद लागला होता. पुस्तकं घ्यायला नाऱ्याला परवडायची नाहीत परंतु नाऱ्या शो– केसमध्ये लावलेल्या पुस्तकांवरची चित्रं पाहून आपल्या लेखनाचा अंदाज मनात बांधत राहायचा. बनाम हॉल लेन मध्ये असलेल्या केशव भिकाजी ढवळे या पुस्तक व्यवसायाशी संबंधित असलेल्या जुन्या व्यावसायिकाशीसुद्धा नाऱ्या संबंध जोडू पाहायचा, पण नाऱ्याला त्यांच्या पांढरपेशी जीवनात स्थान नसायचे. ग्रॅन्ट रोड, नजिकच्या सेन्ट्रल प्रकाशनतर्फे प्रकाशित झालेल्या गोष्टींच्या पुस्तकांनी नाऱ्याचे लक्ष वेधून घेतले. जयहिंद प्रकाशनाची गोष्टींची पुस्तकेही तो फावल्या वेळी वाचायचा आणि त्यांच्या किंमतीही अल्प असल्यामुळे नाऱ्या गोष्टींची पुस्तकं भाजीतले पैसे चोरून विकत घ्यायचा अन् ती झटाझट वाचून काढायचा. त्याच्या मनाची जडणघडण ही हळूहळू सुप्तपणे होत होती. लोकसत्ता, नवाकाळ, नवशक्ती, ह्या आठवड्याच्या दैनिकातल्या बालकथाही तो आवडीने वाचायचा. त्याला वाटायचं आपणही असंच लिहावं. जसजसा तो मोठा

होत होता तसतसा घरच्या भांडणातून विरंगुळा म्हणून तो पुस्तकांकडे अधिकाधिक वळू लागला, गुलशन नंदा, प्रेमचंद, के.ए. अब्बास, कृष्णचंद्र, जे. ओम प्रकाश यांच्या हिंदी कादंबऱ्यांनी नाऱ्याच्या मनाची जडण- घडण केली.

मॅट्रिक झाल्यावर काय करायचं हे सांगायला तसं कोणीच नव्हतं. इकडचं तिकडचं ऐकून नाऱ्याने सतराव्या वर्षी रोजगार विनिमय केंद्रात जाऊन नाव नोंदवलं. वास्तविक सतराव्या वर्षी नांव नोंदवता येत नाही, पण नाऱ्यानं लटपट खटपट करून हे काम केलं. नोकरीची नितांत गरज होती. नाव नोंदवलं म्हणून विनाश्रम त्याला खायला मिळणार नव्हतं. तो मॅट्रिक पास होऊनही पूर्वीप्रमाणेच भाजीचा धंदा करत होता.

* * *

कांदेवाडीच्या सदाशिव गल्लीत सगळ्या भाजीवाल्यांच्या पाट्या दुपारच्या वेळी मांडल्या होत्या, दुपारचं चहापाणी करून सगळे भाजीवाले भाज्यांची लावालाव करीत होते. चारचा सुमार असेल, सुभ्या, हणम्या, शान्त्या, भग्या, नाऱ्या ही मंडळी लाईनीने पाट्या मांडून बसली होती. चिंगी, ही म्हातारी साठ- सत्तर वर्षांची बाई. ही सुद्धा एका लहानशा टोपलीत शेवग्याची पालेभाजी घेऊन बसली होती. सुभ्या, हनम्या, शांत्या, भग्या, नाऱ्या यांची भंकस चालली होती. इतक्यात म्युनिसिपालीटीच्या गाडीतल्या कर्मचाऱ्यांनी रस्त्यावरच्या कांही भाजीवाल्यांच्या पाट्या उचलल्या. नाऱ्याची पाटी बचावली होती. शांत्याची पाटी म्युनिसिपालीटीत गेली म्हणून तो चवताळला होता. गाडी निघून गेली तसा शांत्या नाऱ्याकडं धावत आला.

"अरे नारायण, या मुन्सीपालटीवाल्यांना इंगा दाखवायला पाहिजे, काही तरी कर ना."

शांत्या रागारागाने नाऱ्याला सांगत होता. नाऱ्या मॅट्रिक झाल्यामुळं तो केवळ सतरा वर्षांचा असूनही सगळे भाजीवाले त्याचा सल्ला घेत होते. आता नाऱ्याला, नाऱ्या कुणी म्हणायला धजत नव्हते. त्याला नारायण म्हणूनच सारे भाजीवाले बोलवायचे.

"आपण एखादा मोर्चा काढायचा का?"

नाऱ्याने शक्कल लढवली.

"खरंच मोर्चा काढू, आपल्याला लायसन्स तरी मिळंल." शांत्या घाई- घाईत बोलत होता.

"ठिक आहे, आपण अगोदर सगळ्यांना सांगूया, एकत्र जमवूया आणि मग ठरवू!"

"हे बघ नारायण, त्याची तू काळजी करू नकोस, आम्ही सगळ्यांची जमवाजमव

करतो. पुढं काय करायचं ते तू ठरवं.''

शांत्या विश्वासाने आणि अदबीनं नारायणला सांगत होता. त्याने भराभरा हनम्या, भग्या, सुभ्या, इसन्या या तरुण पोरांना लगेच शिटी मारून बोलवले. सगळ्यांना नारायण सांगायला लागला.

''हे बघा मित्रांनो, आपल्याला रस्त्यावर भाजी विकण्यासाठी त्रास होतोय, मुन्सीपालटीने आपल्याला लायसन्स द्यावं म्हणून आपण मोर्चा घेऊन जाऊया, सगळ्यांची तयारी असेल तर मी पण सगळ्यांकरिता यायला तयार आहे.''

हे ऐकताच त्याच्या सगळ्या सवंगड्यांना बरं वाटलं. नारायणला आपण साथ दिली तर आपलं काही काम होईल. आपल्या पाट्या अशा एकाएकी मुन्सीपालीटी घेऊन जाणार नाही या आशेने सगळ्यांनी तयारी दर्शविली.

दुसऱ्या दिवशी सगळ्यांना सकाळी गल्लीत जमायला सांगितलं. आया, बाया, तरणीबांड पोरं सगळी भाजीवाली मंडळी जमली. नाऱ्या हजरच होता. त्याचा आता नारायण झाला होता. सगळ्या दोन– तीनशे भाजीवाल्यांना गोळा केलं आणि 'डी' वॉर्ड मुन्सीपालीटीच्या नाना चौकातल्या कार्यालयावर नारायण मोर्चा घेऊन गेला. वॉर्ड ऑफिसवर मोर्चा गेला अन् बोंबाबोंब झाली. नारायण तसा शांतच होता. त्याने प्रथम लायसन्स मिळण्याकरिता, करायला लागणाऱ्या अर्जाचे फॉर्म्स विकत घेतले. सगळ्यांच्याकडून वॉर्डातील वर्गणी काढली. सगळ्यांचे अर्ज भरुन द्यावेत म्हणून सगळ्या भाजीवाल्यांनी नारायण भोवती घोळका केला. नारायणने सगळ्यांचे क्रम लावले. एक टेबल आणि एक खुर्ची मागून घेतली. नारायणने सगळ्यांचे अर्ज भरायला सुरुवात केली. नकळत नारायणच्या जीवनात समाजकार्याला प्रारंभ झाला. नारायण धडाधड एकेकाचा अर्ज भरून देत होता. त्यावर सह्या घेत होता. सगळ्यांचे अर्ज भरून घेईपर्यंत दुपार उलटून चालली होती. त्याच्या पोटात अन्नाचा कण नव्हता. पण कामाच्या झपाट्यात त्याला भूकेची आठवण झाली नव्हती. त्याच्या सवंगड्यांनी मात्र तिथं त्याला काही कमीच पडू दिलं नाही. कुणी त्याच्यासाठी वडापाव आणित होते, कुणी गोल्ड स्पॉट तर कुणी पानपट्टी, त्यामुळे नारायणलाही जोर येत होता. त्याने साऱ्यांचे अर्ज भरून टाकले. सगळ्यांना फोटो काढायच्या सूचना देऊन ते अर्जावर चिकटावयाला सांगितले. सगळ्या सूचना भाजीवाल्यांनी पार पाडल्या. अर्ज पूर्णपणे कार्यालयात पोहोचते झाले. काही दिवसात वाहतूक पोलीस खात्याकडून फेरीवाल्यांच्या बसण्याच्या ठिकाणाची चौकशी झाली. वाहतूक खात्यानं हरकत नसल्याचा दाखला दिल्यावर मुंबई महापालिकेने बऱ्याच जणांना परवाने दिले. हे करत असताना त्याला सगळ्या दोस्तांबरोबर मैत्री ठेवावी लागत असे.

***

असाच एके दिवशी फोरास रोडच्या ढोर चाळीत राहणारा शंकर कारंडे हा त्याच्याकडं आला. मार्केटात दोघांच्या गप्पा सुरू झाल्या. रात्रीची वेळ होती. दोघेही ऐन तारुण्यातले. शंकर हा कॅरमपटू होता. कुठली सोंगटी कुठल्या पाकिटात कशी घालायची हे त्याला चांगलं जमायचं. डबल शॉट किंवा रिबाऊन्ड मारून क्वीनसकट सोंगटी पाकिटात घालण्यांत तो तरबेज होता. कॅरम स्पर्धेत त्यानं अनेक बक्षिसं पटकावली होती. बोलता बोलता तो म्हणाला

"नाऱ्या आज आपण गोलपिठ्यावर जाऊ."

"कशाला रे?"

"अरे यार, चल तर तुला दाखवतो."

शंकरचा आग्रह चालूच होता. नाही होय, करता करता नाऱ्या शंकरबरोबर जायला तयार झाला. गिरगांवच्या मार्केटातून बाहेर पडून दोघेही गोलपिठ्याच्या दिशेकडे निघाले. फॉरस रोडच्या दिशेने येत येत ते अलेक्झांड्रा सिनेमा थिएटर जवळ येऊन ठेपले. आजू-बाजूला सगळ्या रांडांचीच वस्ती, रात्रीचे दिवे होते. दुकानं, हॉटेलं गजबजलेली होती. वेश्यांचे चेहरे मेकअप करून दारोदार उभे राहून गिऱ्हाईकं शोधण्यात मग्न होते. कितीतरी वेश्या परकर ब्लाऊज मध्ये उभ्या होत्या. येणाऱ्या जाणारांना शुक- शुक करत होत्या. शंकऱ्या चेहरे शोधण्यात मश्गुल झाला होता. मध्ये मध्ये नाऱ्याबरोबर भंकस करत होता. नाऱ्याला खरं तर साऱ्या प्रकारात रस वाटत नव्हता पण शंकरच्या समाधानाखातर त्याला साथ देत होता. मध्येच एका रांडेने शंकरकडे हात करून बोलाविले. शंकर तिच्याकडे वळला अन् तिच्याबरोबर आत गेला. नाऱ्याला काय करावं हे नकळून त्यांन इमारतीकडे बघितलं. त्यावर "मथुरा भवन" हे नांव बघितलं. थोडासा घुटमळला आणि तिथेच बाहेरच्या बाजूला जरा टेकला.

"क्या...रे, तेरा दोस्त गया अंदर तू क्यों गया नहीं? जा...ना...किसको भी ले... के जा..."

तिच्या बोलण्याने नाऱ्या थोडासा गोंधळून गेला.

"नहीं मुझे नही जा...ना..." नाऱ्या पुटपुटला.

"फिर इधर क्यूं आया?" वेश्या.

"क्यों इधर आना मना है क्या?" नाऱ्या.

"तेरे को बैठना नही तो, क्यों आनेका?" वेश्या.

"मै तो इधर बैठा हूँ!" नाऱ्या.

"इधर नही रे अंदर!" वेश्या.

"बैठना" या व्यावसायिक शब्दाचा अर्थ नाऱ्याला वेळाने कळला.

"ठीक है. तेरा नाम क्या?" नाऱ्या.

"शबनम."

"तेरा?" धर्मेश!

नाऱ्यानं ठोकून दिलं. त्याला स्वत:चं नाव सांगावसं वाटलं नाही. त्याने शबनमच्या चेहेऱ्याकडे पाहिले. तिचे डोळे पाणीदार होते, भुवया कोरलेल्या होत्या. डोळ्यांच्या कडा काजळाने भरल्या होत्या, कपाळावर अर्धचंद्राकृती काळा गंध लावला होता, सडपातळ बांधा, मलमली शुभ्र साडी, केसात सायलीचा गजरा रुळत होता, कपड्याला 'खस' अत्तर लावलेलं, ओठ लालीने रंगवले होते. त्या ओठातून तिच्या दंतपंक्ती शुभ्र वाटत होत्या. तिच्या खांद्यावरनं सरकणारा पदर ती सारखा सारखा खांद्यावर ठेवायचा प्रयत्न करायची. ती पातळ बेंबीच्या खाली नेसली होती. त्या मलमली कपड्यात बांधलेली तिची नाजूक कंबर. कपाळावर रुळणाऱ्या केसांच्या बटा, हाताच्या नखांना लावलेलं फिकट गुलाबी रंगाचं पॉलीश, तिची छानशी कोरलेली नखं आणि नाजूकसं असं वक्षस्थळ कुणालाही हवी, हवीशी वाटावी अशी शबनमची मूर्ती होती. त्या मूर्तीकडे पाहत नाऱ्या तल्लीन झाला. इतक्यात शंकर दाराच्या पडद्यातनं बाहेर आला.

"अरे, तू अजून आत गेला नाहीस कां?

शंकर नाऱ्याला खुणवत होता. शबनम सारखी नाऱ्याकडे पाहत होती. तसा नाऱ्या उठला आणि शबनमला बोलला–

"चल."

चल म्हणताच शबनम खूष झाली. तिला तेवढंच गिऱ्हाईक मिळालं.

"ला...ग्यारा रुपया!"

"पहले अंदर तो चल, बाद में पैसा ले।"

"नही, पहले पैसे देना पडता है!"

"वो देखो आक्का बैठी है!"

असं म्हणत समोरच झोपाळ्यावर हेलकावे घेणाऱ्या वयस्कर स्त्रीकडे तिनं हात दाखवला. शंकरने पैसे शबनमजवळ दिले आणि खाली जाऊन समोरच्याच चिलीयाच्या हॉटेलमध्ये जाऊन बसतो असे सांगून तो मथुरा भुवनमधून खाली उतरला.

शंकर ज्या पडद्याआडून आला होता त्या पडद्याआड शबनमने नाऱ्याला नेलं. नाऱ्या पहिल्यांदाच शयनगृह पाहत होता. शबनमने झटाझट ब्लाऊजची बटनं खोलली, पातळ फेडलं अन् ब्रेसियर व परकरात ती नाऱ्यापुढं उभी राहिली. नाऱ्या नुस्ताच तिच्या चेहऱ्याकडे पाहत राहीला. नाऱ्याने तिचा पहिला मुका घेतला. तिने नाऱ्याचे पटापटा मुके घेतले. नाऱ्याला कळलं आपल्या गालावर तिचे लिप्स्टीकचे शिक्के उमटले आहेत, ते त्याने आपल्या गालावरून पुसून टाकले. त्याला लिप्स्टीकचा फार राग आला. त्याने विचारले.

"इतने सुंदर और नाजूक होंठ होते हुए भी इन होठोंपर लिप्स्टीक क्यूं लगाती हो?''

"ले तुझे अच्छा नही लगता तो मैं पोंछ डालती हूँ.''

असं म्हणत शबनमनें स्वत:च्या ओठावरचं लिप्स्टीक पुसून टाकलं. हे ती नाऱ्यापुढं नाटकच करीत होती. नाऱ्या ओळखून होता.

"ले चल निकाल!''

म्हणत ती पलंगावर आडवी झाली. ती आडवी होताच तिनं परकर वर केला. आतला जांगीया काढला अन् पलंगाच्या एका कोपऱ्यात भिरकावून दिला. परकर वरच ठेवला होता. हे सगळं दृश्य पाहून नाऱ्या चुळबुळला, काय करावं ते त्याला सुचेना. त्याला अगोदरच घाम फुटला होता.

"अरे, क्या देखता है– ले, बैठना!''

शबनम अकरा रुपयाचा मोबदला त्याला देऊ करत होती. नाऱ्याची तिळमात्र इच्छा होत नव्हती. तो उठला त्याने शबनमने भिरकावून दिलेला जांगीया उचलला अन् शबनमच्या हातात दिला.

"ले पहन! मुझे नही बैठना!''

या नाऱ्याच्या वाक्यासरशी शबनम झटकन उठून बसली.

"क्यों, बैठना नही? बैठने का नही तो इधर क्यूं आया?''

असं म्हणत तिनं परत जांगीया घातला. तिच्या आविर्भावाकडे चेहऱ्याकडे नाऱ्या पाहत होता. त्याच्या डोक्यात विचारांचं द्वंद सुरू झालं होतं. तिनं झटपट मलमली पातळ नेसलं.

"देख अभी पैसा वापस दूं क्या?''

"नही मुझे पैसे नही चाहीए.''

"मै जाता हूँ, मै कल वापस आऊंगा।''

असं म्हणत नाऱ्या पलंगावरनं खाली उतरला.

"तू कैसा आदमी है!''

"मै कैसा भी आदमी हूँ!''

"क्या तुम लोगों की यह जिन्दगी है, मुझे तुम्हारे इस धंदेपर खिन आती है!''

नाऱ्या तिला बोलत होता. त्याला तिथल्या साऱ्या प्रकाराबद्दल घृणा वाटायला लागली; परंतु शबनमच्याविषयी त्याच्या मनात आस्था निर्माण झाली होती.

"तेरे कोई माँ, बाप, भाई बहन है कि नहीं?''

या प्रश्नाने शबनम दचकली. तिने नाऱ्याच्या डोळ्यांना डोळे भिडवले.

"तुझे क्या करना है?''

"नही, मुझे कुछ नहीं करना लेकिन तुम लोग ऐसा धंदा क्यों करते हो?''

"ए, देख हमारे धंदे की खोटी मत कर– चल बाहर!"

असं म्हणत शबनम त्याला टाळत होती, तिला वाटलं हा कुठला घनचक्कर माणूस मला भेटला. किती गिऱ्हाईकं येतात आणि जातात. याला काय करायच्यात चांभार चौकशा? पण तिला त्याचं वेगळेपण निश्चितच जाणवलं. तिला त्याच्या विषयी थोडीतरी आपुलकी वाटली. ती आपुलकी तिच्या डोळ्यात तरळून गेली. तिनं त्याच्याकडं हळूवार पाहिलं. पदर सावरत सावरत ती नाऱ्याबरोबर पडद्यातनं बाहेरच्या हॉलमध्ये आली. नाऱ्या जीन्याजवळ आला तशी शबनम त्याच्या मागं मागं आली. नाऱ्याने टाटा केला तशी त्याच्या जवळ येऊन ती थबकली– हळूच बोलली,

"कल आओगे ना!"

नाऱ्या तिच्या गंभीर चेहेऱ्याकडे पहायला लागला.

"हाँ, देखूंगा, लेकिन सारी रात रहूँगा!"

असं म्हणत नाऱ्याने तिला टाटा केला. तिनं पाणीदार डोळ्यातून त्याच्याकडे परत पाहिलं, तिनंही त्याचा निरोप घेतला. नाऱ्याच्या मस्तकात शबनम शिरली होती. शबनमच्या पाणीदार डोळ्यात नाऱ्याचं चित्र उभं होतं.

मथुरा भुवन उतरून नाऱ्या समोरच्याच चिलीयाच्या हॉटेलात येऊन शंकर जवळ उभा राहिला. शंकर त्याची वाट बघतच होता. दोघांनी सोडा मागवला. थंडगार सोड्यात नाऱ्याला शबनम दिसत होती. शंकर स्वत: काय काय केलं ते नाऱ्याला सांगत होता. नाऱ्या पण ऐकत होता. एक क्षण असा आला की त्याला शंकरच्या बोलण्याची शिसारी आली. नाऱ्याचं सोड्यावरचं लक्ष उडालं त्याच्या मनात आलं; मला शबनमच्या जीवनाचे चित्रण समजून घ्यायचं आहे, तर हा शंकर वासनेपोटी नुसते खेळ करतो आहे.

* * *

शबनमची छबी नाऱ्याच्या मस्तिष्कात घोळतच राहिली.

सतत पंधरा दिवस तो तिचा विचार करत होता. त्याने सतत पंधरा दिवस भाजीचा धंदा करून पैसे साठविले आणि तो गोलपिठ्याच्या दिशेने निघाला. गुलशन नंदाची 'पत्थर के होंठ' ही कादंबरी त्याच्या मनावर ठसली होती. त्या कादंबरीतले वेश्येचे जीवन म्हणजे मूर्तिमंत त्याला शबनमच दिसत होती. गोलपिठ्याच्या दिशेने यायला लागला तसं तसं त्याच्या मनात द्वंद्व सतत उभं राहायला लागलं. हे द्वंद्व भावनेचं होतं. वासनेच्या आहारी जाणे त्याला जमत नव्हते. तो दीनदरिद्री नारायण असला तरी जगातले दीनदरिद्री हे त्याचेच कुणीना कुणी तरी आहेत असं त्याला सतत वाटत राहायचं. तो त्या रात्री रस्त्यावरच्या उभ्या राहिलेल्या अनेक रांडाना पाहत होता. मथुरा भवन आलं तसं त्याची छाती धडधडायला लागली. तो पायऱ्या

चढून वर आला. त्याने हॉलमध्ये प्रवेश केला. सगळ्या वेश्या मेकअपमध्ये आपापल्या व्यवहारात मशगूल होत्या. त्याची नजर शबनमला शोधित होती. शबनम समोरून येताना त्याला दिसली. ती येऊन नाऱ्याच्या समोर उभी राहिली.

"इतने दिन क्यूं नहीं आया?"

असा प्रश्न करत ती अगदी त्याला खेटून उभी राहिली. जसं काही तिचं त्याच्याबरोबर जन्माजन्माचं नातं असावं. ती त्याच्या डोळ्यात पाहायला लागली. डोळ्यात पाहता पाहता तिला झटकन आठवण झाली. तिनं स्वत:च्या ओठावरची लाली पुसून टाकली. ते पाहून नाऱ्याला हलकसं हंसू फुटलं.

"चल आ...ना–" शबनम हळूवार त्याला बोलली.

"शब्बू मै आज तेरे साथ फुलनाईट करने आया हूँ!"

असा निर्धार नाऱ्याने तिच्यापुढं व्यक्त केला. तिला कसला आनंद झाला कुणास ठाऊक, ती खळाळून हसली, मुरडली, मोठ्या दिमाखाने तिनं आक्काला जाऊन सांगितलं. आक्काबाई झोपाळ्यावर झोके घेत घेत सगळ्यांच्यावर नजरा ठेवून होती. आक्काने त्याची ओळख आहे की नाही ते शबनमकडून खात्री करून घेतली. शबनमने नाऱ्याकडे येऊन तीस रुपये घेतले. ते पैसे शबनमने आक्काबाईकडे सुपूर्द केले. तिने नाऱ्याला घेऊन समोरच्या इमारतीत जायला शबनमला सांगितले. तिच्या सगळ्या मैत्रिणी तिला खुणावत होत्या. तिनं नाऱ्याची हकिगत काही मैत्रिणींना सांगितली होती. एक जण तिला जाता जाताच पुटपुटली–

"जा तेरे यार को लेके!"

नाऱ्याला हळूवार हे ऐकायला मिळालं. नाऱ्या शबनमला घेऊन मथुरा भुवन मधून बाहेर पडला. आक्काबाईने शबनम सोबत दोन भडवे पाठवून दिले. ते भडवे शबनमला समोरच्या इमारतीत पोहचवायला आले होते. एक रुम कोपऱ्यात खाली होती. आजूबाजूला फुलनाईटवाल्यांची जोडपी होती. त्यांची चेष्टा मस्करी, खानपान सगळं काही मजेत चाललं होतं. शबनमला जी खोली मिळाली होती त्यात एक पलंग, त्यावर झिलमिली पडदे असं जुनंपानं साहित्य होतं. त्या खोलीला एक छोटीशी बाल्कनी होती. नाऱ्याला ती बाल्कनी पाहून फार आनंद झाला. त्या बाल्कनीतून सगळं काही उभं राहून बाहेर पाहता येत होतं. शबनम अगदी नटून थटून नवरी बसावी तशी पलंगावर बसली होती. उठून तिनं दाराची कडी लावली– आता दोघेच आत निवांत होते. रात्रीचे दहा वाजले होते, बाहेर बाल्कनीतून पौर्णिमेचा चंद्र दिसत होता. नाऱ्या बाल्कनीत जाऊन उभा राहिला, तशी शबनम त्याच्याजवळ येऊन खेटून उभी राहिली. ती मधून मधून वर चंद्राकडं पाहायची. आणि मग कधी कधी नाऱ्याच्या चेहऱ्याकडे पहायची. नाऱ्या सावळ्या रंगाचा, नाकी-डोळी नीटस, केसांची झुपकेदार स्टाईल, नवखा, निरागस, निष्पाप. सडपातळ बांध्याची शबनम

त्याला नुसतीच खेटून उभी होती. तिला वाटत असावं आपली मधुचंद्राची तर ही रात्र नाही ना? परंतु तिच्या चेहेऱ्यावर हावभाव सतत बदलत होते. नाऱ्या तिच्याकडे टक लावून पाहत होता. नाऱ्याच्या खांद्यावरून ती अलगद हात फिरवीत होती. त्याला त्या हाताचा मऊ स्पर्श होत होता. त्याच्या अंगावरची लव शहारत होती.

"तू....ने खाना खाया की नहीं?"

अगदी गृहिणी विचारते तशी शबनम त्याला विचारत होती.

"नही...."

"फिर मंगाले इधर– बाहरवाले को बुलाऊ क्या?"

"हाँ, बुला ले!"

नाऱ्याने शबनमला हळूवार सांगितले.

"तू....ने खाया क्या?"

"हाँ– खा...लिया! हम लोग तो पहले ही खा लेते है!"

"ठीक है– बुला ले बाहरवाले को!"

बाहेरवाला म्हणजे वेटरला हे नाऱ्याला ठाऊक होतं. शबनमने दरवाजाची कडी उघडली आणि दारावरच उभ्या असलेल्या लतिफाला बोलवलं– आम्लेट पावाची ऑर्डर दिली. आम्लेट पाव हे नाऱ्याचं आवडतं खाद्य. त्याला ठाऊक होतं इथं उसळपाव मिळणार नाही. थोड्याच वेळात लतीफ "आम्लेट पाव" घेऊन आला. नाऱ्याने एक लिम्काचीही ऑर्डर दिली. लतीफनं लिम्काही आणून ठेवला. परत शबनमने दरवाजा बंद केला. एका तिपाईवर आम्लेट पाव आणि लिम्का ठेवला होता.

"ले, खाले! नही तो ठंडा हो जाएगा!"

शबनम नाऱ्याला बोलवत होती. नाऱ्याला बाल्कनीतून पाहायला मजा वाटत होती. तो आला अन् पलंगावर येऊन बसला. शबनमने तिपाई त्याच्या पुढ्यात ठेवली. नाऱ्या त्या आम्लेट पावकडे पाहत राहिला. बराच वेळ तो खाईना हे पाहून शबनम बोलायला लागली.

"क्या देखता है खा...ले ना!"

असं म्हणत तिनं पावाच्या तुकड्यात आम्लेट गुंडाळले अन् स्वत:च्या हाताने नाऱ्याला खाऊ घालायला लागली. नाऱ्याला तिच्या अशा वागण्याचं आश्चर्य वाटत होतं. कारण पैसे घेऊन एवढं प्रेम मिळतंय हे तो प्रथमत:च अनुभवत होता. ते प्रेम कृत्रिम असलं तरी तिथे भावनेचा खेळ होताच. शबनम त्याला घासावर घास भरवित होती. अळंबळे नाऱ्यानंही तिला भरवलं. लिम्का पिण्याचा आग्रह नाऱ्याने शबनमला केला पण शबनमने त्याला लडिवाळपणे सांगितले.

"तू पहले पी...ले।"

"लेकिन झूठा हो जाएगा!"

"चलेगा।"

नाऱ्याने बाटली उचलली, तोंडाला लावली. अर्धी बाटली लिम्का पिऊन झाल्यावर उष्टी बाटली शबनमला दिली. शबनमने ती हासत हासत पिऊन टाकली. टेबलावर केळ पडलं होतं, तेही अर्ध उष्टं करून शबनमला दिलं, ते शबनमने बिना दिक्कत खाऊन टाकलं. नाऱ्याला एवढी जवळीक, एवढं प्रेम त्याच्या आयुष्यात कधी कुणी दिलं नव्हतं. हे प्रेम कृत्रिम की खरं आहे हे ठरवणंही नाऱ्याच्या अखत्यारित नव्हतं. थोड्या वेळाने लतीफने दार खटखट केलं. शबनमने नाऱ्याकडून पैसे घेऊन बिल भागवलं अन् लतीफ प्लेट व पैसे घेऊन गेला. परत शबनमने दरवाजावर कडी लावली.

शबनम नाऱ्याला हळूवार कुरवाळीत होती. त्याच्या शर्टाची बटनं तिनंच काढली. नाऱ्याला पॅन्टही काढायला लावली. तिनंही स्वत:चे कपडे उतरवले, ती स्वत:च कामातूर झालेल्या एखाद्या रंभेसारखी करत होती, तर नाऱ्याची तपस्या भंग पावत होती. अगदी नग्नावस्थेत नाऱ्याने तिला जवळ घेऊन तिच्यावर चुंबनांचा वर्षाव केला. तिने त्याला उत्तेजित केले. शबनमने नाऱ्याला जोराने मिठी मारली अन् संभोगातून समाधीकडे जाण्याचा पहिला धडा शिकविला. या नव्या ज्ञानामुळं अनभिज्ञ नाऱ्या अवाक झाला. पण त्याचबरोबर अनेक विचार डोक्यात उठले होते. तो घामाघूम होऊन कपडे चढवून बाल्कनीत आला आणि एकटाच निवांत बसला, पौर्णिमेच्या चंद्राकडे टक लावत. शबनमनही थोड्या वेळाने कपडे चढवून बाल्कनीत त्याच्या जवळ येऊन बसली. दोघेही जवळच जमिनीवर बसले होते. शबनमने त्याच्या मांडीला मांडी खेटवली होती.

"तू क्या सोचते बैठा है!"

शबनम त्याला हळूवार विचारत होती.

"तेरा घर किधर है? तू क्या करता है? घर में कौन कौन है?"

हे सगळे प्रश्न तिने नाऱ्याला एका दमात विचारले. नाऱ्याने तिला सगळ्या प्रश्नांची उत्तरे जाणूनबुजून खोटी दिली. स्वत: एका उद्योगपतीचा मुलगा आहे हे तिला भासवंल. पण हे भासवल्यामुळं शबनमचं मन जास्तच खिन्न झालं.

"शबनम, तू मेरे साथ शादी करेगी क्या?"

ह्या प्रश्नाने तर तिला अचानकच धक्का बसला. तिला वाटलं आकाशातला पौर्णिमेचा चंद्र पृथ्वीवर समुद्रात गळून पडलाय. पृथ्वीवर चक्क काळोख झालाय, साक्षात अमावस्येची काळी रात्र तिच्यापुढे उभी राहिलीय. तिला नाऱ्याच्या या प्रश्नाचं उत्तर देता येईना, तिला वाटायला लागलं याच्या पुढून आताच्या आता निघून जावं. ती क्षणभर गप्पच राहिली. तिच्या पाणीदार डोळ्यात आंसवे उभी राहिली. नाऱ्याला तिच्या वागण्याचं आश्चर्य वाटलं. खरं तर नाऱ्याला पहिली दुनिया

तिनेच दाखवली होती.

"शबनम, तू चूप क्यों है?"

असं परत विचारताच शबनम उठण्याचा प्रयत्न करायला लागली. नाऱ्याने तिला कचदिशी ओढून परत जवळ बसवली.

"बोल...मै शादी करने को राजी हूँ! तू हाँ- क्यों नही कहती?"

शबनमने परत एकदा नाऱ्याकडे पाहिलं- ती बोलायला लागली.

"देख धर्मा, तू बडे घरका लड़का है, तेरे साथ शादी करके तेरी जिंदगी बर्बाद करने का मुझे कोई अधिकार नही- मै तो एक रांड हूँ- तू मुझे कही भी लेके जाएगा, लेकिन मेरे तरफ दुनिया उसी निगाहों से देखेगी- लोग ना तुझे चैन से रहने देंगे, ना मुझे। तू इतने अच्छे खानदान का लड़का- तुम लोगों को इज्जत आब्रू है, हम लोगों को कहाँ है?"

शबनम त्याला व्यवस्थित समजावून सांगत होती. ती नाऱ्यापेक्षा वयाने लहान होती. परंतु दुनियेच्या ठोकरा तिनं जास्त अनुभवल्या होत्या, तरीही नाऱ्या तिच्याभोवती लग्नाचा हट्टच धरून होता.

"उन सब चिजों की फिक्र नहीं कर शबनम। वह सब मै संभाल लूँगा। तू सिर्फ हाँ कह दे।"

"नहीं...तू जानता नहीं, मै यहाँ किसलिए लायी गयी हूँ- मुझे यहाँ खरीद के लाया गया है, हमारे घरवाले गांव में रहते है, उनका कर्जा हमारे सरपर है। जबतक वो कर्जा मिटता नहीं तबतक मै यहाँ से हिल भी नहीं सकती। अगर तू मुझे लेके जाने की कोशिश करेगा तो तुझे और मुझे यह भडवे लोग मार देंगे।"

शबनमची कर्म कहाणी नाऱ्या निवांत ऐकत होता. त्याला त्या क्षणाला कुणाचेही भय वाटत नव्हते. त्याचं मन निर्मळ होतं. शबनमची भीतीही रास्त होती. तीही नाऱ्याला समजावून सांगत होती. तिच्या समजाविण्याबद्दल नाऱ्या मनातून तिचं कौतुक करत होता. नाऱ्याची जिंदगी बर्बाद होऊ नये म्हणून शबनमने एक नामी संधी दवडली होती. शबनम खरं मनापासून नाऱ्यावर प्रेम करत होती. तिनं त्याच्या चेहऱ्यावरनं हात फिरविला.

"धर्मा, तू शादी की बात दिमाग से निकाल दे। तू सिर्फ मुझे मिलने के लिए भी आया तो खुशनसीब समझूँगी। मै जानती हूँ, मै तेरे साथ शादी करके तुझे सुखी नही कर सकती। अगर तू यहाँ नही भी आयेगा तो मुझे गम नहीं होगा- लेकिन तेरे जैसे की जिंदगी मैं बर्बाद नही कर सकती।"

हे सांगत असताना शबनमच्या डोळ्यातून आसवं वाहत होती. नाऱ्याने तिचे डोळे हळूवार पुसले. तिच्या हाताचं चुंबन घेतलं. तिने अगोदरच हाताला लावलेल्या खस अत्तराचा सुगंध दरवळत होता. नाऱ्या उठून उभा राहिला, तिच्या हाताला धरून

त्यानं तिला पलंगावर आणली, तिचे लाडाने पटापट मुके घेतले.

"शबनम, तेरे वजह से मै आज बहुत कुछ सीख पाया– मै आज तक अनाडी ही था।"

नाऱ्याने तिला आपल्या बाहुपाशात घेतले. तिनेही त्याला आलिंगन दिले. तिला घेऊन त्या रात्री तीन वेळा झोपला. सकाळीच उठला तिच्याशी गोड गोड गप्पा करता करता दुपारचे बारा कधी वाजले आणि त्यांची फुलनाईटची मुदत संपली हे दोघांनाही कळलंच नाही.

***

नारायण मॅट्रीक पास झाल्यापासून हळूहळू त्याच्या बोलण्या–वागण्यात फरक पडला होता. सुसंस्कृत जीवनाची छाप त्याच्यावर हळू हळू पडत होती. वाईटातले वाईट त्याने पाहिले, अनुभवले होते. आता तो बराच विचार करायला लागला होता. वाईट परिस्थिती या मागची कारणं काय असतील आणि ती दूर कशी करता येतील याबाबतचे विचार त्याच्या डोक्यात घोळत राहायचे. वेश्येकडे जाऊन तिला लग्न कर म्हणून सांगण्याचे धाडस त्याने उगाच केले नव्हते. त्याला देशातल्या आणि जगातल्या लाखो वेश्या एकाच वेळी दिसत होत्या. शबनमला तो अधून मधून भेटत होता. तिच्या बरोबर शारीरिक सुखही घेत होता. परंतु केवळ वासनिक वृत्ती बाळगून त्याच्या आहारी जाणे हा त्याचा पिंड नव्हता. त्याची आणि शबनमची भेट आणि तिला लग्नाचे विचारल्याबद्दल राजन निंबाळकर, शशी ढोले, कांतीलाल पवार, बब्या चौधरी या सगळ्या मित्रांनाही माहिती दिली होती. एवढेच नव्हे तर त्याने मित्रांना मथुरा भुवन मध्ये नेऊन शबनमही दाखवली होती. शबनम पण त्याच्यावर प्रेम करायची परंतु संबंध ठेवणारं हे आगळं वेगळं प्रेम, कुणी म्हणेल त्यानं आवा ठेवली, तर ह्या रांडेनं हा बुवा ठेवलाय! कुणी म्हणेल त्याने रखेल ठेवली तर, तिने यार ठेवलाय पण यातलं कुठल्या नात्यानं कुणाला संबोधावं हा मूळ प्रश्नच होता. हे प्रेम खरं तर "टीन एज लव्ह" चाच प्रकार!

***

शबनमच्या आणि त्याच्या भेटींना नियमितपणा असा नव्हताच. असाच तो बरेच दिवसांनी तिला भेटायला गेला होता. तब्बल सात आठ महिन्याने नारायण शबनमला भेटत होता. मथुरा भुवनचे जिने चढत चढत नारायण वर आला आणि खोलीत हलकेच पाहिले. समोर काही वेश्यांचा घोळका दिसत होता. समोरच्या झोपाळ्यावर आक्काबाई बसली नव्हती. तिच्याऐवजी दोघीजणी दाराकडे पाठमोऱ्या बसून झोका घेत होत्या. एकीने फिक्कट गुलाबी रंगाचे पातळ नेसलेले दिसत होते तर दुसरीने शुभ्र मलमली पांढरे पातळ नेसले होते. तिच्या डोक्यात सायलीचा गजरा

होता. तिच्या पाठमोऱ्या आकृतीवरनं नारायणने ओळखले की हीच शबनम असावी. पण पुढे हॉलमध्ये येऊन तिला हाक मारण्याचे धाडस नारायणला होईना, इतक्यात शबनमला कुणीतरी शुकशुक केलं तशी शबनमने पाठमोरी आकृती वळवली– तिची मैत्रीण शैला तिला खुणवत होती.

"वो दे...ख तेरा।"

असं म्हणताच शबनमची नजर नारायणवर खिळली. दोघांची नजरानजर झाली. शबनमच्या झोपाळ्यावर असणाऱ्या सखीने तिला तो आल्याचा इशारा केला तशी ती हळू पावलाने नारायणच्या दिशेनं आली. नारायण तिच्या हळूवार पावलांकडे पाहत होता. पायातले पैंजण आणि झुमके वाजत होते. ती जवळ आली, त्याच्याकडे हळूवार पाहिलं आणि "आ...ओ" नाजूक शब्द उच्चारत हॉलच्या बाहेर असलेल्या एका छोट्याशा कमऱ्यात नारायणला घेऊन आली, तिथं कुणीचं नव्हतं. तो कमरा फक्त खास लोकांच्यासाठीच वापरण्यात यायचा. तिने नारायणच्या चेहेऱ्याकडे तोंड भरून पाहिलं. नारायणही तिच्या नाजूक चेहेऱ्याकडे पाहत होता. तिच्या ओठांना लिप्स्टीक नव्हतं, कपाळावर अर्धचंद्राकृती गंध लावलेला होता, काजळांनी डोळे भरले होते परंतु चेहरा सुस्त वाटत होता. अंगात स्थूलता यावी तसे झाले होते. मेकअपचे प्रमाण चेहऱ्यावर कमी दिसत होते, ती नाराज दिसत होती.

"बहुत दिन के बाद आये क्या?"

नकळत शबनमच्या तोंडातून हे उद्‌गार बाहेर पडले. या प्रश्नादाखल काय उत्तर द्यावं ते क्षणभर नारायणला कळेना, पण उत्तर देण्याशिवाय गत्यंतर नव्हतं.

"हाँ।"

"क्या जरूरत थी?"

"क्यों?"

"इतने दिन गुजर गये जरा भी याद नहीं?"

"बाहरगाँव गया था कुछ काम के वजह से।"

"हाँ, जानती हूँ, मर्दोंपर विश्वास रखना गुनाह है।"

"मतलब।"

"वह औरत ही जानती है।"

"मै समझा नहीं।"

"तुम समझ कैसे पाओगे?"

"तुम मुझे उल्झन में डाल रही हो।"

हे नारायण व शबनमचे संवाद चालले असतानाच लतिका नावाची दुसरी सखी तेथे पोहोचली. तिच्या हातात एक तान्हे मूल होते, ती त्या छोट्या कमऱ्यातल्या पलंगावर बसली, ब्लाऊझचा एक भाग वर केला, धार काढून त्या मुलाला

पाजायला लागली. शबनमने लतिकाकडे पाहिलं आणि लतिकाला खुणवलं–

"अच्छा, तो यही है।"

असं म्हणत लतिकाने नारायणकडे पाहिलं आणि हसली. नारायण लतिकेकडे पाहत होता, शिवाय त्या दूध पिणाऱ्या तान्ह्या मुलाकडेही पाहत होता.

"यह लड़का है कि लड़की?"

एक नाजूक प्रश्न नारायणने लतिकेला विचारला.

"लडकी।"

लतिकेनं उत्तर दिलं– नारायणला आणखी दुसरा प्रश्न विचारण्याचा मोह झाला–

"इसका बाप कहाँ है?"

"आता है डेली शाम को।"

"तुम्हारे ही जैसा है।"

लतिकेनं नारायणच्या प्रश्नाचं उत्तर दिलं. तान्ह्या मुलीला पाजून ती तिथून निघून गेली. पण तिच्या उत्तराने नारायणच्या वर्मी घाव लागल्यासारखं झालं. नारायण त्या तान्ह्या मुलीचा विचार करीत होता, हीच बालिका उद्या परत ह्याच दरवाज्यावर दिसणार कां? काय हा नशिबाचा खेळ चाललाय. हे विचाराचं वादळ परत त्याच्या डोक्यात थैमान घालायला लागलं.

"देखा...बच्चे को?"

हा प्रश्न शबनमने मध्येच नारायणला विचारला. नारायण तंद्रीतून जागा झाल्यासारखा झाला.

"हाँ।"

"मै भी माँ बननेवाली हूँ।"

हे उत्तर दिल्या दिल्या नारायणची नजर सरकन तिच्या शरीरावरून सरकली, ती थेट तिच्या पोटावर येऊन स्थिर झाली. तो चमचमत्या, भिरभिरत्या नजरेनं तिच्याकडे पाहायला लागला. तिच्या पोटात गर्भ कुणाचा राहिला असेल? असा मर्दानी प्रश्न त्याच्या मनात चमकून गेला.

"क्या देखते हो?"

लाजत लाजत हास्यवदनाने शबनम नारायणला विचारत होती. तिचं हासणं त्याच्या अंत:करणावर टाकीचे घाव घालीत होते. त्याच्या अंत:करणात चाललेली घालमेल त्याला अस्वस्थ करीत होती.

"देख ना, मै पेट से हूँ।"

असं म्हणत नारायणचा उजवा हात तिनं स्वत:च्या हातात धरला अन् पोटाजवळ नेला.

"तेरा बच्चा मेरे पेट में पल रहा है।"

कुणीतरी खाडकन थोबाडीत मारावी अन् कानशिलं लाल व्हावीत असं काही तरी नाऱ्याला झालं– "तेरा बच्चा मेरे पेट में पल रहा है।" हे शबनमचं वाक्य त्याच्या कोवळ्या मनाला ठोके घालीत होते, खरे की खोटे देव जाणे. वेश्यांच्यावर कसा विश्वास ठेवावा? हे मूल माझंच कशावरून? कुणाचंही बिल कुणाच्याही नावावर लावावं हाच वेश्यांचा धंदा तर नाही ना? नाही, नाही असं कदापि होणार नाही शबनम खरंच सांगत असेल. हे माझंच मूल असेल? परंतु ह्या अनौरस मुलाला तरी माझं कसं म्हणावं? छे, छे शक्य नाही– हे नाना विचारांचं जाळं नारायणच्या कोवळ्या मनात विखरलं होतं. शबनमचा निस्तेज चेहरा नारायणकडे पाहत होता. नारायण फार दिवसांनी तिला भेटायला आला म्हणून तिला क्षणिक दुःख झालं होतं. पण त्या दुःखाला ती दुःख मानतच नव्हती. तिचं जीवन म्हणजे पाषाणाहून कठीण असं झालं होतं. तिनं नारायणकडे हळूवारपणे पाहिलं–

"क्या सोचता है?"

"कुछ भी तो नहीं।"

"तू फिक्र मत कर, तेरा बच्चा तुझे पालने के लिए नही दूँगी।"

असे म्हणताच नारायणचं हृदय आणखी पिळवटून गेलं. घणाघण, घणाघण कुणीतरी डोक्यावर आघात घालताहेत असं त्याला सारखं वाटत होतं, मुलगा होणार की मुलगी? मुलगी झाली तर ही इथंच राहणार? छे, छे, ही कल्पनाच करवेना, नारायणच्या कपाळावर धर्मबिंदू जमायला लागले, शबनमचा चेहरा त्याला सारखा न्याहाळत होता. त्याची बोलती बंद झाली होती. फुलनाईट मधला त्याला मधुचंद्र आठवत होता.

"आज बैठता है क्या?" असं बोलताक्षणीच नारायणला आणखी आघात झाला. अगोदरच त्याने शबनम पुढं मनोमन हार खाल्ली होती. तो अक्षरशः गर्भगळीत झाला होता. त्याने शबनमला गुरु मानले होते. एका वेश्येने आपल्याला जीवनाचे धडे द्यावेत आणि आपण ते शिकावे– तिने धडे देण्यासाठी जीवनाचे मोल मोजावे आणि तिच्या अनमोल जीवनाची आपल्याला काहीच खंत नसावी, किती बेफिकीरीचं जीवन आपण जगतोय, हा कसला व्यवहार. या व्यवहारात एकटी वेश्याच दोषी का ठरवली जावी? तिलाच ह्या यातना कां भोगाव्या लागाव्यात? ही समाजव्यवस्था कुणी बदलायची. प्रत्येक वेश्येबरोबर जर प्रत्येक शय्यासोबत करणाऱ्या व्यक्तीने लग्नाची नाती बांधली तर काय बिघडणार आहे या विचाराच्या घालमेलीतून तो जागा झाला.

"नही शब्बू, मेरा दिल नही है– मुझे बैठने का नही है। मै जाता हूँ।"

या उत्तराची अपेक्षा शबनम करतच होती, त्यामुळं तिला त्याचं काही वाटलं नाही.

"फिर कब लौटोगे?"

"कुछ कह नही सकता।"

"कहा जानेवाले हो?"

"बाहरगाँव, काम के लिए।"

"ठीक है, लौट के आओगे तो यहाँ जरुर आना."

"हाँ, आऊंगा।"

असं खिन्न मनाने म्हटलं. नारायण मथुरा भुवनचे जिने उतरायला लागला, निस्तेज चेहेऱ्याची शब्बू त्याच्या पाठमोऱ्या आकृतीकडे पाहत होती. तर नारायणला वाटत होते की, कुठली तरी चिमुकली मुलगी आपल्याला पाहून हांका मारतेय– "प...प्पा, प...प्पा".

नारायणचे मन हेलावून गेले. फुटपाथवरून चालताना सुद्धा त्याचा त्याला तोल गेल्यासारखा वाटत होता. शबनमच्या हळव्या मनामुळं त्याच्या अंत:करणात तिच्याविषयी जास्त आपुलकी निर्माण झाली होती. परंतु त्या प्रेमाचाही त्याग केलाच पाहिजे, आपले मन आपल्या ताब्यात ठेवले नाही तर विनाश अटळ आहे, हे शब्बूचे बोलणे त्याला पटत होते. हृदयावर एखादा मोठा दगड ठेवावा तसं मन बनवायलाच पाहिजे, हळवं मन माणसाला बर्बाद करून टाकील शिवाय ही बाब वैयक्तिक व खाजगी स्वरुपाची असल्यामुळे तिचा गवगवा करणेही ठीक होणार नाही, हे त्याला वाटेत चालताना हळूहळू जाणवायला लागलं. शेवटी आपण काही पाप केलेलं नाही, खुल्या अंत:करणानं तिला लग्न करण्याबद्दल विनवलं होतं. मग स्वत:चं मन कमकुवत करून घेण्यात काय हंशील? असे विचार त्याच्या मनात घोळत होते. शबनमच्या निर्विवाद त्यागामुळं त्याला एका वेश्येकडून माणुसकीची शिकवण मिळाली होती. वेश्येच्या एवढ्या विशाल मनामुळं नारायण भारावून गेला होता व आपणच कमी पडतो आहोत असं वाटून तो अधून मधून अस्वस्थ होत असला तरी त्याने मनाशी ठरवलं, आता या बाजूला फिरकायचं नाही. हे विचाराचं चक्र मनात सतत पंख्यासारखं गरगर फिरत असताना त्याला शबनमच्या गोड हसऱ्या नाजूक चेहेऱ्याची छबी दिसायची, त्याच्या भावना उफाळून यायच्या, परत गर्भार देह त्याच्या नजरेसमोर यायचा– असा भावनेचा खेळ त्याच्या खोलवर अंत:करणात ओहोटी– भरती आणत होता. पौर्णिमा आणि अमावस्या ही दोन्ही निसर्गाचीच दोन टोके आहेत. हे लक्षात घेऊन त्याने गोलपिठा सोडला.

***

कांत्या पवाराला ही गोष्ट माहीत होती परंतु तोही दारिद्र्याच्या नावेतला एक नावाडी होता. या गोष्टीबद्दल त्याने नारायणला एक चक्कार शब्द विचारला नाही.

त्याच्या मानसिक परिस्थितीची जाण सगळ्या मित्रांपैकी कांत्याला जास्त ठाऊक होती, कारण कांत्याही तसाच संवेदनाशील व भावुक मनाचा आणि विचार करणारा होता. दारिद्र्याचा खेळ, ऐन तारुण्यातले पदार्पण, काबाडकष्टाशिवाय अन्न मिळू शकत नाही आणि उठण्याबसण्याचा आधार नाही. अशा परिस्थितीत मुंबईच्या फुटपायरीवर जीव जगवायचा तेवढं सोपं नाही हे दोघांनाही ठाऊक होतं.

कांत्या नेहमीप्रमाणे रात्री अकरा साडेअकराच्या पुढे मोकळ्या फुटपायरीवरील आडोशाची जागा झोपण्यासाठी शोधायचा. ठराविक जागा नसायचीच. "होटल मे खाना और फुटपाथ मे सोना" ही म्हण त्यांना तंतोतंत लागू होती. कांत्या आणि नारायण दोघे कुठं काम शोधण्याच्या निमित्त गेले कि पहिला येणारा अंथरुण घेऊन फुटपायरीवर गोणपाट टाकायचा, ती गोणपाटं दोघांची असायची. असाच रात्री कांतीलाल काखेत गोणपाटाची वळकटी करून रस्ता क्रॉस करून फुटपायरीला आडोशाची जागा शोधत होता. इतक्यात एक इसम त्याच्या जवळ आला आणि त्याला हटकलं–

"ए...किधर जाता है?" कांतीलालने आश्चर्याने त्या इसमाकडे पाहिलं–

"सोने को।"

"इसमें क्या लपेटा है?"

"अरे...बाबा यात अंथरुण हाय।" वैतागून कांतीलाल बोलला.

"मग...दाखव।"

कांतीलालनं असं सांगताच ती वळकटी खोलली, फक्त गोणपाटाचे तुकडे आणि एक चादर. हे सगळं पाहताच त्या इसमाचे समाधान झाले. तो गृहस्थ रात्रपाळीवर असलेला 'स्पेशल ब्रॅन्चचा कॉन्स्टेबल' होता हे कांतीलालने विचारल्यावर कळलं. नारायण रात्री झोपायला आल्यावर कांत्याने ही कथा त्याला सांगितली, तसा नारायण हांसत सुटला. बोलता बोलता कांत्याला झोप लागली, परंतु नारायणला काही झोप येईना. वाटेवरनं जाताना बब्या फुलवाला झोपायला फुटपाथच शोधत होता तो नेमका नारायण जवळ येऊन ठेपला. त्याच्या बाजूलाच त्याने पथारी मांडली. दोघेही गप्पा मारण्यात गुंग झाले तर कांत्या घोरण्यात गुंग होता. बब्याने त्याला पान खाण्यासाठी चल म्हणून सुनावलं– रात्रीचे दोन वाजले होते, पानाच्या गाद्या सगळ्या बंद झाल्या होत्या–

"अरे पण आपण पान कुठं खाणार? सगळी दुकानं तर बंद झालीयत।"

"अरे...नारायण गोलपिठा रातभर चालू असतो, पानाचं दुकान तिथं रातभर चालू असतं. तू एवढा शिकल्या सवरल्याला पन तुझ्यासारखा घेलचोद्या कुठं सांपडायचा न्हाय, होल मुमईत।"

बबन्याने नारायणला सुनावले.

"ठीकयं, चल",

"च्यायला पानच खायाचं हाय ना तुला, चल मग," असं म्हणत नारायणनं बब्याला होकार दिला. बब्या आणि नारायण सरदार वल्लभभाई पटेल रोडचा नाका सोडून प्रार्थना समाजाच्या दिशेने चालले होते– रात्री दोनचा सुमार. दोघांच्याही गप्पा जोरात चालल्या होत्या. इतक्यात पाठीमागून अर्धी खाकी चड्डी आणि सफेद शर्ट घातलेला इसम होता बॅटरी घेऊन त्यांच्या पाठोपाठ यायला लागला. नारायणला हे ताबडतोब जाणवलं. बब्या पार टरकून गेला. त्या इसमानं आला तसा पहिला बब्याच्या पाठीवर हात मारला, दुसरा हात नारायणच्या पाठीवर मारणार इतक्यात नारायणनं सावध होऊन त्याचा हात ताबडतोब झटकला. झटकल्या झटकल्या त्या इसमानं बब्याच्या पाठीवरचा हात काढला अन् नारायणच्या पाठीवर हात टाकून त्याचं जोराने गचुडं धरलं. त्याची शर्टाची कॉलर मानेभोवती घट्ट व्हायला लागली. बब्या दूर पळाला होता. नारायणला ते असह्य होऊन नारायणने एक खाडकन त्या इसमाच्या मुस्कटात मारली, त्याच्या मुस्कटात मारल्या मारल्या तो चवताळून आणखी अंगावर यायला लागला तसा नारायण एकदम स्तब्ध झाला.

"खबरदार– हात लावू नकोस– उभा रहा."

"काय...रे चोरांनो रात्रीचं कुठं चाललायं."

तो इसम तावातावाने बोलत होता.

"आम्ही चोर नाही."

"मग एवढ्या रात्री कुठे चाललात?"

"पान खायला."

"पान खायला काय तुमच्या बापाने दुकानं एवढ्या रात्री उघडी ठेवली काय?"

"हे बघ, बाप काढू नकोस. तू कोण आहेस ते सांग?"

"पुलिसवाला।"

असं म्हणताच नारायणला कळलं हा इसम पण "स्पेशल ब्रॅन्च" मधला पोलीस असावा.

"ठीक आहे. तुम्ही नीट चौकशी करा, पाहिजे तर पोलिस स्टेशनवर घेऊन चला, परंतु चोरीचे वगैरे आरोप करू नका किंवा मारहाणही करू नका– आमची पोलिस स्टेशनवर यायची तयारी आहे."

असं नारायणने सांगताच त्या अर्ध्या चड्डीवाल्याने शिट्टी काढली आणि फुर्र...फु...र्र अशी चार पांच वेळा वाजवली. बघता बघता इमारतीच्या बोळांत इकडं तिकडं लपलेले, सफेद लेंगा आणि सफेद शर्टातले आठ दहा इसम काठ्या वाजवत बाहेर पडले. ते नारायणच्या दिशेने येत होते. नारायणने ओळखले कि आता आपली धुलाई होणार. हे ओळखताच तो अगोदरच जरा लांब झाला आणि सगळ्यांच्या

समोर ताठ मानेनं उभा राहिला. सगळे जवळ येत आहेत हे पाहाताच बब्या एका बाजूला टणाटणा उडत होता, अगोदरच हाडकुळा "च्यायला झक मारली अन् नारायणला पान खायला चल बोललो" असं बब्याला वाटायला लागलं. पोलीस जवळ येऊन ठेपले तसं नारायणने इंग्रजीत बोलायला सुरुवात केली आणि तेही विनम्रपणे. त्याच्या बोलण्याने सगळे त्याच्याकडे पाहत राहिले. मात्र त्यातला एक जण पुढे येत होता तो खांद्यावर हात टाकणार इतक्यात नारायणनेच मराठीत त्याला समजावून सांगितलं. आम्ही भाजीवाले आहोत, कष्टकरी आहोत, श्रमाने कमवून खाणारे लोक आहोत, चोऱ्या चपाट्या करून जगणे हा आमचा धंदा नाही. याबाबत सविस्तर विवेचन केले. परंतु काही पोलीस ऐकायला तयार नाहीत हे पाहून नारायण आपणहून पोलीस स्टेशनला घेऊन चला म्हणाला. पोलीस स्टेशनला उचल्या लोकांचा कोटा पूरा करून रिपोर्ट द्यायचा असतो. यात अपराधी आणि बिन अपराधी हे एकाच तराजूत तोलले जातात हे नारायणच्या लक्षात आले. तो बब्यासहित कांदेवाडी जवळ असणाऱ्या महारबावडी पोलिस स्टेशनमध्ये आला. पहातो तर काय? जवळ जवळ ५०-६० लोक रांगेने बसवलेले. बिचारे सगळे फुटपाथवासीय. जवळ जवळ सगळेच मजूर, श्रमिक, कुणी पाटीवाले, कुणी फेरीवाले. गुन्हा त्यांचा एकच फक्त फुटपाथवर झोपण्याचा होता. सगळ्यांची नावे रजिस्टरमध्ये पत्त्यासहित नोंदवली जात होती. पोलिस स्टेशनवर एवढा ताण पडत होता तरीही पोलिस लोक कसेबसे काम उरकण्याच्या बेतातच होते. पाटीवाल्यांच्या रांगेत नारायणला आणि बब्याला उभं रहावं लागलं. एक-दीड तास निघून गेला. बब्याला मात्र पानाची खाज जात नव्हती, त्यानं तिथंच एका पाटीवाल्याकडून पंढरपुरी तंबाखू अन् चुना घेतला. तंबाखू हातावर घसाघसा मळली हातावर फक्की मारली, अर्धी चिमूट नारायणच्या हातावर ठेवली अन् अर्धी आपल्या होठात ठेवली अन् लागला पचापच पिचकाऱ्या मारायला. जणु काही त्याला खंतच नव्हती. त्याची तलब भागली होती. परंतु नारायणने त्या श्रमिकांच्या जीवनाची ही रळा पाहिली आणि त्याला फार मनोमन वाईट वाटले. बिचाऱ्या ह्या श्रमिकांना घरदार नाही, हे श्रमिक याच देशातले, आकाश हेच पांघरुण आणि धरती, हेच अंथरुण परंतु याची दाद कोण घेतो? कारण तोही त्यातलाच अपराधी होता, फुटपाथवर झोपला हा अपराध आहे. परंतु त्या पाटीवाल्याच्यामध्ये एक चक्क स्वातंत्र्यसेनानीही होता. नारायणने पोलीस स्टेशनच्या इन्स्पेक्टर जवळ जाऊन कैफियत मांडली, स्वत: आमचा गुन्हा काही नाही हे इंग्रजीतूनही पटवून दिलं, हा तरुण पोरगा इंग्रजीतून बोलतोय हे पाहून त्या ड्युटी इन्स्पेक्टरने ओळखलं आणि त्याला तिथं थोडा वेळ रायटरचं काम करायला लावलं, ते नारायणने आनंदानं केलं- तेव्हा बोलता बोलता नारायणने श्रमिकांचीही कैफियत मांडली. परंतु "बाबा हे सरकारचे आदेश असतात", आम्हाला कोटा

द्यायचा असतो ते तुला कळायचं नाय. इत्यादि उपदेशाचे डोस नारायणला मिळाले, मात्र त्याने नारायणने केलेल्या कामाखातर नारायणला आणि बब्याला पहाटे चार वाजता सोडून दिले. नारायण व बब्या प्रार्थना समाजाच्या दिशेने आले. कांत्या अजून फुटपाथवर चक्क घोरत पडला होता. हा भाग लॅमिंग्टन रोड पोलिस स्टेशनच्या हद्दीतला असल्यामुळे महारबावडी पोलिस स्टेशनची धाड ह्या फुटपाथवर पडली नव्हती, नाहीतर कांत्यालाही पोलिस स्टेशनातच घोरावं लागलं असतं, हे नारायणने ओळखले. बब्याने मात्र रात्रीच्या वेळी पान खाण्याकरिता लांबवर न जाण्यासाठी कानाला खडा लावला अन् नारायणच्या बाजूलाच पथारी टाकून झोपला. नारायणची मात्र झोप उडून गेली. या सामाजिक अवस्थेबद्दल रात्रभर तळमळत राहिला.

***

पुढे शिकण्यासाठी म्हणून नारायणने सिद्धार्थ कॉलेजमध्ये शास्त्र शाखेत नाव घातलं. नव्यानेच बांधलेल्या वडाळा हॉस्टेलमध्ये तो राहायला गेला. परंतु तेथे मेस पद्धतीही आली नव्हती. शास्त्र शाखेत तो नाव घालून विनाकारण फसला. अख्ख्या दिवसाचं कॉलेज आणि काम करणं याचा मेळ काही बसेना. जेवणाचा पत्ता नसायचा. संपूर्ण दारिद्र्य. कपडालत्ताही पुरेसा नाही. आई बापाच्या भांडणामुळं कुणीच त्याच्याकडे लक्ष द्यायला तयार नव्हतं. त्यात भर म्हणून आईचं बापाबरोबर जोरदार भांडणं होऊन आई सांताक्रूझला पोट भरण्यासाठी गेली. तिचा पत्ताही कोणाला माहिती नव्हता. नाम्या, लक्षा, दगड्या, गंगी, काळ्या, बाळ्या यांचा भार तिला दिवसेंदिवस झेपत नव्हता. त्यात नारायणसाठी ती कुठून खर्च करणार? नारायणला "सिव्हिल इंजिनियर" व्हायची फार इच्छा होती, परंतु हॉस्टेलमध्ये एवढी उपासमार व्हायला लागली कि त्याला आई असेल तिथे तिला शोधत यावं लागलं– रस्त्यावरच फुटपायरीवर तिनं भाजीच्या दोन पाट्या मांडल्या होत्या. बाकीची पोरं आजुबाजूला बसली होती. नारायण उपाशीपोटी आईकडं आला. तिचं फाटलेलं लुगडं, तिचा मळकट अवतार, मुलांचा दिनवाणी चेहरा हे सगळं पाहून नारायणचं मन कळवळून गेलं. नारायणला शिकवायची आईची इच्छा खूप खूप होती, पण त्या मायमाऊलीचा काही इलाज चालत नव्हता. नारायण आला आणि भाज्यांच्या पाट्याजवळ दिनवाणी चेहऱ्यानं उभा राहिला. जवळ जवळ पंधरा दिवस उपासमार सहन करत होता. आईला कसं सांगावं असं राहून राहून त्याला वाटत होतं पण शब्द फुटत नव्हता. त्याच्या चेहऱ्याकडे आईने पाहिलं.

"का बाबा आलास?"

"सहज आलो."

"एवढा सुकलास."

असं म्हणत आईने त्याच्या चेहऱ्यावरून हात फिरवला. नारायणला अगदी गहिवरून आलं. त्याच्या डोळ्यात पाणी तरारलं. त्याला बोलवेना, कंठ दाटून आला. आईनं ओळखलं. तिच्या डोळ्यातनंही आसवं गळायला लागली, आईच्या डोळ्यातली आसवं पाहून नारायणही घळाघळा रडायला लागला. पण नारायणचे अश्रू घळाघळा डोळ्यातून बाहेर पडायला लागताच आईनं आपल्या फाटक्या पदरानं, लगेच नारायणचे डोळे पहिले पुसले अन् त्याच पदरानं मग आपले डोळे पुसले. त्या फाटक्या पदरात साऱ्या मायलेकरांचं विश्व होतं. नाम्या बाजूलाच उभा होता. त्याला आईच्या आणि दादाच्या रडण्याचा अर्थ कळत होता. हातात त्याच्या कुरमुऱ्याची पुडी होती, तो कुरमुरे चघळता चघळता थबकला, आई दादाच्या रडण्यामुळं त्याच्या तोंडातले कुरमुरे त्याच्या तोंडातच राहिले अन् त्याचे डोळेही पाण्याने भरून आले. लक्षा, दगड्या, गंगी, काळ्या, बाळ्या यांना त्यांच्या आसवांचा अर्थ तेवढा उमजला नव्हता. मात्र सगळ्यांचे चेहरे फारच केविलवाणे झाले होते. नाम्याच्या डोळ्यातली आसंवे आईनी पाहिली आणि त्याला डाव्या बगलेत घेतला, नारायणला उजव्या बगलेत घेतला आणि रस्त्यावरच त्या दोघांना घेऊन परत अचानक घळाघळा रडायला लागली.

"बाळानु, मला लई शिकवायची इच्छा हाय. पन् काय करू तुमच्या बापानं पार वाटुळं चालावलंय. पन तुमी भाकरीच्या तुकड्यापाय उपाशी रहाताय. कसलं शिकावनं होतंय. तू कसाबसा मॅट्रीक झालायसं. नामदेवाला पन तेवढं शिक्षान दीन. तुमाला नुकरी लागली मजी तुमी तुमचं तरी करून पॉट भराल– मी कुठवर करायची, किती काबाडकष्ट करतिया तुमी बगताय!"

आईचा एकेक शब्द नारायणचं अन् नामदेवचं अंत:करण चिरत होता. दोघांची आतडी पार फाटत चालली होती. दगड्या, लक्षा, गंगी, काळ्या, बाळ्या सगळी पाठी उभी राहून भिरीभिरी बघत होती. या मायलेकरांचा दुर्देवी खेळ रस्त्यावरची गिऱ्हाईकं पाहत होती. आजुबाजूचे भाजीवाले बघत होते. परंतु कोणाही जवळ त्याचं उत्तर नव्हतं. याच्यातलं मर्म आईला आणि नारायणला कळलं होतं आणि नामदेवला ते थोडं उमजायला लागलं होतं. भाकरी माणसांना कधी कधी किती लाचार बनवते हे नारायणला कळत होतं. भाकरी माणसाला मिळाली नाही की, त्याला त्याचं सर्वस्व हरवून बसावं लागतं– भाकरी वेळेवर न मिळणं याचचं दुसरं नाव दारिद्र्य. ही मिळवण्याकरिता सगळं काही सोडून द्यावं लागेल; वेळप्रसंगी शिक्षणही सोडावं लागेल, आईला आपण कुठवर त्रास द्यायचा? किती पोराबाळांचा ती त्रास कुठवर घेणार? आपण जर ह्या क्षणाला आईला मदत करु शकलो नाही तर उद्या शिक्षण घेऊन सुद्धा काय कामाचं? काय उपयोग आहे शिक्षणाचा? आईचं रक्त आटवून आपण शिक्षण घेत राहावं आणि फाटक्या लुगड्यावरचे काबाडकष्टाचे हाल हाल

आपण पाहत रहावे? असे नानाविध प्रश्न नारायणच्या मनात डोकवायला लागले. त्याने आईला न सांगता कॉलेजचे शास्त्र शाखेचे शिक्षण सोडून देण्याचा निर्णय तिच्या कुशीतच घेतला. आईचे त्याला हाल पाहवत नव्हते. स्वत:च्या परिस्थितीमुळे त्याला एवढं विषण्ण वाटायला लागलं की मनात विचार आला जीवच द्यावा. पण परत आईचा विचार डोक्यात आला आणि त्याला वाटलं एवढं काबाडकष्ट करायला आपली आई घाबरत नाही, त्याला हिंमतीने तोंड देतेयं तर आपण जीवनाला सामोरं कां जाऊ नये? विचार करता करता त्यानं आईच्या कुशीतलं डोकं काढलं. आईनं नामदेवाला सांगितलं–

"नामा...जा, दादाला एक 'चा' सांग.''

नामदेव आईच्या कुशीतनं उठला. हातातली कुरमुऱ्याची पुडी दादाजवळ देत बोलला–

"दादा...ही भेळ खा मी 'चा' सांगून येतो.''

नारायणने ती पुडी हातात घेतली अन् गंगीच्या हातात दिली आणि ती काळ्या बाळ्याला भरवायला सांगितली. सगळ्या पोरांनी आपआपल्या कुरमुऱ्याच्या पुड्या खाऊन कधीच फस्त केल्या होत्या. इतक्यात नामदेव 'चा' वाल्याला बरोबरच घेऊन आला. नारायणने अर्धा चहा बशीत ओतला, अर्धा तसाच कपात ठेवला आणि कप आईला दिला. आईनं कपातल्या अर्ध्या चहाला तोंड लावल्यागत केलं आणि तो कप नामदेवला दिला.

"नामा 'चा' घे– पोरानी लई मेहनत घेतली बघ– मला लई उचलायसाचलाय मदत करत्यात.''

नामाला चहा देत ती नारायणला सांगत होती. नारायणनं बशीतला चहा गंगीला प्यायला बोलावलं.

"नगं दिवूस– ती लई चा पित्यात.''

असं म्हणत नारायणला "चा'' पिण्याचा आग्रह आईनं केला. आईच्या आग्रहाखातर नारायणनं "चा'' कसाबसा नरड्याखाली घोटला. मात्र, तो चहा पिताना स्वत:च्या नरड्यात कितीतरी पोरांची तोंडं अडकल्याचा त्याला भास होत होता. दादाकडं सगळी पोरं टकामका पाहत होती. "पहिलं पोर पास झालंय म्हणून आईला त्याचं लई कवतिक वाटत होतं. आईनं तपकिरीची डबी काढली आणि नाकात चिमूट भरली अन् उघडी डबी पोरापुढं केली. नारायणनेही चिमूटभर तपकीर अंगठ्याच्या चिमटीत धरली अन् ती नाकात कोंबली. हाच त्यांना क्षणभर काय तो सुखाचा वाटत होता.

"नारायण– तू एकादी नुकरी बिकरी बघ.''

अगदी नारायणच्या मनातला तिनं विचार बोलून दाखवला होता.

"ठीकयं! मला नोकरी मिळाली तर अवश्य करीन." नारायण तिला सांगत होता.

"तुला भाजीच्या पाट्या उचलायचासलायच्या न्हाईत. आनी शिकल्याल्या पोरानी हा धंदा कशाला करावा?" आई मायेनं बोलत होती. नारायण ऐकत होता.

"पन लक्षांत ठेव, चांगल राहावं, लांडी लबाडी करू नाय, इमानदारीनं आपली चाकरी करावी, आपली गरिबी हाय– आनि आपल्याकडून एखाद्याचं चांगलं होत आसल ती बी करावं."

आईचं बोलणं नारायण मन लावून ऐकत होता. तिच्या एकेक शब्दाचा तो अर्थ जुळवायचा. दारिद्र्य, सेवा, चाकरी, मदत या सगळ्या शब्दांशी नारायण चांगलाच परिचित होत होता. आईची नुसती शिकवण नव्हती, तर प्रात्यक्षिकासहित ती मुलांना जीवनाचा अर्थ पटवून देत होती. या वेळेला नामदेव मात्र पाटीतल्या वांग्यांचा हिशोब करण्यात गुंग झाला होता.

* * *

नोकरी शोधण्याचा खटाटोप नारायणने चालवला, टाईम्स ऑफ इंडिया अन् लोकसत्ता या वर्तमानपत्रांचे पान अन् पान तो चाळायला लागला. छोट्या छोट्या जाहिरातीही त्याने नजरेतून सुटू दिल्या नाहीत. पॅकर्स, वॉर्ड बॉय, मॅसेन्जर यांसारख्या छोट्या छोट्या नोकऱ्यांकरिताही तो दारोदार भटकला. माझगाव, वरळी, खेतवाडी, दादर या भागातून लघु उद्योग करणाऱ्या कारखान्यांतूनही नोकरीचा तपास लावण्याचा प्रयत्न केला, परंतु नोकरी काही मिळेना. रोजगार विनिमय केंद्रात त्याने नाव नोंदवले होते व नोकरी शोधत असताना तो भाजीचा धंदा करत होता. त्याची लाज बाळगत नव्हता. अधून मधून मित्रांच्या गाठीभेटी व्हायच्या. गणेशोत्सव, दीपावली, हरतालिका, वटपौर्णिमा या सणांच्या वेळी धंदेही तो बदलायचा. गणेशोत्सवाच्या वेळी टरबूज, काकड्या, दीपावलीच्या वेळी रांगोळ्या, वाती, पणत्या, हरतालिकेच्या वेळी वरी, लोणी, चिंच, वटपौर्णिमेच्या वेळी फणस, जांभुळ, गौरीच्या वेळी तवशीची पानं व तवसा अशा प्रकारे तो धंदा करायचा. त्यात सणावारांचे दोन पैसे मिळायचे. स्वत:ला भावंडांना नवे कपडे शिवण्याची संधी मिळायची. कधी कधी मोसंबी, संत्री, लिंबे यांचाही तो धंदा करायचा. लागणाऱ्या भांडवलासाठी तो कधी कधी मित्रांकडून पैसे उसने घ्यायचा व तो व्याजासहित परतही करायचा. या धकाधकीच्या जीवनात त्याचा जीवनगाडा चालला होता.

* * *

असाच एके दिवशी सुन्न मनानं नारायण बाकड्यावर बसला होता. आई भाजी धुत होती. दुपारची वेळ, बापानं फळकुटावर अंग ताणून दिलं होतं. पोरं इकडं

तिकडं फिरत होती. बापानं आईचा सांताक्रूझचा पत्ता काढून कुटुंबाला परत बाकड्यावर आणलं होतं. दारु प्यायचा, जुगार खेळायचा, बायकोला मारहाण करायचा पण रामभाऊचा एकटा जीव कुठं सुखी रहायचा नाही. त्याला पोरांच्याबिगर करमायचं देखील न्हाय. इतक्यात पोस्टमन आला, एक पाकीट त्यानं बाकड्यावर भिरकावून दिलं. पाकिट नारायणने हातात घेतलं तसं फोडलं– त्याच्यात 'कॉल लेटर' होतं. पी. डब्ल्यु.डी.चं इमारत बांधकाम व दळणवळण खात्याचे पत्र होतं. नारायण बागडेला मुलाखतीसाठी बोलवलं होतं. पत्र वाचून नारायण आनंदाने हुरळून गेला. आई– बापाला ही बातमी सांगितली.

"आई– मला नोकरीचं पत्र आलंय."

आई भाजी धुता धुता थबकली. तिनं नारायणकडे पाहिलं–

"कुठलं टपाल आलंय– सरकारी हाफीसातलं– बरं झालं बाबा, नवसाला देव पावला."

असं म्हणत आईने भाजी धुता धुता हात पदराला पुसले अन् देवाला हात जोडले. ही बातमी बापानेही ऐकली.

"कधी बोलावलंय?"

"दोन दिवसांनी सकाळी १० वाजता बोलावलंय!"

"पगार किती हाय?"

"दीडएकशे रुपये"

"बरं झालं एकदाचं!"

असं म्हणत बाप ताडकन् फळकुटावरून उठून बसला. विचार करायला लागला, "आता पॉर कामाधंद्याला लागलं मंजी आमचा तरास कमी व्हईल." आई भाजी बादलीत टाकून धुत होती. रामभाऊच्या चेहेऱ्यावर पोराच्या नोकरीची बातमी ऐकून तेज झळकाय लागलं. नारायणचा चेहरा एकदम प्रफुल्लित झाला. बाजारातल्या सगळ्या भाज्या त्याला हिरव्या-हिरव्यागार, ताज्या-ताज्या वाटायला लागल्या, सगळ्या भाज्यातला त्याला थंडपणा जाणवायला लागला. दुपारची निरव शांतता. त्या शांततेत सापडलेलं हे पत्राचं सुख! परवाचा दिवस कधी उजाडतोय, मी मुलाखतीला कधी जातोय असं नारायणला राहून राहून वाटायला लागलं. मनात एक प्रकारची हुरहूर निर्माण झाली. ती हुरहूर त्याच्या मनाला पानातून थंडक खाल्ल्यासारखं सुख देत होती.

***

दोन दिवस उलटले तसा नारायण फोर्ट मधल्या पी.डब्ल्यू.डी.च्या सी.टी.ओ. समोर असलेल्या दगडी इमारतीत पहिल्या माळ्यावर पोहोचला. मुलाखतीसाठी

चाळीस पन्नास तरुण मंडळी मुलं मुली आल्या होत्या. फक्त एकच जागा खाली होती. कार्यकारी अभियंते आणि त्यांचे सहकारी मुलाखती घेण्यात दंग होते. कुणाला काय काय विचारलं याची प्रत्येक उमेदवार एकमेकाला विचारून माहिती करून घेत होता. नारायण तसा शांतपणे उभा होता. त्या ऑफिसमध्ये इकडं तिकडं पाहत तो चेहरे न्याहाळत होता. इतक्यात ऑफिसमधला एक हेडक्लार्क श्री. पाडगांवकर हा फाईल घेऊन बाहेर येत होता. त्याची नजर नारायणवर गेली आणि त्याला त्याने एका बाजूला हळूच खुणावलं. नारायण एकदम दचकला, कुठलातरी साहेब आपल्याला बोलावतोय म्हणून तो पटकन त्या साहेबांकडं वळला!

"कायरे...तू गिरगांवात राहतोस का?"

"हो."

नारायण चांचरत चांचरत बोलला. हा गृहस्थ कोण आहे हे त्याला आठवलंच नाही.

"इंटरव्यूला आलास काय?"

"हो. पण तुम्ही...मला कसं ओळखलंत?" हे नारायणने त्या गृहस्थाला विचारलं.

"तू भाजी बाजारात भाजी विकत बसतोस ना?"

"हो."

"मी कित्येक वेळा तुझ्याकडून भाजी घेऊन गेलोय." असं म्हणताच नारायणला देव पावल्यासारखं वाटायला लागलं.

"काय रे...तुझ्या आईबापाची नेहमी भांडणं होतात ना!"

असं त्या पाडगांवकराने विचारताच नारायणला उचलून आदळल्यासारखं वाटायला लागलं. च्यायला जिथं जावं तिथं आईबाप भांडणाबद्दल म्हाजूर. नारायणचा चेहरा शरमेनं चूर झाला. आपल्या आईबापाचं बिंग फुटलं. आता काय आपल्याला नोकरी मिळत नाही, या भावनेनं नारायणचा चेहरा काळवंडला.

"ठीकयं, तुझं इन्टरव्यूचं पत्र दाखवं."

असं म्हणताच नारायणने ते पत्र पाडगांवकराला दाखवलं.

"मी ही गिरगांवातच रहातो– भटवाडीत! माझं नाव पाडगांवकर."

असं म्हणत पाडगांवकरने पत्र पाहिले अन् तो मुलाखतीच्या ठिकाणी हातातली फाईल घेऊन निघून गेला. नारायण त्याच्याकडे पाहतच राहिला. इंटरव्यू जोरात चालले होते. नारायणचाही नंबर आला, तो इन्टरव्यू देऊन आला. इन्टरव्यू चांगला झाला नाही म्हणून तो खिन्न मनाने फोर्ट मधून गिरगांवच्या दिशेनं चालायला लागला. येताना वाटेत मेट्रो सिनेमा जवळ थबकला. उगाचच सिनेमाची पोस्टरं पाहायला लागला. परत पुढे आला. समोरच कयानी रेस्टॉरन्ट होते. त्या रेस्टॉरन्ट

मध्ये जाऊन ''मावा केक आणि चहा'' घेतला. संध्याकाळ झाली होती. तो धोबीतलावच्या दिशेनं गिरगांवच्या भाजी मार्केटकडं ''बॅक टू द पॅव्हीलियन'' निघाला.

तीन चार दिवसांनी परत एक टपाल मिळालं– नारायणने फोडून पाहिलं आणि आश्चर्यचकित झाला. ज्युनिअर क्लार्कची नोकरी पी.डब्ल्यू.डी.त मिळाली होती, ती हंगामी होती. ही बातमी आईबापाला सांगताच आई बाप खुश झाले. सगळा बाजारभर नारायणने आनंद व्यक्त केला. त्यांच्या घराण्यात नोकरी कुणीच केली नव्हती– नारायण हाच पहिल्यांदा नोकरी करणारा!

***

कार्यालयात गेला तसा त्याने डिस्पॅच सेक्शनचा चार्ज घेतला. इनवर्ड, आऊटवर्ड वर्क शिकायला मिळालं, लेटरचं सॉर्टींग कसं करतात हे पाहायला मिळालं, सगळे पत्ते, इंग्रजी अक्षराचं वळण, ड्राफ्टींग हे अनुभवायला मिळालं. पाडगांवकराने त्याला एकदा बोलावलं आणि त्याची शिफारस केल्याची बातमी हळूच नारायणला सांगितली. नारायणने त्याचे आभार मानले. नंतर नंतर तर पाडगांवकराची अन् त्याची दोस्ती जमली. गिरगांवची येण्या– जाण्याची संगतही मिळाली. ही संगत जुळण्याचे आणखी एक मजेशीर वेगळेच कारण होते.

त्या ऑफिसमध्ये हेमा आणि नलिनी ह्या दोन मुली क्लार्क होत्या. दोघीही अविवाहित. पाडगांवकर हाही अविवाहित पण तो वयस्कर होता. त्याचं लग्न जुळत नव्हतं. आणि त्याचं वयही उलटून चाललं होतं. नारायण हा तसा सावळा, देखणा आणि बोलक्या स्वभावाचा. नारायण, हेमा, नलिनी यांच्याकडे डिस्पॅचचे काम सोपवले होते. हे तिघे मिळून एकत्र काम करायचे. त्यांच्या गप्पाटप्पा चालायच्या, दुपारी लंच मध्ये एकत्र जेवायला बसायचे. ऑफिसमधल्या बऱ्याच तरुणांना या मुलींच्याविषयी आकर्षण होतं. नारायणला तसं खास आकर्षण वाटायचं नाही, परंतु त्याच्या मनमोकळ्या स्वभावामुळं हेमाची व नलिनीशी त्याची मैत्री वाढली. हेमात व नलिनीत नारायणच्या मैत्रीसाठी संघर्ष व्हायला लागला. कधी कधी रुसवे फुगवे व्हायला लागले. नारायणच्या ध्यानात हा प्रकार हळूहळू आला. पण त्याने त्याकडे फारसं लक्ष दिलं नाही. एके दिवशी पाडगांवकराने नारायणला बाजूला घेऊन विचारले–

''काय रे, तुझी त्या दोघींच्या बरोबर मैत्री जमलीय असं मी ऐकतोय!''

''हो, ऑफिसच्या कामापुरती.''

''पण जपून रहा– त्या दोघी तुला लपेटून टाकतील बघ.''

''मग काय करायचंय मला. पण आपलं सांगितलं.''

पाडगांवकर नारायणच्या चेहेऱ्यावरचे हावभाव टिपत होता. नारायणला त्याचं काही सुद्धा वाटत नव्हतं.

"पण कायरे... तू त्यांना पटवू शकशील काय?"

या प्रश्नासरशी नारायण पाडगांवकराकडं पाहायला लागला. त्याने पाडगांवकराच्या मनातला हेतू ओळखला होता.

"चल... चैलेन्ज आहे. तू हे करू शकत नाहीस!"

असं पाडगांवकराने नारायणला डिवचलं.

"पाडगांवकर मी त्यांना इझीली पटवू शकतो." हे नारायणचं निर्धाराचं बोलणं ऐकून पाडगांवकर टणकन उडाला.

"काय... बोलतोस यार– तुझ्यात काय हिम्मत आहे?"

पाडगांवकर चैलेन्ज देत होता.

"ठीक आहे, तुमचं चैलेन्ज स्विकारलं." असं म्हणत पाडगांवकराच्या हातात हात नारायणनं मिळवला.

* * *

ऑपेरा हाऊस थिएटर मध्ये "हिमालय की गोद में" हा चित्रपट लागला होता. त्याच्यातली गाणी हिट होती. नारायणनं एके दिवशी तीन तिकीटं आगाऊ आणली आणि हेमा व नलिनीला पिक्चर पाहायला यायला सांगितलं. अगोदरच नारायणबद्दल दोघींच्यात संघर्ष चालला होता. एक तर कोवळा तरणाबांड पोरगा, एक विशेष अदाकारी, असा नारायण. नारायणने हा कार्यक्रम दोघींना एकाच वेळेला सांगितला आणि हेमा, नलिनी ह्या दोघीही एकमेकींकडं पाहायला लागल्या. कुणालाही नाही म्हणायचं धाडस होईना. नारायण त्या दोघींचेही हावभाव टिपत होता. दोघींनीही एकदम होकार दिला. नारायण खूष.

दुपारची वेळ, तीनचा पिक्चर. दोघींना घेऊन नारायण ऑपेरा हाऊस थिएटरमध्ये शिरला. हेमा व नलिनी दोघीही नारायणच्या एका कडेला बसल्या. नारायणच्या बाजूला हेमा, हेमाच्या बाजूला नलिनी असा प्रकार झाला. नलिनीला काही ते सहन होत नव्हतं. इन्टरव्हल झाला तसं नलिनी म्हणाली–

"माझ्या जागेवर हेमाला बसवा– मी तुमच्या जागेवर बसते आणि हेमाच्या जागेवर तुम्ही!"

नारायणला कळलं होतं, पण त्याने तसं भासू दिलं नाही. त्याला मनात नुसत्याच गुदगुल्या होत होत्या. तो दोघींच्या मध्ये बसला. नारायणने त्या दोघींशी मनमोकळेपणाने गप्पा मारल्या पण त्या दोघी एकमेकींवर जळफळत होत्या हे नारायणला ठाऊक होतं. त्याने इंटरव्हल मध्येच तीन वेफरची पाकीटं आणली.

दोघींना दोन दिली आणि स्वत: एक मजेत खात बसला. दोघींनी मात्र पिक्चर सुरू झाल्यानंतर वेफर खायला सुरुवात केली. पिक्चरची सुरुवात झाली आणि हेमा व नलिनीचं वेफरचं खाणं "कुडूम कुडूम" चाललं होतं. तो आवाज आजूबाजुच्या प्रेक्षकांनाही सहन होत नव्हता. त्या दोघीही नारायणला मधून मधून वेफर खायला देत होत्या. संध्याकाळचे सहा वाजले, पिक्चर सुटला. नारायण हेमा व नलिनीला पोहोचवायला बस स्टॉपवर जायला लागला तसा त्यांच्या ऑफिसमधला एक शिपाई दिसला. त्या शिपायानं तिघांनाही पाहिलं– त्या दोघींनाही दरदरुन घाम फुटला. नारायण मात्र निश्चिंत होता. दुसऱ्या दिवशी ही बातमी ऑफिसभर झाली. नारायणचा आणखीनच रुबाब वाढला. पाडगांवकर चैलेन्ज हरला होता. पाडगांवकरने ते कबूल केलं होतं.

नारायणनं पहिला पगार हातात घेतला– बाजाराच्या दिशेने येताना त्यानं पहिल्या पगारातून काय काय करायचं याची स्वप्न रंगवली. पहिला पगार फक्त एकशेतीस रुपये पण तो त्याला तेरा हजाराहून अधिक वाटत होता.

दुसऱ्या दिवशी एक मस्तपैकी ऑफिस बॅग घ्यायची, बूट घ्यायचा, एखादी नवी पॅन्ट शिवायची असा विचार करून तो मार्केटात संध्याकाळी कामावरून आला. आईबापाला पगाराची खबर दिली. आई फारच खुष झाली होती. आईनं सांगितलं.

"तुझ्या पगारातली एक दमडी दिखील आमाला नकोय, तुजं तुला पैसं ठीव, तुला हाफिसाची बॅगबीग घे, कापडं शीव."

नारायण आईचं ऐकत होता.

"आई, तुला लुगडं घे...ना"

"नगं बाबा... आमचं आमी घीवू– तुझा बाप घील की? आमचं हातपाय थकत न्हाईत तवर आमी काबाडकष्ट करून घीवू– आमी थकल्यावर तुमीच घेनार हाय."

हे आईचं बोलणं ऐकून नारायण गदगदून गेला. त्याला माहीत होतं आई आपलं काही ऐकणार नाही. मेहबूब खानच्या चित्रपटातली "मदर इंडिया" असल्यासारखी त्याला त्याची आई वाटायची. बापाने पैसे बघितले अन् बोलला–

"राहू दे, तुलाच महिनाभर खर्चाय लागत्याल, आमाला दीवू नगंस. तुझ्या पैशानं काय आमचा घर खर्च चालायचा न्हाय."

बापाचा हा उदारपणा पाहून नारायणला बरं वाटलं. उद्या सकाळी, सकाळी मस्तपैकी हॉटेलात जाऊन नास्टा करायचा, पोहे, शिरा, ब्रेड बटर आणि चहा असा ताव मारायचा नंतर पॅन्टीचं कापड, एक ऑफिसची बॅग आणायची आणि वट मध्ये ऑफिसात जायचं. असा बेत करून नारायणने पगाराचे एकशे तीस रुपये पॅन्टीच्या पाठीमागच्या खिशात ठेवले, ती पॅन्ट रात्री झोपताना खिळ्याला अडकवली, त्यावर शर्ट लटकावलं आणि निवांत बाकड्यावरच झोपला, तो मैदानात काही झोपायला

गेला नाही.

दुसऱ्या दिवशी उठून बिगी बिगी अंघोळीला गेला. अंघोळ करून कपडे चढवली. खिशातली फणी काढून सरासरा भांग पाडला आणि चहा प्यायला म्हणून केळकर हॉटेलच्या दिशेनं निघाला. पॅन्टीत पाठीमागं हात घालून पैसे आहेत कां चांचपलं? पैसे हाताला लागेना म्हणून परत परत खिसा चांचपला, पैसे कांही केल्या हाताला लागेनात– नारायण मनातून चरकला, आल्या वाटेनं पाठी फिरला तो रस्ता शोधत शोधत रस्त्यावर कुठे पैसे पडले की काय या हेतूने तो पाहत पाहत परत बाकड्यावर आला. बाकड्याच्या खालीही पैसे बघितले– बाजूवाल्या रामू बटाटेवाल्यालाही त्यानं विचारलं– परंतु नकारार्थी उत्तर मिळालं. पैशाचा शोध काही केल्या लागेना– राहून राहून नारायण विचार करायला लागला. पैसे कुठं गेले असतील? रात्री तर पॅन्टीत पैसे ठेवले होते. इतक्यात आई पहाटे भायखळ्याला माळवं आणाय गेली होती ती येताना दिसली. आई थकून भागून आली होती. आईला कसं विचारावं हाही प्रश्न होता. आईनच विचारलं–

"चा बी घेतलास का न्हाई?"

"न्हाय."

"मग घे...की."

"पैसं कुठयंत?"

असं म्हणताच आईनं नारायणकडं पाहिलं

"कुठं ठीवलं होतं."

"पॅन्टीत."

आईनं नारायणच्या दिनवाणी चेहेऱ्याकडं पाहिलं. तिला फार फार वाईट वाटलं. तिनं तिच्या मळक्या पिशवीतनं एक रुपया बाहेर काढला आणि तो नारायणला देत म्हणाली–

"नारायण हा घे रुपाया...जा...'चा' पिऊन ये."

"पण आई पैसं कुठं पडलं असतील?"

"जा...वू दे. त्या बांडगुळानं नेलं असत्याल."

कुठल्यातरी झुगाराच्या अड्ड्यावर जाऊन बसला आसल. नीवू दे... नीवू दे..., हा घे रुपाया."

आईनं तर्क केला तसं नारायणला कळून चुकलं. नारायणचं अंत:करण त्या रुपयाकडं पाहून हेलकावे घेत होते. त्या रुपयात त्याला जन्मोजन्मीचं कष्ट आढळत होतं. त्या रुपयात लाखोंची माया होती पण कुठवर हे चालायचं? त्यात काही अंत हवा की नाही? कधी आईला सुख मिळणार? लाखो नारायण घडविणारे तिचे श्रमाचे हात होते. हिम्मत न हारण्याची तिची जगावेगळी किमया होती. नारायणच्या

मनात वेगवेगळे विचार दौडत होते.

"जा...नारायण "चा" घे जा. इचार करू नगस. मी काबाडकष्ट करून कापडं घीन, मी बॅग घीन."

या धीरामुळं नारायणच्या डोळ्यातले अश्रू डोळ्यातच थबकले. नारायणनं आईच्या हातातून रुपया घेतला होता, तो त्यानं परत आईकडं दिला.

"आई, हा रुपया ठेव."

"अरेरे पन्..."

"नको राहू दे तुझ्याजवळ मला ठावं हाय, तू अजून 'चा' घेतला न्हाईस. चार आठ आने वाचवायला तू भायखळ्यावरून इथवर चार मैलाचं अंतर चालत यितीस– हे मला माहितेयं. हे...घे– घडीभर ठेव."

असं म्हणत नारायणनं रुपया भाजीच्या पाटीत टाकला आन् तो पुढं चालायला लागला.

"नारायण, ना...रायण–"

अशी हाळी ती द्यायला लागली. नारायण पुढं पुढं जात होता– मी बापाला गाठून आज त्याच्याकडूनच 'चा' पीन. असा निर्धार करून नारायण मार्केटच्या बाहेर पडला.

***

बाप कुठल्या अड्ड्यावर गेला असेल याचा विचार करत करत नारायण रस्त्यावरून चालला होता. त्याच्या डोक्यात किडे पडले होते. पहिला मेहनतीचा पगार आणि हा अपमान. काय ही लांछनास्पद जिन्दगी "आई मरू देईना अन् बाप जगू देईना"– काय करावं? शहरातले सगळे जुगारीचे अड्डे जाळून टाकावेत? असले जुगाराचे अड्डे चालवणारे किती लोकांचे जीवन बर्बाद करताहेत त्यांना ठाऊक नाही कां? त्यांना बायकापोरं आहेत की नाही? त्यांनाही भावना असतीलच की नाही? कित्येक बायकांच्या संसाराची राख– रांगोळी या जुगारांनी केली असेल? असे नाना तर्कवितर्क करत तो कृष्णा सिनेमा थिएटरकडे वळला त्याला झटकन आठवलं– इथं एक जुगारीचा क्लब चालतो, आईनं कधीतरी सांगितल्याचं आठवलं– तसा तो कृष्णा भेलपुरी हाऊसच्या इमारतीच्या गेटजवळ गेला. भरभर इमारतीच्या पायऱ्या वर चढला. तिथं कृष्णा क्लब चालत होता. क्लबमध्ये त्याने हलकेच डोकावले. वीस पंचवीस लोक जुगार खेळत असल्याचे दिसले. एवढ्या सकाळी सकाळी त्यांना काही कामधंदा आहे कि नाही? हे लोक रातसार जुगार खेळत असावेत असा अंदाज नारायणने बांधला– तो क्लबात शिरला, इकडं तिकडं पाहायला लागला.

"क्या...मंगता है रे– छोकरा," क्लबच्या गल्ल्यावरचा मॅनेजर नारायणला विचारत होता.

"इधर रामचंद्र नाम का कोई आदमी आया है क्या?"

"कौन रामचंद्र?"

अस संवाद चालला असतानाच सगळे जुगार खेळणारे नारायणकडे पाहायला लागले; इतक्यात बापाचा चेहरा नारायणने समोरच पाहिला. नारायण त्याच्या दिशेनं वळला आणि जुगारीच्या टेबलाजवळ थबकला. चौघांची रम्मी चालली होती. रामभाऊनं लेकाचा चेहरा पाहिला तसा एकदम काळवंडून गेला. रामभाऊ खालच्या नजरेनं त्याच्याकडे पाहत होता. इतर त्याच्याबरोबर खेळणारे सवंगडी जुगारप्रेमी विचारायला लागले.

"कौन है रे...राम?"

"मेरा बेटा."

असं म्हणताच नारायण एकदम खवळला– नारायण स्वत:च्या काबूत नव्हता. तो रामभाऊकडं जवळ आला, त्याचं गचुडं पकडलं–

"काय रे...माझ्या खिशातले पैसे कुठयंत!"

"मी घेतले..."

असं बापाने कबूल करताच नारायणने खाडकन बापाच्या थोबाडीत भडकावली.

तसे क्लबातले सगळे जुगारी चमकून गेले– एखाद दुसरा त्याचा हात पकडाय लागला.

"भेंचोद, पैसे चोरून आणलेस माझ्या पगाराचे– माझा पहिला पगार!! आणि तू इथं येऊन आय घातलीस?"

"मादरचोद, माझे पैसे काढ, मला चहा प्यायचाय अजून मी 'चा' पेलो नाय."

सगळे क्लबातले त्याच्याकडे बघत होते. क्लबातला मॅनेजर नारायणकडे धावत आला.

"ए...भाई इधर राडा मत कर. चलो बाहर निकलो... इथर तमाशा नही मंगताय?"

असं मॅनेजर तावातावाने नारायणला बोलत होता.

"क्यूँ...रे, यह कौन है?"

"मेरा लडका" रामभाऊ हळूच बोलला.

"च...लो तुम लोग बाहर निकलो" मॅनेजर रामभाऊला बाहेर जायला सांगत होता.

"चल काढ माझे पैसे– माझे कुठंयत एकशेतीस रुपये!"

"हा...रलो."

असं रामभाऊने सांगताच नारायणने टेबलावर मूठ आदळली.

"भेंचोद यह क्लब बंद करना चाहिए. कितने माँ– बहनों का घरबार तुम बर्बाद कर रहे हो, तुम यहाँ बैठे हुए लोगों को कोई अपनी माँ– बहन, बच्चे, बीवी है की नहीं? अपना सारा पैसा क्लब के गांड में डालते हो क्या? किसका क्लब है, कौन है वो मालिक– दिखाओ...मुझे! साला अपनी मेहनत की कमाई को भी खाने नही देते– है कोई माई का लाल जो मेरे सवाल का जबाब दे सकें?"

नारायण मोठमोठ्याने, तावातावाने बोलत होता. सकाळचा प्रहर पण सगळा भांडणाचा गोंधळ. क्लबमध्ये सगळे जुगार खेळणारे नारायणकडे पाहत होते. कुणाचीही हिम्मत होत नव्हती, नारायणला प्रतिशब्द करण्याची ताकद नव्हती. नारायण बोलत होता ते लोकांना पटलं असावं. रामभाऊचे सवंगडी रामभाऊला दोष कसा देणार? ते त्याचेच भाईबन्द होते. परंतु क्लबात येऊन मुलानं बापाच्या थोबाडीत मारावं हा प्रकार निराळाच होता. कित्येक बायका या क्लबात येऊन नवऱ्याला शिव्या द्यायच्या, पण इथंतर पोरानेच बापाला खडसावून लोकांना विचारलं होतं. मॅनेजर नारायणच्या बोलण्याने हबकून गेला होता. आणखी जास्त काही राडा होईल म्हणून तो रामभाऊला बाहेर काढत होता, तसा रामभाऊ उठला, भित भित निघाला– नारायण पुढं झाला. रामभाऊला नारायणच्या पुढं यावसं वाटत नव्हतं, पण आता इलाज नव्हता. बाहेर दोघे– तिघे गुंड उभे होते. त्यांनी बाहेरून तमाशा पाहिला होता. ते सारखे मॅनेजरच्या इशाऱ्याकडे पाहत होते पण मॅनेजर त्यांना काही इशारा करत नव्हता. नारायण तसा त्यावेळेला जीवावर उदार झालाच होता. बापाला ठाऊक होतं. जर जास्त काही गडबड झाली तर नारायणला इथं मरेपर्यंत मारतील– नस्ती बिलामत येईल. या विचारानं रामभाऊ जिने उतरायला लागला. नारायणला क्षणभर वाटलं याला जिन्यावरनं खाली ढकलून द्यावं– औरंगजेबानं नाही कां बापाला ठार मारला, मरू दे याला पण, काय कामाचा न्हाय हा बाप! निष्कारण घरादाराला छळतोय! आईला दिवसभरात राबवतोय– असा नुस्ताच विचार नारायण करत होता आणि एकेक जिना उतरायला लागला. त्याचं डोकं सुन्न झालं! तो खाली आला, बापाच्या चेहेऱ्याकडं त्याने पाहिलं देखील नाही. तो सुन्न मनानं चालायला लागला– बापानं वेगळा रस्ता धरला.

या प्रकारानं नारायणच्या मनात नाही नाही ते विचार यायला लागले. जीव द्यावा काय? छे, कशाला जीव द्यायचा. मग आपण कशाला बापाच्या थोबाडीत मारली? आपल्याला पाप लागणार नाही काय? छे, कसलं पाप. समजा, हेच पैसे पाकिटातून पडले असते तर आपण काय केले असते? कुठे शोधले असते. मिळाले नसते तर काय आकांडतांडव केलं असतं? आपल्याला एवढं लहानाचं मोठ्ठ केलंय, बापानं आपल्याला काढलंय, मग– आपल्या हातून काय अगतिक हे घडलं? पण आईला

त्रास होतोय त्याचं काय? ती अजून रक्त ओकतेय त्याचं काय? एवढी पोरं याने काढून ठेवली याची जरा सुद्धा खंत बाळगत नाही– याला कुटुंब नियोजन माहित नव्हतं काय? लेकानं बापाला सांगायला पाहिजे काय, निरोध वापर म्हणून. सात पोरं झाली तेव्हाच आईनं स्वत:चं ऑपरेशन करून घेतलं आणि तीच काबाडकष्ट करतेय आणि हा पळपुट्या, नसबंदी नको म्हणून दोन– तीन वेळा इस्पितळातून पळून आलाय. या अनेक विचारांची घालमेल नारायणच्या डोक्यात चालली होती. च्याआयला आसला भिक्कारचोट बाप जगात शोधून सापडायचा न्हाय. नकारार्थी होकारार्थी विचारांची घालमेल त्याच्या डोक्यात चालली होती.

***

रात्री रामभाऊ फुल टाईट होऊन बाजारात आला. नाम्या, लक्षा, दगड्या मैदानात खेळत होती. गंगी, काळ्या, बाळ्या आणि नारायण बाकड्यावर उसळपाव खात बसले होते. आई एकीकडे लवंडली होती. रामभाऊ आला तसा नारायणला शिव्या द्यायला लागला.

"मला मारतो...साला– भेंचोद बापाला मार...तोस! बापाला मारून काय नांव कमावलंस? हे बघ...मी दारु पितोयं..जु...गार खेळतोय."

असं म्हणत तो टराटरा अंगावरची कापडं फाडत होता. हे दृश्य बघताच गंगी, बाळ्या, काळ्या बाकड्यावरनं मैदानाकडं पळाली. आई नारायणच्या बापाचा तमाशा बघत होती.

"भेंचोद तू..माझा चार चौघात अपमान केलास...! ठीकयं कर बेट्या अ...पमान! मी प...न बघतो! पन लक्षात ठेव तू पन असाच मर्दासारखा वाग! जगात नाव कमव– कमव माझा लेख लिव्ह, पेपरला जाहीर कर– माझा बाप बेवडा म्हनून– जर तुला तसं नाव कमवायचं नसलं तर एखाद्याचा खून करून ये, ये...आन् मला सांग– मला लई आनंद व्हईल, तू नांव कमावल्यानं. हे बघ, मी ही...दारु पितोयं– माझ्या कष्टाची– माझ्यात हिम्मत हाय म्हनून पितुया! हा...बघ– माझा संसार– फाटका संसार– तुझ्यासारखीच ती..बघ काढल्याली गाबडं! मला सगळं कळतया– तू मला शिकवू नकोस बेट्या. हे...बघ, दारूनं वाटुळं होतंया– जुगारीनं संसाराची राख होतीया– ही...च तुला दावतोय बघ. तू तुझ्या आयुष्यात कसं वागायचं हे ठरीव. दारु पियाची आसल तर आवश्य पी...चल मी पाजतो– येतोस कां? माझ्याबर जुगार खेळतोस कां? आ...रे लिहून शिकून काय कळणार? वाचून काय कळणार? हे बघ तुला दावतोय– मी मर्दासारखा दारु पितोयं–"

असं रामभाऊ नशेत सारखा बडबडत होता.

"काय छिन्नाल, काय बघतीस माझ्याकडं डोळं वटारून?" त्याने आपला रोख

बायकोवर वळवला होता.

"गप्प ब...स की. बांडगुळा पोराला शिकावतोस व्हय दारु पियाला? सोता मूत पिवून आलायसं गप पड की. पोराचं जुगारीत पैसं घालावलस, काय लाज शरम वाटती कां जीवाला? पोरा समोर न्हाई न्हाई ती ब्याळ ब्याळ बुलतुयास."

"अग व्हयं रांड, माहितेय... तू पोरं लई शिकून सवरून उडवून घेणारी हायेस."

असं ऐकताच नारायण बाकड्यावरून हालला. त्याला ठाऊक होतं आता आई– बापाची जुंपली म्हणजे काही थांबणार न्हाई असं म्हणताच दोघांची जोरजोरात जुंपली. या झटापटीत रामभाऊ नशेतच कोलमडला, त्याच्या डोक्याला बाकड्याची टोकदार कडा लागली. डोक्यातनं भळाभळा रक्त वाहत होतं, त्याचं शर्ट सगळं रक्तानं भरून गेलं होतं. इतक्यात त्या बाजूनं पोलीस चालला होता– त्याने नवरा– बायकोचं भांडण पाहिलं– त्याचं रक्तानं भरलेलं शर्ट पाहिलं आन् नवरा–बायकोला लॅमिंग्टन रोड पोलिस स्टेशनला घेऊन गेला. नारायणने नामदेवला बोलावलं. लक्षा, दगड्या, गंगी, काळ्या, बाळ्याला घेवून जिन्याखाली झोपायला घेऊन गेला. नामदेवला पोरांच्यावर लक्ष ठेवायला सांगून नारायणसुद्धा पोलीस स्टेशनात आई– बापाची भानगड मिटवायला गेला.

पोलीस स्टेशनात इन्स्पेक्टर नारायणच्या आई– बापाला दम देत होता. त्याने रामभाऊची हालत पाहिली अन् त्याला लॉकअप मध्ये टाकला, आईला सोडून दिलं– नारायणने इन्स्पेक्टरला विचारलं–

"त्याला कधी सोडून देता?"

"सकाळी देतो, जा! तो काही इथं मरणार न्हाय. भांडण करता आणि पोलीस स्टेशनात येता. घरची भांडणं घरी मिटवता येत न्हाईत काय?"

असा उलटा दम नारायणला दिला. नारायण आईला घेऊन बाजारात आला. पोरं उपाशीच निजली होती. नामदेव मात्र जागा होता– आकाशातल्या चांदण्या मोजत!

नामदेव मुलांना घेऊन भाजीबाजारातल्या शाळेच्या इमारतीच्या जिन्याखाली निपचित पडला होता. दगड्या, लक्षा, काळ्या, बाळ्या यांना एका बाजूला आणि दुसऱ्या बाजूला गंगीला त्यानं निजवली होती. गंगीच्या डोक्यावरनं मायेनं हात फिरवून त्याने सगळ्यांच्या अंगावर गोणपाट ओढलं. पोरं अगदी चुळबुळ चुळबुळ करत झोपली होती. लहान लहान कच्ची बच्ची आई– बापाच्या भांडणानं भेदरून गोणपाटात मुरकटून झोपी गेली. पण नारायणच्या पाठीवर असलेला नामदेव हा जागाच होता. जिन्याखालून समोर तिरप्या नजरेतून तो आकाशात पाहत होता. अनेक चांदण्या पाहण्यात तो मन गुंतवण्यासाठी प्रयत्न करायला लागला. मधेच

त्याला आकाशात घरघर करत जाणारं विमान दिसलं, त्या विमानाचा लाल दिवा लुकलुकत होता. शीतल चंद्रावरून ढग फिरायचे, त्याला वाटायचे चंद्रच आकाशात चालतोय. निसर्गाच्या वातावरणानं तो मन रिझवायला लागला. जेव्हा विमान घरघर करत मध्येच आकाशातून निघून गेले तेव्हा लुकलुकणारा लाल दिवा त्याच्या स्मरणात राहिला. त्याला वाटलं एक छलांग मारून त्या विमानावर बसावं आणि दूर दूर निघून जावं, पाहता पाहता लुकलुकणारा लाल दिवा निघून गेला तसा झोपायचा प्रयत्न करूनही त्याला झोप येत नव्हती. सगळी पोरं उपाशी झोपली होती. काळ्या अन् बाळ्याला नुसतचं पाणी पाजून त्यानं निजवलं होतं. मार्केटातल्या एका भय्यानं त्याला बिलबिली झालेली दोन केळी दिली होती, त्या केळाचे सहा तुकडे केले, गंगीला दोन आणि सगळ्यांना एकेक करून केळांची वाटणी केली आणि झोपायला गोणपाटं अंथरली होती. आईचं आणि दादाचं त्याला वाईट वाटत होतं. बापाबद्दल किती घृणा करावी, काय करावं, पोरांचे चाललेले हाल त्याला पाहवत नव्हते. कुठंवर आसं आपण जीवन जगायचं, कुत्र्याच्या मौतीनं. नाही नाही ते विचार आज नामदेव करत होता. पोलीस स्टेशनात जाणाऱ्या भानगडीही त्याला सहन होत नव्हत्या, इज्जत अब्रूचा पत्ता नव्हता. जीवनाला काही रळा नव्हती. जीवन जनावरापेक्षाही हीनदीन जगावं लागतंय याचंच त्याला राहून राहून वाईट वाटतं होतं, डोळ्यावर काही केल्या झोप येत नव्हती, आकाशातल्या चांदण्या मोजण्याचीही त्याला इच्छा होईना. ह्याच आकाशातल्या चांदण्यांनी रात्रीच्या कितीतरी वेळा निभावल्या होत्या. गोर- गरीबाला रात्रीचा खरा सुखाचा क्षण आढळतो तो फुटपायरीवर. खुली हवा, खाली जमिनीचं ओबडधोबड लाद्यांचं अंथरुण, मधूनच येणारी उष्ण-दमट हवेची लहर आणि आकाशातल्या त्या लुकलुकणाऱ्या सुंदरशा चांदण्या आणि त्यांच्या सोबत वावरणारा त्यांचा राजा चंद्र. यांचा चाललेला खेळ एखाद्या सिनेमा थिएटरच्या डोअरकिपर प्रमाणं फुटपायरीवर निजणाऱ्या गोर-गरिबांना पाहायला मिळतो. नामदेवचंही मन अति संवेदनाशील. नारायण एवढ्या यातना सहन करण्याची कुवत त्याच्यात नव्हती. त्याचं मन फारच हळवं होतं. पाचही बोटं सारखी नसतात.

सकाळी रामभाऊ लॉकअप मधून सुटून बाजाराकडं वळला. सकाळी सकाळी सगळी पोरं बाकड्यावर येऊन जमली. आई तंबाट्याच्या खोक्याला पाठीमागं टेकून बसली होती. दगड्या, लक्षा, पर्साकडं गेले होते. काळ्या, बाळ्याला समोरच गटाराजवळ कागदाव बसावलं होतं. नारायणनं बिगी बिगी चूळ भरली अन् सकाळी सकाळीच बाहेर निघून गेला. नामदेव मात्र तसाच कोपऱ्यात एका फळकुटावर डुलक्या देत होता. रातसार झोप नव्हती, डोळ्याला डोळा लागला नव्हता. डोक्यात मधमाशाचं पोळं साठलं होतं. काळ्या, बाळ्याचं कागदावरचं झालं तशी आई पटदिशी उठली, गटाराजवळ गेली, दोघांच्या कागदाच्या शीची

घडी केली आणि ती भाजीच्या कचऱ्याच्या डब्यात फेकून दिली. रातच्या भांडणामुळं सकाळी कुणीच लवकर उठलं नव्हतं. पाणी कुणीच भरलं नव्हतं. आईनं खोक्यात पडलेला एक कागदाचा तुकडा घेतला, त्याचं दोन तुकडं केलं, एका तुकड्यानं काळ्याचं आणि दुसऱ्या तुकड्यानं बाळ्याचं ढुंगाण पुसलं आणि तेही गटारात टाकून दिलं आणि ती परत बाकड्याव एका खोक्याला टेकून डोक्याला हात लावून बसली. अशातच तिनं कमरेच्या मळक्या पिशवीतनं तपकिरीची डबी काढली आणि चिमूट घेऊन झटदिशी वढली. या तपकिरीत अशी काय नशा होती, ती तिची तिला ठाऊक. दु:खातून क्षणभर विसरायला लावणारी, त्यात एक प्रकारची गुंगी होती. डोंगरा एवढं दु:ख दूर करण्याची ताकद तिच्या चिमूटभर तपकिरीत तिला मिळायची. दगड्या, लक्षा, पर्साकडनं आली आणि त्यांनी चिन्पाटं बाकड्याखाली टाकली.

"पानी कुठं मिळालं?"

आईनं दगड्याला विचारलं– दगड्या रंगानं काळा, भिरभिरी नजर टाकणारा बुटक्या अंगाचा.

"तानीच्या बादलीतलं घेतलं."

"मुडद्या, तिला कळलं तर भांडान काढल की?"

दगड्या काहीच बोलला नाही, त्यानं आईकडं भिरीभिरी बघितलं, लक्षा बाजूला उभा राहून फुरफुर करत होता. उजवं मनगाट त्यानं नाकावरनं फिरावलं तसं मनगाटावर सारा शेंबूड बाहेर आला. शेंबूड हाताला लागल्याला बघताच त्यानं चटदिशी मनगाट चड्डीला पुसलं. चड्डी खाली सरकायची तसा त्यो सारखा सारखा वर सारायचा. त्याच्या नाकातल्या शेंबडाची फुरफुर आणि चड्डीचं खाली वर सराकणं याची जणुकाही चेंडूफळीच. गंगी उठली तशी आईच्या मांडीला तिनं उशी बनवली आणि तीही आडवी झाली. सगळी पोरं 'चा' साठी आतुर झाली होती. त्यांचे कान कपबशांच्या आवाजाकरिता टवकारले होते. नामदेव अधूनमधून पेंगत होता, पेंगत असताना त्याला रात्री घरघरणाऱ्या विमानातला लाल दिवा सारखा दिसत होता, अधून मधून तो त्याच्या अंत:करणात लुकलुकत होता.

बाजाराच्या दिशेनं वळलेला त्या पोरांचा बाप मार्केटात आला. त्याचा चेहरा सुजला होता, कपाळावर टेंगूळ आलं होतं, अंगातल्या शर्टावर रक्ताचे डाग, सगळं मळलेलं धोतर, पायात बंद तुटलेली फाटकी स्लीपर अशा मळकट अवतारात तो बाकड्याजवळ आला तसं त्यानं बायकोकडं रागानं पाहिलं, पण काहीच बोलला न्हाय. दाभाड सुजलं होतं, बोलवत नव्हतं, तोंडातून शब्द काढवत नव्हता, रात्री इन्स्पेक्टरनं चौकीत बदाडला होता. आला तसा बाकड्याव चढला. दगड्यानं त्याच्याकडं बेरक्या नजरेनं पाहिलं आणि तिथून हालला. लक्षानं पण चड्डी वर

सरकवत सरकवत कनी काढली. गंगीचा डोळा लागला होता. काळ्या, बाळ्या आईच्या उजव्या कुशीजवळ बसले होते. नामदेवनं बापाकडं पाहिलं तसा तो पटदिशी उठला, आजुबाजूच्या खोक्यात कायतरी बघाय लागला, बघता बघता त्याची नजर एका वस्तूवर गेली ती वस्तु त्यानं खिशात गुपचूप टाकली अन् बाकड्यावरनं खाली उतारला. बापाला तेवढंच बरं झालं, त्यानं खोक्यावरच्या आडव्यातिडव्या फळ्या सरळ केल्या आन् निवांत झोपला, त्यानं कुठली वस्तू नेली हे कुणालाच ठाऊक नव्हतं. आईनं मात्र त्याला मैदानाकडं जाताना पाहिला. असला बाप ज्याला पोरांच्या खाण्याची पिण्याची फिकीर नव्हती, चिंता नव्हती असा बिनधास्त बाप निवान्त झोपला होता. पोरं रात्रीपासून उपाशी होती, त्यांच्या पोटात पावाचा तुकडाही गेला नव्हता. ही उपाशी पोरं कधी कधी बाजारातनं फिरायची, कुणी काकडी, गाजर, मुळा, रताळी दिली तर खायाची, तेवढंच पोट भरायचं. वेळ निघायची. मराठ्यांची मंडळी उष्टीमास्टी राहिल्याली भाकर तुकडा द्यायची. ह्या उष्ट्यामाष्ट्या भाकरतुकड्याला मात्र नारायण आणि नामदेव हे दोघे कधीच शिवले न्हाईत. सकाळ उलटत चालली होती. बाजार वर्दळीतून निवांत व्हायला लागला. पोरं दुपारपावतर इकडं तिकडं भरकटत राहिली.

नामदेव शाळेच्या इमारतीखाली जमिनीवरच निजला होता. त्याच्या डोक्यात कसला तरी विचार येत होता. दगड्याची बेरकी नजर नामदेवावर होती. तो अधूनमधून शाळेच्या इमारतीच्या जिन्याखाली यायचा, हळूच डोकवायचा अन् निघून जायचा. नामदेवचं कुणाकडंच लक्ष लागत नव्हतं. खिशातनं त्यानं वस्तू काढली आणि तोंडाला लावली, ती घटाघटा प्यायला लागला. ढेकणं मारण्याचं औषध तो डायझॉन पीत होता. पिता, पिताच तोंड कडूकडू झालं: झटदिशी उबळ आली– वाक्, वाक् कराय लागला. हातात डायझॉनची बाटली तशीच होती. बेरकी दगड्या आत आला तसा त्यानं नामदेवचा अवतार पाहिला, बापू कससंच करतुया, हे सांगाय त्यो बाकड्याव पळाला– बाप तिथं नव्हता. आई दुपारची निवांत झोपली होती. नुकतीच तिला डुलकी लागली होती.

"आई, आई" वर्डत वर्डत दगड्या आला, गदागदा आयला हालावली– आई दचकून उठली–

"काय...रं!"

"आई, आई– बापू बघ कसंसच करतोया! त्ये बघ हातात कायतरी बाटली हाय–!"

असं दगड्यानं सांगताच आई टणकन उडाली. घाबरतच ती शाळेच्या इमारतीच्या जिन्याखाली आली, नामदेव वाक्, वाक् करत होता. डोळं फिरवत होता, हातात त्याच्या डायझोनची बाटली, खमीसावर लाळीचं वगाळ येत चाललं होतं, डोळ्यात

पाणी होतं, तोंडातून लाळ झिरपत होती.

"हाय...रं नामा काय केलंस– आ...रं, देवा! ढेकणं मारायचं औषध काय केलंस...नामा..."

अशी आई वर्डत होती. बाजार दुपारचा निवांत होता. सगळे जेवायला इकडं तिकडं गेले होते. दगड्या आ...वासून बघत होता.

"जा...दगड्या– लौकर टॅक्सी बोलव– नामाला इस्पितळात नीवू!"

दगड्या तेरा वर्षाचा, बेरक्या बाहेर पळत पळत गेला, टॅक्सीवाल्याला इकडं तिकडं बघाय लागला. पळत पळत नाक्याव गेला– येताना एक टॅक्सी दिसली–

"टॅक्सी....टॅक्सी...टॅक्सी..."

वर्डत वर्डत टॅक्सीपुढं आला, तसा टॅक्सीवाल्यानं खचदिशी ब्रेक मारला–

"क्या...रे!"

"जरा इधर लाओ–"

"हमारे भाईको हास्पिटल में जाना है।" टॅक्सीवाल्यानं ओळखलं– कुणीतरी अडचणीत असावं तसं समजून त्यानं टॅक्सी एका बाजूला उभी केली–

"जरा...ठहरो– हम आईको बुलाके लाताय।"

असं म्हणत दगड्या बाजारात इमारतीच्या जिन्याखाली पळत आला. आईनं नामदेवाला जवळ घेतला होता. सारखी सारखी त्याच्या पाठीवरनं मऊ हात फिरवित होती, मध्ये मध्ये त्याचं डोळं पदरानं पुसत होती;

"आई...टॅक्सी बोलावलीया."

असं उसासा टाकत दगड्या आईला बोलला–

"चल...माझ्या बाबा."

म्हणत आई नामदेवाला उचलाय लागली– दगड्यानंही नामदेवाच्या एका हाताला धरलं. नामदेवाला उठवत नव्हतं, तो विव्हळत होता–

"मला...मरु दे– मला...मरु दे– मला जगायचं नाय."

"आरं आसं बोलायचं नाय. हिम्मत ठीवावी लागती, आसं सोताच्या जीवाला तरास करून भागलं का? दुसऱ्याचं काय जानार हाय? सोताचाच जीव जाईल. मानसाचं जन्म घ्यायचा तर आसंच जगायचं, हिम्मत ठीवायची, मी हाय ना. तुमी कां घाबारतयासा" माझ्यात हिम्मत हाय– देईना का तरास, बापानी तरास दिला म्हणून तुमी तुमच्या जीवाला कशाला तरास करून घेतायसा!"

अशी समजूत काढत काढत तिनं नामदेवाला बाहेर रस्त्यावर आणला. टॅक्सीवाल्याने खाडकन दरवाजा उघडला– नामदेवाला घेऊन ती टॅक्सीत बसली.

"दगड्या पोरांच्याव ध्यान ठीव. मी नायर इस्पितळात बापूला घिऊन जातीया– तुझा बाप आला तर पाठवून दे."

असं म्हणत तिनं दरवाजा बंद केला. दगड्यानं होकारार्थी मान हालावली. टॅक्सी नायर इस्पितळाच्या आवाराकडे वळली.

"जरा जल्दी च...लो टॅक्सीवाला– हमारे बच्चेने जहर खायाय।"

असं आईनं टॅक्सीवाल्याला सांगितलं. टॅक्सीवाल्यानं वेगानं टॅक्सी नायर इस्पितळाच्या आवारात आणली. आईनं नामदेवाला खाली उतरावलं. मळक्या पिशवीत हात घालून पैसे बघाय लागली तेव्हा शीख टॅक्सीवाल्यानं तिच्या दिनवाणी चेहेऱ्याकडं पाहिलं–

"नही भैनजी, रहने दो।–"

"जा...ओ, बच्चे को जल्दी ले जाओ।"

असं म्हणताच आईनं त्या शीख ड्रायव्हरला हात जोडले अन् पोराला इमर्जन्सी केस म्हणून दाखल केलं– त्याची पोलीस केस होईल म्हणून आईनं खोटंच सांगितलं–

"पोरानं औषधाची बाटली समजून घेतली आन् ती प्याला."

नामदेवानं पण तसंच सांगितलं. तिला ठावं होतं. बापाच्या विरोधात पोरांनी सांगितलं तर त्याला बेड्या पडत्याल, लफडं वाढत जाईल, नस्ती बिलामत वाढंल. नामदेवाला इस्पितळात दाखल केल्या केल्या डॉक्टरांनी नीट चौकशी केली अन् त्याला उलट्या करण्याचं औषध दिलं, तोंडात नळी कोंबली, बकाबका ओकाय लावलं, तोंडावाटे सगळं विष बाहेर काढलं, सगळं हिरवं हिरवंगार बाहेर त्याच्या तोंडातून पडत होतं, सारं तोंड फेसाळून गेलं होतं, डोळे खालावले होते, चेहरा निस्तेज झाला होता.

संध्याकाळची वेळ झाली, नामदेव पलंगाव निपचित पडला होता. सगळं विष बाहेर काढल्यामुळं त्याला आराम पडला होता. आई पलंगाजवळच बसली होती. इतक्यात रामभाऊची स्वारी डुलत डुलतच इस्पितळात शिरली. त्याला दगड्यानं झाली हकिगत सांगितली होती. त्यानं पाहिले नामदेव निपचित पडलायं– त्याची आई स्टुलाव बसलीया.

"काय पेला...डायझोन व्हंय...मे...ला नाय ना?"

असं डुलत डुलत रामभाऊ बायकोला बोलत होता. नशेत चूर होऊन तो लाल डोळ्यांनी लेकाकडे पाहत होता. आईनं, भाऊकडं रागानं पाहिलं चक्कार शब्द देखील इस्पितळात काढला न्हाय– रागानं तपकीरीची डबी काढली, चिमूटभर वढली अन् डबी परत मळक्या पिशवीत ठेवून पिशवी कमरेला अडकावली. तिनं तिथं तोंड सोडलं आस्तं तर दोघांची भांडनं तिथंच जुंपली असती. नामदेव निपचित होता. संध्याकाळचे सहा वाजले, इस्पितळ सोडण्याची घंटा झाली. नामदेवाला आराम पडलाय हे पाहून आईनं नामदेवाला विचारलं–

"ना...मदेवा– मी जाते– दुसरी पोरं, वाट बघत असत्याल बाजारात."

दुसऱ्या पोरांचं नाव काढताच नामदेवानं मान हालवून आईला जाण्याचा होकार दिला. तसं आई तपकीरीनं भरलेलं नाक पदराने पुसत इस्पितळातून बाहेर पडली. तसातसा भाऊ तिच्यामागं येत येत राहिला. कुणी कुणाशीही बोलत नव्हतं. आई ह्या फुटपायरीवरनं तर भाऊ त्या फुटपायरीवरनं. त्यांच्या चालण्यात एका रस्त्याचं अंतर होतं. इतक्यात समोरून येताना आईनं नारायणला पाहिला. नारायण इस्पितळाच्या दिशेने येत होता. त्याला मार्केटातूनच ही बातमी कळली होती. आईनं त्याला सगळी बातमी येता येता सांगितली "नामदेवाला आराम पडलाय" असं सांगताच नारायणला समाधान वाटलं, नारायण काळजीत पडला होता. हे कृत्य घडलं तेव्हा तो एका मित्राबरोबर सिनेमाला गेला होता. नामदेवाची तब्येत बरी असल्याचे ऐकून नारायण आई सोबत बाजाराकडे वळला. समोरच्या फुटपायरीवरनं भाऊ चालला होता. आईनं नारायणला हळूच इशारा केला.

"त्यो बघ, तुझा बाप चाललाय."

नारायणनं बापाकडे कटाक्ष टाकला अन् आईबरोबर गुपचूप चालायला लागला. भाऊ मधूनमधून बायकोकडं आणि मुलाकडं पाहत होता.

दुसऱ्या दिवशी आईनं नामदेवाला इस्पितळातून जाऊन आणला. त्याला रजा दिली होती. पटांगणात आईनं आंथरूण टाकलं आणि ती नामदेवाला जवळच घेऊन झोपली.

"आणखी जीवाचं काय बाय बरंवाईट करून घील." या विचारानं ती नामदेवाबरोबर लक्ष ठेवून होती. नामदेव विमानाची घरघर ऐकण्यापूर्वीच आज झोपला होता. आकाशातल्या लुकलुकणाऱ्या चांदण्या आज त्याच्याकडंच पाहत होत्या.

* * *

२६ जानेवारीच्या सत्यनारायणाच्या होणाऱ्या महापूजेकरिता भाजी मार्केटात रात्री मिटींग भरली होती, भाजी मार्केटातल्या प्रवेशद्वारावरच एक झगमगता बल्ब लावला होता. लख्ख उजेडात प्रवेशद्वाराच्या एका बाकड्यावर भाजीवाली मंडळी जेवून खाऊन पिऊन, हळूहळू जमा होत होती. प्रत्येकाने मिटींगला यायलाच पाहिजे असा कार्यकर्त्यांनी दंडक घातला होता. रामभाऊ सहसा बाजारातल्या कुठल्या मिटींगला जायचा नाही आणि त्या मिटींगच्या वेळेला रामभाऊचा बाजारात पत्ताही नव्हता. तसं आईनं नारायणला सांगितलं–

"नारायण आज मिटींगला जा, मानसं बोलवाय आली व्हती, तुझा बाप कधीच चार मान्सात उठत बसत न्हाय. तू तरी जात जा, चार मान्सांत उठावं, बसावं काय काय बोलत्यात ती ऐकावं, सगळ्यांच्या भल्यासाठी आस्तं!"

नारायणनं ऐकलं तसा तो तडक मिटींगमध्ये जाऊन बसला. लाल्या, रामू बटाट्यावाला, गोळ्या, येल्लकर, महादू मिर्चीवाला, शंकर काकडीवाला, बाबू लिंबूवाला, ज्ञानू पानसरे, बाळू पाटील, रघू पाटील, आनंदा, प्रभ्या, बच्चू भय्या, कचरु पाटील, सद्या धोबी ही सगळी भाजीवाली मंडळी जमली होती. रामू मोच्याचं पॉर नारायण आलं म्हणून त्याला शंकरनं बसाय दिलं. बाळू पाटलाच्या अध्यक्षतेखाली मिटींग चालू झाली. सत्यनारायणाच्या महापूजेचं बजेट ठरवण्यात आलं. आख्ख्या बाजारातल्या भाजीवाल्यांकडून किमान अकरा अकरा रुपये काढायचं ठरवलं गेलं. सगळ्यांनी होकार दिला. तारीख फिक्सच होती.

दिवस उजाडला, बाजारात सगळे लोक उत्साही होते. २६ जानेवारीचा दिवस आणि त्यात सगळ्यांचा दांडगा उत्साह. सार्वजनिक कामं प्रत्येकाला वाटून वाटून दिली होती. सकाळी सकाळीच सगळ्या झाडूवाल्यांनी आणि कार्यकर्त्यांनी भाजी बाजार झाडून स्वच्छ केला. रंगीबेरंगी कागदी पताका बनवायच्या, चिकटावयाच्या आणि त्याच्या कमानी उभारायच्या हे आदल्या रात्रीपासून काम चाललं होतं. नारायण हा सगळ्यांच्या बरोबर सहभागी होत होता. सार्वजनिक काम करायला नेहमीच त्याला आवडायचं. सगळा भाजीबाजार रंगीबेरंगी पताक्यांनी फुलून गेला. पूजेचा भव्य मंडप प्रवेशद्वारा जवळच घातला गेला. चार केळीचे खांब सोटचे सोट मंडपा सभोवती लावले गेले. प्रवेशद्वाराजवळही केळीचे खांब उभे केले. घाणीचा आता वास बाजारात येत नव्हता, सडक्या भाज्या भाजीवाल्यांनी ठेवल्या नव्हत्या. बाजारातल्या बहुतेक मंडळींनी साफ सुथरे घातलेले कपडे दिसत होते. बरीचशी पैलवान मंडळी खुशीत होती. बाजारातली चिल्लर मंडळी कुशी, कमी, बंदी, नंदी, दगड्या, लक्षा, गंगी, काळ्या, बाळ्या ही सगळी खुशीत होती. तारी, पारी, लक्षी, यमी ह्या भाजीवाल्या बाया आज नवं नवं लुगड नेसून बाजारात आल्या होत्या. त्यात तारीनं बोरमाळ, पारीनं लक्ष्मीहार, लक्षीनं चांदीच्या पट्ट्या, यमीनं सोन्याच्या बांगड्या, अशा दागदागिने लेवून नटल्या थटल्या होत्या. ठकूकाकू, सोनाबाई ह्या म्हाताऱ्या भाजीवाल्या टोपपदराची नवी लुगडी नेसून पुजेला आल्या होत्या. साऱ्यांची मनं आनंदानं फुलली होती. एका बाजूला कर्ण्यावर भावगीतं लावली होती, त्या मधुर भावगीतांनी सगळा भाजीबाजार दुमदुमून गेला होता. येणारा जाणारा सत्यनारायणच्या महापूजेचं दर्शन घेत होता. महादू मिर्चीवाला प्रवेश दाराजवळ दही-ताकाचं तीर्थ वाटत होता, बाबू लिंबूवाला शिऱ्याचा प्रसाद देत होता. प्रत्येक येणारा जाणार महापूजेवर गुलाल, अभीर उधळत होता, माळी प्रणामाअंती अभीर लावित होता. नतमस्तक होऊन महापूजेची आरास पाहाण्यात मौज येत होती. दिव्यांच्या झगमगाटानं सगळा बाजार आज लखलखत होता. सगळ्यांचे भाजीचे बाकडे चकचकत होते. रामभाऊ आणि रामू

बटाटेवाल्याच्या बाकड्यांच्या जागेत एक भव्य स्टेज बांधले होते. आईनं आपलं सामान मैदानात जिन्याखाली ठेवलं होतं. आईनं आज आपल्या अंगावरचं फाटकं लुगडं धुऊन, साफसुथरं करून, फाटलेल्या ठिकाणी ठिगाळं लावून, दंड जोडून नेसली होती. तिनं काळ्या, बाळ्याला, गंगीला घेतलं अन् महापूजेच्या दर्शनाला गेली, देवाला आडजूड झाली–

"माझ्या पोराबाळांना सुखी ठेव– तूच कर्ताधर्ता हाईस! पोरांच्या बापाला सुबुद्धी दे, लेकरा बाळांना मोट्ठं कर– आन् साऱ्यास्नी सुखात ठेव."

असं म्हणत तिनं काळ्या, बाळ्या अन् गंगीला हात जोडाय लावलं. नारायण आईकडं लांबून पाहत होता. तिचं ठिगाळ पडलेलं लुगडं बघून त्याच्या मनाला ठिगाळ पडत होतं. साऱ्या बायांचा नट्टापट्टा बघून आपल्या आईच्या दारिद्र्याचा अंदाज तो घेत होता. नारायण येणाऱ्या जाणाऱ्याचं स्वागत करत होता. रात्र जवळ जवळ येत चालली. महापूजेनिमित्त शाहीर साबळे पार्टीचा कार्यक्रम होणार होता. शाहीर साबळेचे स्वागत करावयाचे काम नारायणवर होते. साबळे पार्टी रात्री दहाच्या पुढं आली आणि नारायणसहित काही कार्यकर्त्यांनी त्यांचं स्वागत केलं. रात्री साडेदहा वाजता कार्यक्रमाला सुरुवात झाली. "जय जय महाराष्ट्र, अमुचा महाराष्ट्र" या गीताला प्रारंभ झाला. "नशीब फुटकं सांधून घ्या" ही गणगौळण त्यांनी साजरी केली. सगळ्या प्रेक्षकांची हांसता हांसता पुरेवाट झाली. ती रात्र आनंदात कशी निघून गेली हे भाजी बाजारातल्या प्रेक्षक मंडळींना कधी कळलेच नाही. डोंगराएवढ्या दुःखात मुंगीएवढं सुख नारायणच्या आईनं मनोमन मानलं आणि नाकात चिमूटभर तपकीर वढली.

***

पी.डब्ल्यू.डी. च्या हंगामी नोकरीत नारायणचे मन रमेना कारण तिथं नंतर नंतर डेली वेजेसचा प्रकार व्हायला लागला. कुठल्यातरी इमारतीवर सुपरविझन करायला जायचं पण पगाराचा काही भरवसा नाही. शेवटी या डिपार्टमेंटला राहून असं कुठवर चालायचं असा काही दिवस विचार करत असतानाच त्याला दुसरा कॉल आला, जे.जे. हॉस्पिटलमध्ये लिव्ह व्हॅकॅन्सीवर ज्यु. क्लर्कची नोकरी होती. पी.डब्ल्यू.डी. ची नोकरी सोडून जे. जे. हॉस्पिटलच्या कार्यालयात ज्युनियर क्लर्कची नोकरी करत असताना तिथली शिस्त पाहून तो हबकून गेला. रामचंद्र गुन्डू गिन्डे या नावाचे मेंदूतज्ञ प्रख्यात ऑनररी डॉक्टर तिथे होते. त्यांना राष्ट्रपती सुवर्ण पदक मिळाले होते. त्यांच्या हाताखाली नारायणने काम केले. न्यूरॉलोजिस्ट डिपार्टमेन्ट म्हणजे एक वेगळाच प्रकार. जसं एखाद्या दर्ग्यात भुताटकी लागलेल्या लोकांची रांग ठराविक दिवशी आढळते तशीच रांग मेंदूच्या विकाराच्या रुग्णांची

इथे लागायची. नाना प्रकारचे रुग्ण पाहून नारायण अक्षरश: हबकून जायचा. कुणी किंचाळायचे, कुणी हासायचे, कुणी भिंतीला धरून चालायचे, कुणी गोड बोलत मध्येच ओरडायचे, असे नाना प्रकारचे मेंदू– विकारी रुग्ण पाहिले तेव्हा त्याला सुरुवातीला नको नको झाले. रुग्णांना एके ठिकाणी रांगेत बसायला लावून त्यांचे धडाधड केस पेपर काढून त्यांची रजिस्टरमध्ये व्यवस्थित नोंद करून तो पेपर डॉक्टरांच्याजवळ सुपूर्द करावा लागे. एके दिवशी गिन्डेंना काही तरी लहर आली– त्यांनी नारायणला बोलावलं–

"नारायण; तुझं शिक्षण किती झालं?"

"जास्त नाही, अंडर ग्रॅज्युएट!"

"अरे मग पुढे शिकत कां नाहीस?"

डॉक्टरांनी असं विचारताच नारायण गप्प राहिला. त्यांना काय उत्तर द्यावे हे सुचेना.

"अ...रे, आयुष्यात माणसानं शिकावं, सवरावं मोठ्ठं व्हावं."

"होय सर–"

असं नारायणने बॉसला हुंकार द्यावा म्हणून हुंकार दिला.

"तू इथं असं काम किती दिवस करणार?"

"तू आयुष्यात कधी महत्त्वाकांक्षा बाळगली नाहीस?"

या प्रश्नांचा विचार नारायण बराच वेळ करत राहिला परंतु तो उत्तर देऊ शकत नव्हता. आपल्या कर्मदरिद्री जीवनाची गाथा कशी सांगावी हा प्रश्न त्याच्या समोर होता.

डॉ. गिन्डेंना नारायणबद्दल प्रेम वाटत होतं. हा तरुण मुलगा आहे, त्याने आयुष्यात काही तरी नाव कमवून दाखवावं असं त्यांना वाटलं होतं, म्हणून त्यांनी नारायणला मार्गदर्शन केलं होतं.

दुसरे मेंदू तज्ञ डॉ. गजेंद्रगडकर यांच्याही हाताखाली नारायणने काम केलं. परंतु रुग्णांचे मन पाहून संवेदनाशील नारायण हेलावून जायचा. त्याचे मन कमकुवत नव्हते परंतु नाही नाही त्या प्रकारचे रोग तो त्या इस्पितळात पाहायचा. जर्जर झालेली रुग्णांची अवस्था म्हणजे बघवत नसे. सिद्धार्थने रुग्णाला पाहून स्वत:चं ऐश्वर्य सोडून राजत्याग करून सद्सद्विवेक बुद्धीचा बुद्ध धम्म प्रस्थापित केला होता हे नारायणला त्यावेळी आठवलं, परंतु आपण कुठल्या रानावनात जायचं, आपण तर सामान्य असं म्हणूनच त्याचं मन उदास व्हायचं. आता डॉक्टर होण्याची तर आपली लायकी न्हाई. रुग्णाचे तर दु:ख पाहवत नाही, रक्त पाहिले की चक्कर येते, अशा अवस्थेत नारायणने "आउटडोर" पेशन्ट कार्यालयातून प्रशासन विभागात बदली करून घेतली. परंतु तिथं तो

जास्त काळ टिकला नाही. त्याची मेडिकल ऑफिसर फार कडक होती. एवढी कडक की लघवीला सुद्धा तिला विचारून जावं लागायचं. पांच मिनिटाचाही उशीर कधीच चालायचा नाही. टेबलवर रजिस्टरं शिस्तीने ठेवलीच पाहिजेत, म्हणजे ही एकाच कडेला असावीत. एखादे वेळेस उशीर झाला की लेखी स्पष्टीकरण करावे लागे. त्यात कारण संयुक्तीक असावे अन्यथा डिसमिस. अशा प्रकारचा मिलीट्री रुल तिनं या सिव्हील सेक्शनात आणला होता. त्यामुळे नारायणचे अन् तिचे खटके वरवर उडायचे. कुणालाही आजारीपणाचा बहाणा करता येत नसे. कुणी डोकं दुखतयं, पोट दुखतंय, डिसेन्ट्री होतेय, चक्कर येतेयं अशी काहीही सबब सांगितली, तरी ती कार्यालयात जाग्यावर डॉक्टर बोलवायची पण जाग्यावरून हालून द्यायची नाही. विश्रांतीसाठी दोन दिवसही ती घरी कुणालाही राहू द्यायची नाही. पाहिजे असल्यास इस्पितळात आताच्या आता दाखल करते असं म्हणायची. हा तिचा एवढा कडक ससेमिरा नारायणला काही केल्या सहन होईना आणि दुसरी बाब म्हणजे ती पुरुषांच्यावरच जास्त भडकायची. स्त्रियांशी फार मवाळ वागायची. नारायणने तिची एकदा हिस्ट्री काढली तेव्हा कळलं की तिला प्रेमामध्ये एका पुरुषाने दगा दिला होता. तेव्हापासून ती अविवाहितच राहिली होती. एकदा तर नारायणचे व तिचे वाजलेच नारायणला बाथरुमला जायचे होते, त्याकरिता नारायणाने चाव्या मागितल्या, बाथरुमच्या चाव्या ती स्वत:जवळच ठेवायची. तिने चाव्या दिल्या आणि घड्याळ लावून बसली. नारायण तब्बल वीस मिनिटांनी आला. त्याचं कारण म्हणजे काही मित्रमंडळी त्याला भेटायला आली होती, त्याच्यात त्याचा वेळ गेला. शिवाय त्या मित्रांनी फॉरस रोडच्या एका रुग्णालाही आणलं होतं. परिणामस्वरुप तिचा आणि त्याचा वाद झाला-

"व्हेअर वेअर यू अप टू धीस टाईम?"

"आय वाज इन् लॅट्रीन!"

"डोन्ट ब्लफ मी- आय विल डिसमिस यू."

"इट इज नॉट नेसेसरी टू डिसमिस मी. धीस इज माय रेसीग्नेशन- ओ. के. बाय."

असं म्हणत नारायणने राजीनाम्याचे पत्र त्या कडक वैद्यकीय अधिकारी महोदयेच्या मेजावर आपटले. पाठी फिरून कार्यालयातल्या सर्व मित्रांना टाटा केला आणि तो जे. जे. रुग्णालयाच्या इमारतीतून धाडधाड जिने उतरायला लागला.

आलेल्या मित्रांना त्याने खाली हॉटेलात चहा पाजला आणि तो दोन टाकीवरून चालत चालत स्वत:च्या तंद्रीत बाजाराच्या दिशेकडे वळायला लागला. त्याला त्याच्या आईशिवाय कुठल्याही स्त्रीची पर्वा करावीशी वाटली नाही. वेळप्रसंगी मी

बापाचीही कदर केली नाही मग मी त्या मेडिकल ऑफिसरचं का ऐकून घेणार? कोण ती लागून गेली शेटाणी, माझी नोकरीच गेली ना. तिनं काय उपटून भारा बांधला. न्हाय न्हाय तो विचार करत करत मार्केटात आला. झाली हकिगत त्यानं आईला सांगितली.

"आई मी नोकरी सोडलीय-"

"का रं बाबा?"

"नाही, मला नाही आवाडलं तिथं नोकरी करणं?"

"आरं...पण झालं काय?"

इतक्यात रामभाऊ आलाच. त्याने लेकाच्या चेहऱ्याकडं पाहिलं- बायकोकडं पाहिलं-

"कारे...काय झालं?" भाऊ लेकाला विचारत होता.

"काय नाय जडोप्याचं काम त्याला झेपंना, म्हणून त्यानं नुकरी सोडलीया."

असा लेकाचा कळवळा आईनं घेत बापाला सांगितलं.

"च..ल गेली तर गेली- त्याला काय घाबरतोस, एक न्हाय तर दुसरी मिळल- असा हिजड्यासारखा घाबरू नकोस."

असा बाप लेकाला धीर देत होता. बापाचं बोलणं ऐकून नाऱ्याला थोडा धीर आला.

***

आठ पंधरा दिवस उलटले तोच नारायणला एक कॉल आला. एम्प्लॉईज स्टेट इन्शुरन्स कॉर्पोरेशन (कामगार राज्य विमा योजना) ह्या केंद्र सरकारच्या अखत्यारीतला तो कॉल होता. त्यांच्या लेखी चांचणीत उत्तीर्ण होऊन त्याला कायम स्वरुपाची नोकरी मिळाली होती. पगार पण चांगल्यापैकी होता पण या काउन्टर क्लर्क पदी नियुक्ती झाल्यानंतर लालबाग या कामगार विभागात त्याची नेमणूक करण्यात आली. ते ऑफिस लालबाग तमाशा थिएटरच्या मागच्या भागातल्या एका जुन्यापान्या इमारतीत होतं. सगळा विभाग प्रदूषित असा. आजुबाजूला गिरण्याच गिरण्या. सगळी वस्ती कामगारांचीच. कार्यालयाची अवस्था एवढी भिक्कार की पिण्याच्या पाण्याची सोय सुद्धा तिथं नव्हती. बाजूला खेटून मुतारी होती, त्या मुतारीची दुर्गन्धी पसरलेली होती. नारायणने एका काऊन्टरचा चार्ज घेतला. त्याचा दुसरा एक सहकारी भरत पंड्या हा दुसऱ्या काउन्टरला होता. दोघं असेपर्यंत नारायणचे मन तिथं रमलं- दररोज कामगारांच्या तोंडाला तोंड द्यावं लागायचं. त्यांच्या आजारपणाच्या रजेची भरपाई देण्याची बिलं बनवण्याचं काम त्याच्याकडे होतं. परंतु काही कामगार विनाकारण दांड्या मारून दारुच्या व्यसनापायी स्वत:चं नुकसान करून घ्यायची.

कार्यालयात येऊन कधी कधी शिव्यागाळ करायची. काऊंटरवाल्यांना नेहमी शिव्याच खायला लागायच्या. भरत पंड्या आणि तो एके दिवशी लंचला बसले होते. भरतने नारायणला त्या दिवशी एक चांगली माहिती दिली.

"अरे यार...मै यह नौकरी छोड रहा हूँ।"

"क्यों?"

"मैं बँक में जानेवाला हूँ।"

"कौन से बँक में?"

"बँक ऑफ बडोदा में।"

"तुझे नौकरी मिल गयी क्या?"

"नही, लेकिन मिल जाएगी।"

"मतलब!"

"मेरे पिताजी बँक ऑफ बडोदा में थे।"

"मैने नौकरी के लिए अर्जी की थी, मैने रिटन् टेस्ट भी दी है। कुछ ही दिनों में कॉल आ जाएगा।"

"अरे व्वा। सब होने के बाद तुने यह गुड न्यूज दी है।"

"काँग्रेट्स।"

"शायद, साथही में घर भी मिल जाएगा।"

"वो कैसे?"

"बँक से कर्जा लेकर।"

"ऐसे कर्जा भी मिलता है क्या?"

"क्यों नहीं?"

"तो बहुत खूब।"

"और क्या चाहिए। अरे हम तो घर के लिए कई सालों से तरस रहे है।"

"तू भी ट्राय करना, तुझे भी मिल जाएगा।"

"नही, मेरा मॅथेमेटिक्स ठिक नही है- मै शायद मेरे छोटे भाई के लिए ट्राय कर सकता हूँ- मेरे छोटे भाई का मॅथेमेटिक्स अच्छा है।"

"ठीक है, मौका मिल जाए तो अवश्य फायदा उठाना।"

असं संभाषण नारायणचं व भरतचं चाललं होतं. त्यावेळेस नारायणला कळलं की नोकरीद्वारा घरही मिळू शकतं. नारायण ह्या माहितीनं एवढा प्रभावित झाला कि, त्याने आयुष्यात घर मिळवायचे असेल तर अशाच नामी संधीचा फायदा घेतला पाहिजे हा विचार राहून राहून त्याच्या मनात यायला लागला. आपल्याला घर नाही मिळालं तरी चालेल पण आपल्या भावाला तरी मिळेल, आपल्या आईला निदान घरचं सुख तरी मिळेल, त्याला घर मिळालं तर आयुष्यातलं एक महान स्वप्न पुरं

करता येईल ह्या सद्सद्विवेक बुद्धीनं तो रात्रं-दिवस विचार करायला लागला. आपल्या भावंडांनी शिकावं, खूप शिकावं, आयुष्यात उन्नती करावी, मोठ्ठं व्हावं, नाव कमवावं, त्यांचच कल्याण होईल या भावनेनं तो ग्रासून जायचा. अज्ञानामुळं आपल्या आई-वडिलांना हे काही ठाऊक नाही परंतु जे काही आपल्याला ठाऊक आहे त्या आधारे मार्गदर्शन आपल्या भावंडांबरोबर मित्रांनाही करावं. असा विचार तो सतत करत राहायचा. थोड्याच दिवसात भरतला बँकेचा कॉल आला, नोकरी मिळाली, तो इथून नोकरी सोडून निघून गेला. काऊन्टरला भरत ऐवजी दुसरा क्लर्क आला, परंतु भरतची व नारायणची जशी मैत्री जमली होती तशी अन्य सहकाऱ्यांची व नारायणची जमली नाही. नारायणच्या मनात भरतला लागलेल्या नोकरीबाबतची हुरहूर सतत टोंचणी देत राहिली. नारायणचे मन काही केल्या काऊन्टरला लागेना. कसेबसे तीन-चार महिने उलटले. एके दिवशी असेच एका दारुड्या कामगाराचं नारायणबरोबर वाजलं-

"अरे मास्तर, लवकर फार्म भरना."

"अहो, जरा थांबा मी क्रमाक्रमाने ते काम घेतलंय-"

"काय घेतलंय घेतलंय करतो ज..रा लौकर कर ना!"

"ऐकत नाय काय? भेंचोद!"

अशा शिव्या तो कामगार देत होता. अधुनमधून त्याच्या झोकांड्या जात होत्या. त्याचे पाठीमागचे लाईनीत शिरून गलका करत होते. त्याला दोघे तिघे बाहेर काढू पाहत होते. नारायणने त्या दारुड्या कामगाराचे काम हातात घेतले.

"मादरचोद! त्याच्या आयला झवली!"

अशी शिवी त्या बेवड्या कामगारानं नारायणला दिली तसा नारायणचा तोल सुटला. नारायणने शिवी ऐकून घेतली, मॅनेजरकडे तक्रार केली. मॅनेजरने नारायणचीच समजूत काढली. नारायणला ठाऊक होतं दारुड्या माणसाच्या बरोबर बाचाबाची करून भागणार नाही तेव्हा न बोललेलंच बरं! या भावनेनं तो चूप्पच राहिला, तोवर पाठीमागच्या कामगारांनी त्याला खेचला होता. त्याला खेचताक्षणीच तो जमिनीवर आदळला होता. सगळं ऑफिस मात्र कामात गर्क होतं. त्यांना हा तमाशा काही नवीन वाटला नव्हता; परंतु घरच्याच तमाशाला विटलेल्या नारायणला हे काही सहन होईना. त्याला एकतर दारुड्या माणसांची जास्त चीड यायची, त्यात पर इसमाने त्याला आईवरनं शिवी दिली होती. आयुष्यात त्यानं प्रथम ही शिवी परइसमाकडून ऐकली होती आणि तोही "गिरणी कामगार", तो गिरणी कामगार आहे त्याला काही वाटले नव्हते; परंतु त्याच्या घरच्या परिस्थितीचे चित्र कल्पनेने त्याच्या नजरेसमोर उभे राहिले. त्याला मुलं बाळं असतील, त्याची बायको किती त्रास काढत असेल आणि हा दारुपायी असं नुकसान करून घेतोयं. "दारुची नशा

करी जीवनाची दुर्दशा.'' परंतु या दारुड्या लोकांना उपदेश म्हणजे पालथ्या घड्यावर पाणी. खरं म्हणजे कामगारांनी व्यसनच सोडून दिलं तर कामगार हा खऱ्या अर्थानं सुखी होईल. कामगारांना सरकार एवढं साहाय्य करतंय त्याचा कामगारांनी गैरफायदा घेता कामा नये. परंतु हा गैरफायदा घ्यायला व्यसनच उद्युक्त करतंय, तेव्हा त्याने व्यसनमुक्त झालंच पाहिजे अशी विचारांची साखळी त्याच्या मनात निर्माण झाली. दिवसभर तो याच विचारात होता. संध्याकाळी तो कार्यालयातून बाहेर पडत होता. त्या कार्यालयाच्या जिन्यावर तीन-चार कामगार गांजा-चरस ओढत ''दम मारो दम'' या भावनेनं मश्गुल होत एकामागून एक चिल्लीम ओढत होते. नशेत चूर होत होते. त्याचा वेगळा आनंद त्यांना मिळत होता. त्यांच्या मळकट कपड्यावरनं त्यांच्या घरच्या अवस्थेचं वर्णन करता येईल एवढ्या वास्तविकतेची जाणिव नारायणला होती. दुसऱ्या दिवशी नारायण खिशात राजीनाम्याचे पत्रच घेऊन आला, ते त्यानं मॅनेजर पुढं ठेवलं-

''साहब...यह लिजिए मेरा इस्तीफा!'' त्याच्या राजीनाम्याचं पत्र वाचून मॅनेजर आश्चर्यचकित झाले त्यांनी विचारले-

''यह यकायक निर्णय तुमने क्यों लिया?''

''मेरी इच्छा नही साहब।''

''ऐसी बहकी बहकी बात क्यों करते हो- तुम जानते हो, आजकल नौकरी मिलती नहीं।''

''हाँ जानता हूँ, लेकिन मजदूरों को इस रोज रोज की अवस्था में मै देख नही पाता?''

''लेकिन तुम्हे क्या करना है? तुम्हे क्या कार्ल मार्क्स बनना है? तुम्हे तो नौकरी से मतलब रखना है!''

''लेकिन साहब, यह डेली की गालीगलौच और...''

''लेकिन भई, हमें तो नौकरी करनी है- उनके सुधार की तुम्हें थोडे ही चिंता करना है?''

''वैसे नही! लेकिन-''

''लेकिन वेकिन कुछ नही, तुम्हें नौकरी करनी पडेगी-''

''नही सर, आप मुझे मजबूर मत किजिएगा!''

असा बराच वेळ दोघांचा संवाद चालला होता.

''दे...खो भाई, तुम्हार मूड आज कुछ अच्छा नहीं है। मैं तुम्हारा यह इस्तीफा आज मेरे पास रख देता हूँ। लेकिन उसे आज मंजूर करने की शिफारिश नहीं करूंगा। तुम कल तक सोच लेना- इस्तीफा मेरे पास है। तुम्हारे खयाल तुम्हारे पास है। शायद बदल सकता है, मै कल तक इन्तजार करूंगा, हो सके अंतिम निर्णय मुझे

कल बता देना, अगर तुम कल ऑफिस नही आ सके तो मुझे फोन पर कह देना ओ...के।''

हे मॅनेजर साहेबांचे विचार नारायणने ऐकून घेतले आणि निर्णय घेतला.

''ओ...के।''

असे प्रत्युत्तर देत संध्याकाळी नारायण कार्यालयातून बाहेर पडला.

दुसऱ्या दिवशी त्याने गिरगांवातल्या इम्पीरियल सिनेमाच्या बाजूच्या इराण्याच्या हॉटेलमधून मॅनेजरना फोन केला.

''मेरा इस्तीफा मंजूर कर दिजिए।''

फोनवरून उत्तर आले.

''ओ...के।'' हा मॅनेजर म्हणजे अमरीश पुरी होता. तो नाटकातंन काम करत असे.

***

थोड्याच दिवसांत नारायणला रिजीअनल सेटलमेंट कमिशनर या केंद्र सरकारच्या कार्यालयातील कॉल आला. या कार्यालयात नारायणला परत कारकुनाची नोकरी करण्याकरिता बोलावणे आले. त्याचवेळेस खाजगी कंपन्यातूनही नारायणचा प्रयत्न चालूच होता. वरळीच्या ग्लॅक्सो कंपनीत टंकलेखकाच्या मुलाखतीचा दिवस आणि त्या केंद्र सरकारच्या कार्यालयातील नेमणुकीचा दिवस नेमका एकच ठरला. ग्लॅक्सो कंपनीत मुलाखतीला नारायण गेला आणि टाईपरायटरवर बसला. ते आलिशान ऑफिस बघून नारायण प्रथन बावचळून गेला. वातानुकूलीत थंड हवेचा परिणाम त्याला प्रथमत: जाणवला आणि त्याची बोटे त्या मशिनवर आपटायला लागली. तिथल्या थंड वातावरणामुळं नारायणची बोटं पार काकडून गेली. उष्ण, दमट, उघड्या हवेच्या वातावरणात वावरणारा नारायणचा देह त्या शीत कार्यालयातले वातावरण सहन करू शकला नाही आणि त्याने टायपिंग टेस्ट कशी बशी दिली. ''सरकारी नोकरी ही केव्हाही अधिकाधिक सुरक्षित.'' कचेरीतली कारकुनी पत्करली. देशाच्या फाळणीमुळे जे निर्वासित झाले होते त्यांच्या पुनर्वसनाकरिता हे खाते काम करीत होते. ही नोकरी करत असतानाच नारायणचा मामा माधवराव पोटफोडे हा लोणंदावरून नारायणला भेटायला आला. कार्यालयात दोघांची गाठभेट झाली. मामानं विचारलं.

''काय रे पोरा, तुझं लगीन बिगीन करायचा इचार हाय का न्हाय?'' या मामाच्या प्रश्नासरशी नारायण उडाला. त्याला त्याच्याविषयी अशी कोणतरी आस्थेवाईकपणानं चौकशी करेल असं कधी वाटलंच नव्हतं. तो गंभीर झाला-

''मामा, आम्हाला रहायला जागा न्हाय, मी जिच्याशी लग्न करणार तिला तरी

सुखं देता आलं पाहिजे. मी एक तर रस्त्यावर राहणारा सडाफटींग. मला मुलगीही कोण देणार? शिवाय माझा कसलाच ठावठिकाणा नाही. मामाने नारायणचे बोलणे ऐकून घेतले.

"अरे पण तुझी आई कस्टं कुठंवर करणार? तिला पण सुख पाह्यजे का न्हाय?"

"तिला सुख पाह्यजे म्हणून एखाद्या गरीब पोरीला रस्त्यावर आणून संसार करायला लावावा अशी माझी मुळीच इच्छा नाही. तुम्हाला तुमच्या बहिणीच्या सुखाकरिता माझे लग्न करावसं वाटतंय, पण आमच्या सुखाची अपेक्षा करणारा कुणी नाही."

ह्या नारायणच्या उत्तरासरशी मामा उसळून गेला.

"एवढं तिनं काबाडकष्ट केलं ते तुम्हाला लहानाचं मोठं करण्याकरताच ना! मग तू मला ढबीलकीचं बोलणं कसं शिकवतोस?"

मामा थोडासा रागानंच भाच्याला बोलत होता.

"पण मला या परिस्थितीत लग्न करण्याची मुळीच इच्छा नाही, निदान मला घरदार तरी घेतलं पाहिजे- मी माझ्या आईबापासारखा रस्त्यावर संसार करावा असं तुम्हाला वाटतं का?"

नारायण मामाला समजावून सांगण्याचा प्रयत्न करत होता. परंतु गावंढळ मामा, तर्कट स्वभावाचा तो आपलंच म्हणणं पुढं रेटत होता.

"हे बघ, मिजास दाखवू नकोस- तुला लगीन करायचं न्हाय असं सांग. मला साईत्रानं सांगितलय तुला लग्नाबद्दल इचरायला, म्हणून इथंवर आलोय."

मामाने असे सांगितल्यावर नारायणला कळलं कि आपल्या आईनं भावाला आपली विचारपूस करायला लावलीय.

"माझी लग्न करायची इच्छा नाही."

"ठीकयं."

असं म्हणत मामानं भाच्याचं कार्यालय सोडलं आणि तो निघून गेला.

नारायणच्या मनात मात्र चुटपुटा लागला. आपल्या लग्नाचा विचार या लोकांच्या मनात खळबळ मजवून राहिलाय हे नारायणला पक्क कळलं. नाही म्हटलं तरी ऐन तारुण्याच्या उंबरठ्यावर लग्न म्हटलं की तरुण माणसाला चुटपुटा लागतोच! त्याला त्याच्या नवीन जीवनाची जोड लागते, कारण लग्न म्हणजे जीवन, जीवन म्हणजेच संसार आणि संसार म्हणजे जन्म-मृत्यूचा फेरा. या फेऱ्यात अडकल्याशिवाय माणसाच्या जीवनाचे रथचक्र पुरं होत नसतं.

संध्याकाळी नारायण लवकर बाजारात आला. भाऊला भेटला. ही हकिगत भाऊलाही सांगितली. भाऊनं नुसतंच ऐकून घेतलं. पोराचं लग्न झालं अन् न झालं

काय त्याला त्याच्यात कौतुक असं काही नव्हतंच. पण नारायण थोरला. त्याचं लग्न व्हायला पाहिजे असं मात्र त्याला वाटत होतं.

"मामा लगीन करायचं म्हणतोय तर करून टाक." नारायण बापाकडं बघत होता.

"जागेचा प्रश्न कुणी सोडवायचा?"

"घेऊन टाक एखादं झोपडं बिपडं. झोपडं नाही मिळालं तर आपला बाकडा हाईच."

बाप बिनधास्त बोलत होता. नारायण ऐकत होता. त्याला बापाची खोड माहित होती.

"झोपडं मिळालं तर त्यासाठी तुम्ही पैस द्याल कां?" असा खोचक प्रश्न नारायणनं बापाला विचारला.

"दिल की, न द्यायला काय झाल." बाप बोलत होता. भाऊचं हे लटकं बोलणं नारायणला ठाऊक होतं.

"तू कमावता झालायस, तुझ्या परीनं पैसे जमव तू."

"मी पैसे जमवीन, पण तुम्ही मदत कराल कां?"

"तुला मदत न करायला काय झालं? तू काय परका हाईस कां?" भाऊनं नारायणची तशी समजूत काढली होती. रात्र झाली तशी नारायणच्या मनात ही चुटपुट कायम राहिली. बाहेर फुटपायरीवर नारायणचं अंथरुण कांतीलालनं टाकलं- नारायण आणि कांतीलाल ह्या विषयाकडेच वळले. फुटपायरीवर शांतता होती. आकाशात पौर्णिमेचा चंद्र, रस्त्यावर वाहनांची ये जा चालू होती. मधून मधून हॉर्नचा आवाज यायचा. भविष्याची स्वप्नं रंगवायला फुटपायरीसारखी विशाल जागा कुठल्याही बंदिस्त खोलीत आढळायची न्हाई. नारायणने मामाचे भेटणे, भाऊबरोबरचं बोलणं कांतीलालच्या कानावर घातलं. कांतीलाल नारायणचं बोलणं शांतपणे ऐकून घेत होता. पौर्णिमेच्या चंद्राकडं पाहत पाहत दोघांचही बोलणं चालू होतं. समोरच्या इमारतीत वरच्या मजल्यावर पंखे गरगर फिरत होते, तसं तसं नारायणचं विचारचक्र फिरत होतं.

"जागा मिळाल्याशिवाय लग्न करणं म्हणजे मूर्खपणाचं ठरेल."

नारायण कांतीलालला सांगत होता. कांतीलाल पौर्णिमेचा चंद्र पाहत होता. नारायणचं बोलणंही लक्ष देऊन ऐकत होता. त्याच्या ओठातली तंबाखू त्याला हलकीशी धुंदी चढवत होती. मध्येच तो झटका आल्यासारखा उठून बसला, रस्त्याच्या कडेला पचकन पिचकारी मारली अन् विचार कराय लागला-

"हे बघ नारायण, आपण तुझ्यासाठी एखादं झोपडं बघू."

"त्याला पैसे पाहिजेत ना."

"किती पैसे लागतील?"

"किमान हजारेक रुपये तरी लागतील."

"जमवूया रे त्यात काय?"

असं म्हणत कांतीलाल नारायणकडे पाहायला लागला- नारायणला थोडा दिलासा मिळाला.

"आपण उद्याच झोपड्याची माहिती काढून ते बघायला सुरुवात करुया!"

नारायणने ऐकून घेतले आणि होकार दिला. नारायण त्या रात्री झोपड्याची स्वप्नं पाहायला लागला. बोलता बोलता ती सुखस्वप्नांची रात्र कशी निघून गेली हे दोघांना कळले देखील नाही. परंतु दोघांच्या स्वप्नातही मात्र ते त्यांच्या मैत्रीला जपत होते.

***

दोघांनीही मुंबईतल्या बऱ्याच झोपडपट्ट्या पालथ्या घातल्या. एके दिवशी कळले की, अंधेरी पूर्व भागात मथुरादास वसनजी रस्त्यावर असणाऱ्या जर्मन रेमीडीज कंपनीच्या मागं गुंदवली गांवठाण्यात गांवठाण्याच्या ओसाड जागेत गोपाळ पिल्ले नावाच्या इसमानं झोपड्या बांधायला सुरुवात केली आहे. ही माहिती मिळताच दोघेही तिथं पोचले. ती भव्य ओसाड जागा पाहिली. गोपाळ पिल्लेला दोघेही भेटले. हा भला सद्गृहस्थ होता. त्या दोघांनीही जागा पाहून ठरवलं की इथंच झोपडं घ्यायला हरकत नाही. दोघांनाही त्या पिल्लेनं जागा दाखविली.

"हे बघ नारायण ही अलिकडची जागा चांगलीय, इथं तुझं घर, त्याला खेटून माझं घर."

कांतीलालनं स्वत:ही झोपडं घ्यायचं ठरवून टाकलं- नारायणला आनंद झाला. पिल्लेने दोघांनाही दीड दीड हजारास २० बाय १२ चौ. फुटाच्या दोन झोपड्या द्यायच्या ठरवल्या. आगाऊ रक्कम दिली पाहिजे असा दंडक त्याने दोघांच्यावर लावला. दोघांनाही तो निर्णय मान्य केला आणि पैसे जमवण्याबाबत दोघांचाही विचार व्हायला लागला. त्यांनी चालत चालत अंधेरी स्टेशन गाठले.

एकमेकांच्या सहाय्याने पैशाची देवाण घेवाण झाली. दोन झोपड्या बुक करण्यात आल्या. बाहेर भिंती म्हणजे पत्र्यांची पानं, वर कौलं खाली सिमेंटचा गेरू- एकाला खेटून एक घरं तयार झाली, गरीबांच्या उज्वल भविष्याच्या वाटचालीला प्रारंभ झाला. ही जागा पाहून आई आणि भाऊनंही समाधानाचा सुस्कारा सोडला.

***

प्रयत्नांची पराकाष्टा आणि योगायोग यांचा संगम जुळून आला की जीवनात कधी कधी नवनवीन गोष्टी घडू लागतात. याच काळात नारायणला आणि नारायणच्या आईला लोणंदला परत जाण्याचा योग आला होता. नारायणचे गाव तिथूनच चार

मैलावर असलेले आरडगाव. लोणंदबद्दल नारायणला तसे फार आकर्षण वाटायचे. मामा राजकारणांत असल्यामुळे लहान मोठी समाज सेवेची कामे त्याच्याकडे यायची. जाती-जमातीची कामे मामा करायचा. त्याच्याच दुरवरच्या नात्यातल्या मुलीला सातारा जिल्हा परिषदेतर्फे शिक्षिकेचा कॉल आला. तिची लोणंदमध्ये नेमणूक झाली होती. तिला राहायला जागा नव्हती, तिच्या राहण्याचा बंदोबस्त माधवरावाने स्वत:च्याच छोटेखानी वाड्यातल्या एका खोलीत केला होता. ती दहा रुपये भाड्याने तिथे राहत होती. तिचे मामा पुरंदर तालुक्यांतल्या वाल्हे गावाचे. त्यांनीच लहानपणापासून त्या मुलीचे शिक्षण केले होते. लोणंदात राहून तिला जेमतेम महिनाभरच झाला असेल.

नविनच लागलेली नोकरी तिचं ऐन तारुण्य, नाकी डोळी नीटस, सुदृढ बांध्याची, थोडासा वाकडा भांग पाडण्याची स्टाइल, नेहमी डोक्यात गजरा माळण्याची सवय आणि पिलपिले डोळे असा काही तिचा थाट होता. नारायणची आणि तिची तिथं गाठभेट झाली. लोणंदला खास काम असंही नव्हतं, दुपारच्या पाळीतील अशी तिची शाळा होती. संध्याकाळच्या वेळी नारायण तिच्याशी गप्पा मारायचा. दोघांची कधी कधी भंकसही चालायची, नारायण हा सावळा. बोलण्यांत मुंबईची फॅशन, शेरो शायरीची आवड, ऐकणाऱ्यावर त्याची छाप पडायची. एके रात्री नारायण हा वाड्यातील पटांगणांत झोपला होता. उर्मिलाने रात्रीचे जेवण आटोपून चूळ भरली. अन् तांब्यात राहिलेले पाणी वाड्याच्याच पटागणांच्या एका बाजूला टाकायचं निमित्त करून त्या तांब्यातल्या पाण्याचे शिंतोडे नारायणच्या अंगावर उडविले आणि पटकन घरांत शिरून तिने स्वत:च्या दाराची कडी लावून घेतली. नारायण उठला तसा दाराकडे वळाला. त्याचं अंथरून भिजलं होतं. तोंडावरही पाणी पडलं होतं. त्याला उर्मिलेचा राग आला होता. त्या रागात त्यानं बाजूलाच असलेल्या पाण्याच्या छोट्याश्या हौदातून टोपभर पाणी घेतले व घरात ओतलं. आज उर्मिलेने एका टोकाला अंथरूण टाकलेलं होतं ते अंथरुण भिजविण्याकरीता नारायणने शिकस्त केली. टोप भरभरून घरात पाणी ओतत राहिला. उर्मिला एकदम घाबरून गेली. पण तिनं दाराची कडी काही काढली नाही. दुसऱ्या दिवशी तिला सकाळची शाळा होती. नारायणनं सकाळीच उठून पाहिलं पण ती घरात नव्हती. संध्याकाळी नारायण लोणंदातल्या सरदेच्या ओढ्याकडून निवांत गार हवा खात खात फिरत होता. त्याला शहरी भागापेक्षाही इकडं विरंगुळा वाटायचा. मोकळ्या हवेत फिरताना नाना विचार त्याच्या डोक्यात थैमान घालत होते.

रात्रीची सगळ्यांची जेवणं आटोपली. नारायण पटांगणांत बसला होता. उर्मिला ही पटांगणात एका कडेला कोपऱ्यात एका खोक्यावर बसली होती. पटांगणातल्या बल्बचा प्रकाश उर्मिलेच्या चेहेऱ्यावर पडला होता. तिनं नारायणकडे पाहूनही न

पाहिल्यासारखं केलं, नारायणही तिच्या चेहेऱ्याकडे पाहतच होता- सिलोन रेडिओवर गाणं लागलं होतं.

चांदसी मेहबूबा हो की, तुम कुछ ऐसा मैने सोचा था, हाँ तुम बिल्कुल वैसी हो, जैसा मैने सोचा था...

मुकेशच्या या गाण्यावर नारायण ताल धरत होता. उर्मिलेने कान टवकारले परत हळूच नारायणकडे कटाक्ष टाकला. मधुर गाण संपलं होतं. नारायण उर्मिलेच्या पुढे येऊन उभा राहिला. उर्मिला शिक्षिका असल्यामुळं नारायण तिला अदबीनं अहो, जाहोच बोलवायचा.

"तुम्ही एकट्याच आल्या आहात."

काहीतरी विषय पाहिजे म्हणून नारायणनेच सुरुवात केली. उर्मिलाने ऐकले, ऐकून न ऐकल्यासारखे केले मग तिला काय वाटलं कुणास ठाऊक-

"दिसत नाही कां?"

"नाही, तसं नव्हे रात्री तुम्ही पाणी अंगावर शिंपडल्यामुळे मी तसं केलं होतं."

"तुमचा तो अतिरेक होता."

असं तिनं हलकेच म्हटलं. थोडीशी ती लाजतही होती. नारायण तिच्या चेहऱ्याकडं टक लावून पाहत होता.

"तुमचे आई वडील कुठं असतात?"

या प्रश्नासरशी ती गप्प झाली. नारायणने आपले बोलणे पुढे चालूच ठेवले.

"तुमच्या मामांनीच तुम्हाला कसे सांभाळले?"

"आईनं ठेवलं म्हणून!"

"आईनं का ठेवलं?"

या प्रश्नासरशी तिच्या चेहऱ्यावर गांभीर्याची छटा उमटली. नारायणने तिचे हावभाव टिपले. तिच्या कुटुंबात काहीतरी रहस्य असावे अशी शंका नारायणाच्या मनाला शिवली.

"आईनं मला लहानपणीच मामा जवळ ठेवलं-" असं म्हणत तिच्या डोळ्यात हळूच अश्रू जमले.

"कां?"

"ती एक मोठी शोकांतिका आहे. मी सहा-सात वर्षांची असेन. माझ्या आई-वडिलांची सारखी सारखी भांडणं व्हायची, माझ्या वडिलांना दारुचं, जुगारीचं व्यसन होतं असं म्हणतात. मी त्यांना अद्याप पाहिलेलं नाही."

"वडील हयात आहेत कां?"

"होय! ते कुठंतरी मुंबईला चप्पलच्या दुकानात सेल्समनशिप करतात. त्यांनी माझ्या जन्मानंतर माझ्या आईला सोडून दिलं. आईनं मला मामाकडं ठेवलं तेव्हा मी

फारच लहान होते- सहा सात वर्षांची, तेव्हापासून आईलाही मुकले.''

''म्हणजे!''

''मी सहा सात वर्षांची असेन, आळंदीच्या देवळात मी, माझी आई आणि दुसरा माणूस, माझ्या आईचे वडील ही मंडळी उभी होती. माझ्या आईचं त्या माणसाबरोबर म्होतूर लावून दिला. दोघांनी एकमेकांच्या गळ्यात हार घातले. तो माणूस माझ्या आईला घेऊन जायला निघाला. आईबरोबर जावं म्हणून मी धाय मोकलून रडत होते, हंबरडा फोडत होते परंतु माझ्या आज्यानं मला पाठी ओढलं, माझ्या भावट्याला धरलं आणि माझ्या आजीच्या हातात मला सोपवली. माझा सांभाळ माझ्या मामांनी केला. माझे वडील हयात असून गेली वीस वर्षे मी त्यांना पाहिलं नाही. त्यांचा चेहराही मला आठवत नाही. अशी स्वत:ची कर्मकहाणी सांगता सांगता उर्मिलेच्या डोळ्यांत जमा झालेले अश्रू गालावर ओघळायला लागले. गालावर अश्रू पडल्याची जाणीव होताच तिनं पदराने ते हलकेच पुसले.

नारायण उर्मिलेची कहाणी ऐकत होता. त्याला त्याच्या आईबापाची भांडणं आठवायला लागली. परंतु जन्मदात्या आईबापापासून तो निदान परका झाला नव्हता. इथं उर्मिलाला तर आईबाप जिवंत असूनही त्यांच्यापासून परकं व्हावं लागलं होतं. काय ही जीवनाची कथा. वेगळ्या टोकावरची वेगवेगळी दु:खं, कुणाच्या जीवनाचे भावविश्व किती वेगवेगळे असते. या वेगवेगळ्या भाव विश्वालाच तकदीर म्हणतात. सुदैवी किंवा दुर्दैवी नशीब जन्माला घेऊन यावं लागतं आणि ते वेगवेगळ्या अवतारात भोगावं लागतं ते असं. नारायण उर्मिलेच्या जीवनाचे साम्य स्वत:च्या जीवनाशी मनात जुळवत होता. एका बाजूला आईबापाच्या सान्निध्यांत राहून जन्मभर दु:ख भोगत आला, तर दुसऱ्या बाजूला उर्मिला आईबाप जिवंत असतानाही त्यांच्या सुखात कधीच सहभागी होऊ शकली नाही. उर्मिलाची हकिकत त्यानं ऐकली आणि स्वत:च्या जीवनाची शोकांतिका पार विसरून गेला. तिच्याकडे पाहत असतानाच त्याला लहानशी नन्ही, मुन्नी, चिमुकली उर्मिला दिसायला लागली. ते आळंदीचं देऊळ, तिच्या जन्मदात्या आईचं परपुरुषाबरोबर झालेलं लग्न, आईच्या नात्याशी झालेली ताटातूट, लाखो अन् करोडो रुपये देऊनही ते न मिळणारं नातं. ते नातं त्या निष्पाप, निरागस चिमुकल्या जीवाला तोडावं लागलं. त्या जीवाचा कधी कुणीच विचार केला नाही. विचार केला गेला तो फक्त तिच्या आईच्या सुखाचा. कारण मुलीच्या सुखाचा विचार तिचे आई वडिलच करत असतात, परंतु इथं मात्र उर्मिलेच्या नशिबी तेही नव्हतं. अशा कमनशिबी उर्मिलेला, तिच्या थोरल्या मामाने वाढवलं, अंगाखांद्यावर खेळवलं, आईबापाचं सुख त्यानेच दिलं. आजीनंही तिला उणीव

भासू दिली नाही, मात्र जन्मदात्या आई-बापाचं सुख ते जिवतं असतानाही मिळालं नाही ही टोचणी तिच्या खोलवर अंत:करणात रुजली होती आणि त्या टोचणीचा वेध नारायण तिच्या चेहऱ्याकडे पाहून घेत होता.

"आता तुमची आई कुठंय?"

"ताडदेवला."

"ताडदेव झोपडपट्टीत माझ्या पुष्कळ ओळखी आहेत."

"माझी आई तिथचं कुठंतरी राहते."

"तुमचे दुसरे वडील कुठं असतात?"

"तो गटईचं काम करतो."

"कुठं?"

"नायर इस्पितळाजवळ."

नायर इस्पितळ काय अन् ताडदेव काय हा नारायणच्या पायाखालचा रस्ता. नारायणला हळूहळू ओळख पटाय लागली.

"तुमचे सख्खे वडील कुठंयत?"

असं म्हणताच उर्मिलानं घरातून जाऊन एक पाकीट आणलं- त्या पाकिटांत तिनं तिच्या वडलांचा पत्ता जपून ठेवला होता. तो पत्ता नारायणच्या हातात दिला- नारायणनं पत्ता वाचला.

श्री. शंकर ग. ननावरे,
के. ऑफ-नवयुग लेदर वर्क्स,
एस. व्ही. पी. रोड, प्रार्थना समाज, गिरगांव,
मुंबई-४.

हा पत्ता वाचून नारायण चाटच पडला. नवयुग लेदर वर्क्स हे केळकर हॉटेलच्या समोरच आणि आपल्याच भागात हिचे वडील काम करतात आणि वडिलांनी मुलीला गेली वीस वर्षे पाहिले नाही, मुलीने वडलांना पाहिलेले नाही. सगळा चमत्कार आणि ही कर्मकहाणी ऐकावी हेही योगायोगच असं नारायणला वाटायला लागलं.

ही सगळी कर्मकहाणी ऐकत असतानाच नारायणच्या संवेदनाशील मनानं उचल खाल्ली. त्याच्या डोक्यांत नाना विचार घोळायला लागले. एवढं दुःख भोगलेल्या स्त्रीला आपण जर काही सहकार्य करू शकलो तर असा विचार करत नारायणने तिच्या चेहेऱ्याकडे पाहिले. आणि त्याच्या तोंडून प्रश्न उमटला.

"तू माझ्याशी लग्न करशील कां?" हा प्रश्न नारायणने संकोच न बाळगता व अहो, जाहो न करता अचानक विचारला.

या प्रश्नासरशी उर्मिला त्याच्या चेहेऱ्याकडे पाहायला लागली. ती त्याच्या

चेहेऱ्याकडे क्षणभर पाहतच राहिली. तिला काय उत्तर द्यावे हे सूचेना, नारायणने असा अचानक प्रश्न कां विचारावा हेही तिला कळेना. ती मान खाली घालून गप्पच राहिली.

"तु कुठलंही उत्तर दिलंस तरी तुला मी मदत करणार आहे."

नारायण धीरगंभीर होऊन, स्पष्टपणाने मनमोकळेपणाने बोलत होता.

"जर हो उत्तर दिलंस तर मी लग्न करावयास एका पायावर तयार आहे- जर नाही उत्तर दिलंस तर एखाद्या भावासारखी मदत करायला मी तयार आहे."

नारायणच्या या वाक्यासरशी मात्र तिच्याकडे एकटक पाहत होता. नारायणचा बाप जन्ना मन्ना खेळायचा तसा नारायण ही आयुष्याची जुगार खेळत होता. चार दिवसाच्या परिचयात उद्देश नसतानाही असा प्रश्न एखाद्या तरुणानं एखाद्या कुमारिकेला विचारावा हे धाडसाचं काम. परंतु नारायण हा प्रश्नाला थेट भिडणारा असल्यामुळे त्याने हे धाडस केलं होते.

"अग, तू माझ्याशी लग्न करशील कां?"

परत नारायणने प्रश्न विचारला. तिने लाजून मान वर केली तेव्हा ती ओशाळली होती. नारायणने तिच्या हनुवटीखाली हात घालून मान वर केली तेव्हा ती घळाघळा रडत होती.

"तू कां रडतेस?"

"माझ्या आयुष्यात मला दुःखंच दुःख भोगावं लागलं- आईबाप जिवंत असूनही त्यांचे सुख कधीच मिळालं नाही."

"मी तुझ्या वडलांना तुझ्याकरता इथं बोलवून घेतलं तर?"

असा प्रश्न करताच उर्मिलेच्या डोळ्यात तेज निर्माण झालं- निदान आपल्या वडलांना डोळे भरून पाहता येईल. आपल्या वडलांना दादा म्हणून बोलवता येईल. ते ही पित्याचं प्रेम आपल्याला देतील, उरापोटाशी आपल्याला कवटाळतील ह्या कल्पनेनं तिचं हृदय भरून आलं.

"होय. बोलवा, ते येतील कां?"

"हो, येतील की, कां नाही येणार?"

असं नारायणने प्रेमाने तिला सांगितलं.

"पण तू माझ्याशी लग्न करणार की नाही? या प्रश्नाचं उत्तर मात्र अद्याप दिलेलं नाहीस."

लग्नाचा विचार नारायणच्या मनात अद्यापही तग धरून होता. तिनं हलकेच उत्तर दिलं.

"हो."

उर्मिलेचा होकार मिळताच नारायणला बरं वाटलं. त्याला तिच्या दुःखात सहभागी व्हायला आवडलं होतं. त्याचबरोबर तो त्याच्या भावी जीवनाची सुखस्वप्नं

रंगवायला लागला. त्या दृष्टीने तो पुढच्या तयारीला लागला.

***

नारायणने ही हकिकत स्वत:च्या मामाला सांगितली. मामाने मुंबईला शंकर ननावरेला दुकानात तार केली.

नारायण उर्मिलेबरोबर ह्या गोष्टी करून तडक मुंबईला आला. मुंबईच्या ताडदेवच्या झोपडपट्टीत त्याने उर्मिलेच्या आईचं घर शोधून काढलं. ताराबाई ही वयस्कर स्त्री, तिच्या जीवनात दुसरा घरोबा करून ती जीवन कंठीत होती. ताराबाईने सुद्धा स्वत:च्या आयुष्यात अतोनात हाल उपभोगलेले होते.

तिचा नवरा विष्णु आबनावे हा सुद्धा दारुडाच होता. त्याला पहिल्या बायकोची चार मुलं होती. त्या चारही मुलाचं संगोपन ताराबाईने केलं होतं. पण ताराबाईला विष्णू आबनावेपासून काही मुलबाळ झालं नव्हतं. तिला नारायण जेव्हा भेटला तेव्हा ती नवऱ्याबरोबर गटईचे काम नायर इस्पितळाच्या कोपऱ्यावर करत बसली होती. नारायण स्वत:च्या आईला व बापाला घेऊन तिथं आला होता. सगळ्यांचा नमस्कार चमत्कार झाला. ताराबाईनं भावी सोयऱ्यांना बसायला फुटपायरीवर गोणपाट दिलं. त्या गोणपाटावर बसून पाहुणे मंडळींनी चहा घेतला. नारायणच्या आईनं व बापानं मुलाच्या लग्नाची हकिगत ताराबाईला सांगितली. ताराबाई मनातून आनंदून गेली. तिच्या पोटचा गोळा उर्मिला हिच्यासाठी तिने जन्मभर मुंबईला पारशांची धुणी भांडी करून कष्ट उपसलं होतं. चोरून मारून ती वाल्ह्याला उर्मिलेसाठी धाकट्या भावाकडे पैसे पाठवायची. तो भाऊ मास्तर होता. ह्या मास्तरनेच उर्मिलेला वाढवलं, न्हाऊ घातलं. खाऊ पिऊ घातलं. बहिणीकडनं मिळालेल्या पैशाचा मात्र त्यानं कधीच गवगवा केला नाही. ह्याच मास्तरने आयुष्यभर लग्न न करता लहान भाऊ लक्ष्मण याची पोरं बाळं सांभाळली. त्यांच्या बरोबर उर्मिलेलाही त्यानेच वाढवली. ताराबाईची आई बनुबाई हिनं तिला माया लावली आणि अशा अवस्थेत उर्मिला तरुण झाली. ही सगळी हकिगत ताराबाईनं नारायणच्या आईला व वडिलांना सांगितली. उर्मिलाला मागणी घातल्याचे ऐकून ताराबाईचे उर भरून आले होते. तिने उर्मिलेकडे येण्याचे मान्य केले. पाहुण्या रावळ्यांच्या गप्पा टप्पा होऊन आपआपल्या मार्गाला लागले.

नारायणला लग्नाची घाई झाली होती. तो मुंबईला ताराबाईला भेटून लोणंदला परत आला अन् उर्मिलेला झाली हकिगत सांगितली. त्या काळात ताराबाई वाल्ह्याला पोहचली होती. वाल्ह्याला ही बातमी ताराबाईनं भावाच्या कानावर घातली, पण नारायणसारख्या भिकारबांड पोराला आपली सोन्यासारखी भाची द्यायची नाही हा निर्णय तिच्या भावांनी ताराबाईला सांगितला होता. ही गोष्ट उडत उडत नारायणच्या

कानावर आली होती. नारायण लोणंदला पोहोचला अन् दुसऱ्या दिवशी उर्मिलाचे वडील शंकरराव तिथं पोहोचले. सकाळी अकराचा सुमार. ही बातमी उर्मिलाला शाळेतच कळली. नारायणचा मावसभाऊ शशी कुबड्याने तिला सांगितली तशी उर्मिला बापाला पाहायला उत्सुक झाली.

उर्मिलानं हेडबाईला सांगितलं अन् ती वाड्यात लगबगीनं आली. शंकरराव तिच्या घरात उतरला होता. त्यानं आपल्या लेकीला वाड्यात येताना घरातनं पाहिलं आणि तो पटांगणात उभा राहिला. बापलेकरं तब्बल वीस वर्षांनी एकमेकांसमोर उभी होती. दोघे क्षणभर एकमेकांकडे पाहत होते. उर्मिलाला आपला बाप आपल्यासमोर उभा आहे हे क्षणभर खरे वाटलेच नाही. तिचा बाप तिच्याकडे मायेनं पाहत होता. दोघांच्या चेहऱ्याचं वळण एकच, एकच बांधा! दोघांच्या चेहऱ्यांची ठेवण सारखीच! उर्मिला बापाकडे पाहून एकदम ओक्साबोक्शी रडायला लागली. बापाने उर्मिलाला जवळ घेतले. त्याच्याही डोळ्यांतून अश्रू वाहायला लागले. उर्मिला बापाजवळ उभी होती. तिच्या बापानं तिला मिठी मारली तशी उर्मिला बापाच्या खांद्यावर पडून घळाघळा रडायला लागली.

"दा...दा काय केलंस? मला सोडून तू कसा राहिलास?"

"बे...टा, मी काही केलं नाही? तू तुझ्या आईलाच विचार!"

"मला कुणाची माया मिळाली नाही...दा...दा..."

"मला ठाऊक आहे, पण नशिबाचा फेराच तसा होता बे...टा... तुला खूप खूप शिकवावी, मोठ्ठं करावं अशी माझी इच्छा होती."

शंकरराव आपली बाजू सांवरत होता. उर्मिलाचे डोळे त्याने पुसले. उर्मिलाने तोंड भरून बापाचा चेहरा पाहिला. तिला असं वाटत होतं, दुनियाची सगळी धनदौलत आपल्या पदरात येऊन पडलीय, तिनं बापाची आस्थेवाईकपणानं चौकशी केली. बापाने आणलेला वेफरचा पुडा तिच्या हातात दिला. उर्मिलाला तो लहानपणी वेफर खायला द्यायचा. उर्मिलानें बापाच्या जेवणाची तयारी केली. नारायण हे सगळे दृश्य पाहत होता. बापलेकरांची वीस वर्षांनंतर झालेली भेट पाहून नारायणला कृतकृत्य झाल्यासारखं वाटत होतं.

शंकरराव हा मुंबईच्या नवयुग लेदर वर्क्स मध्ये सेल्समनची नोकरी करीत होता. त्यानेही दुसरे लग्न केले होते. लग्न नव्हतेच, त्याने एका बाईला ठेवलं होतं. त्या बाईला त्याच्यापासून चार मुलेही झाली होती. उर्मिलेच्या लग्नाची ही गोष्ट ऐकून त्याला आनंद झाला होता पण तोही फाटकाच होता. परत जाताना मुंबईच्या गाडीभाड्याचे पैसेही त्याने लेकीकडून घेतले. नारायणच्या मामानेही त्याचा पाहुणचार केला. नारायणचे हे लग्न स्वतःच्या दारात वाजत गाजत व्हावे म्हणून नारायणचे मन वळवण्याचा त्याने कितीतरी प्रयत्न केला. परंतु आपला बाप जिवंत असतानाही

आपण मामाच्या दारात लगीन कां करावं ह्या ईर्ष्येनं नारायणने मामाला नकार दर्शविला. नकार दर्शविल्यामुळं मामाकडची सगळी मंडळी नारायणवर नाराज झाली होती. स्वत: नारायणची आई सुद्धा नाराज झाली होती. नारायणचा पिंड स्वाभिमानानं जगण्याचा असल्यामुळं तो उर्मिलाला काही खाजगी गोष्टी सांगून मुंबईला निघून आला.

***

नारायण गिरगावच्या फुटपायरीवर पडून आकाशातल्या चांदण्या मोजत स्वत:च्या भावी आयुष्याची सुखस्वप्ने पाहत होता. बाजूलाच कांतीलाल झोपला होता. कांतीलालला ह्या सगळ्या घडामोडी कळल्या होत्या.

"हे बघ कांतीलाल, मी रजिस्टर लग्न करण्याचा विचार करतोय."

"चांगली गोष्ट आहे- तू लग्न कर, मी तुला साथ देतो."

"खरंच!"

"म्हणजे मी काय चेष्टा करतोय? अरे वा या...र तू. सांगशील ते मी करायला तयार आहे! ठिक आहे. हे बघ तू तिला लोणंदवरून घेऊन यायचं. आपल्याला आता कसं का होईना झोपडं मिळालंय; घराची काही अडचण नाही. मला तू सविस्तर माहिती दे."

कांतीलाल नारायणला साथ देतच होता. पण उर्मिला कांतीलाल बरोबर मुंबईला निघून येईल कि नाही याबद्दल साशंक होता.

"अरे पण ती येईल कां?"

"हो, येईल."

"एवढी तुला खात्री आहे."

"का नाही?"

"ठीक आहे, तू सगळं सांग."

नारायणने कांतीलालला इत्थंभूत ठावठिकाणा सांगितला. लोणंदमधल्या सगळ्या खाणाखुणा पटवून एक नकाशाच तयार करून दिला. एक कोड-पत्रही दिलं. त्या कोडपत्राचा अर्थ, तो फक्त उर्मिलेलाच कळला असता. त्याच बरोबर कांतीलालने सोन्याचे मणी मंगळसुत्र आणि जोडवी विकत घेतली. मित्राला दिलेलं वचन पुरे करावं ह्या हेतूनं तो आर्थिक साहाय्यही करत होता.

दुसऱ्या दिवशी कांतीलालनं लोणंदला प्रयाण केलं. नारायणने त्याला सर्व माहिती दिली होती. कांतीलाल हा मुळातच हुशार असल्यामुळे त्याला अडचण आली नाही. त्याने तिथे जाऊन प्रथमत: नारायणच्या मावस भावाशी संगनमत जुळवलं, त्याच्या माध्यमातून उर्मिलेची शाळेवरच गांठभेट घेतली. नारायणने

दिलेल्या कोडपत्रावरून उर्मिलेला नारायणची खूण पटली अन् ती कांतीलाल बरोबर मुंबईला यायला निघाली.

***

अमावस्येची रात्र. नारायण अंधेरीच्या झोपडपट्टीत उर्मिलाची वाट पाहतच होता, सगळीकडे काळाकुट्ट अंधार, रात्रीची वेळ, भयाण शांतता, रातकिड्यांची किर्रकिर्र जंगलासारखा भाग. त्यात दोन चारच झोपड्या, नवीन वसाहतीला प्रारंभ झाला होता. अशा भयाण रात्री उर्मिला आपलं गावशिव पाठी टाकून सोन्यासारखी शिक्षिकेची नोकरी सोडून नारायणचं घर उजळ करायला अशा जंगलात आली होती. ती आली अन् तिचं उर धडधडायला लागलं. तिला उगाच भीती वाटू लागली. तिला वाटलं होतं शहर म्हणजे दिव्यानं लखलखलेलं असतं, आणि इथं तर भयाण काळोख अगदी गावांसारखाच! मी कुठे वाट तर चुकत नाही ना! हा विचार करता करताच तिला गांवचे दृश्य आठवलं- धाकटा मामा तिला बडवतोय, नारायणबरोबर लग्न करू नकोस म्हणून जीवे ठार मारण्याची धमकी देतोयं, अशात ती भरलेल्या आडात उडी टाकायला धावतेय. हे दृश्य आठवताच तिनं मन कठोर केलं. ही झालेली घटनाही तिनं नारायणच्या कानावर घातली. त्या रात्री झोपड्या बांधणाऱ्या गोपाळ पिल्लेने त्यांना दोन चादरी अन् एक चटई अंथरायला दिली. एका झोपड्यात उर्मिला अन् नारायण दोघेही झोपले. कांतीलाल बाजूच्या स्वत:च्या झोपड्यात निजला. नारायण त्याच्या झोपड्यातल्या मिणमिणत्या दिव्याकडे पाहत होता. उर्मिलाची छाती धडधडत होती. परंतु नारायणवर तिचा पूर्ण विश्वास होता.

दुसऱ्या दिवशी भुलेश्वर मार्केटात जाऊन नारायणने उर्मिलाच्या व कांतीलालच्या सोबतीने संसाराला लागणाऱ्या सामानसुमानांची खरेदी केली. उर्मिलाला गुजराथी धाटणीच्या दोन साड्या, कानातले झुमके, मासोळ्यांची चांदीची जोडवी, नागाकृतीची चांदीची अंगठी हेही खरेदी केलं. गिरगावातल्या भवाळकरांच्या लग्नविधी कार्यालयात जाऊन लग्नविधी आटोपला. या लग्नाच्या वेळी एक गटई कामगार शंकरराव मारुलकर, बबन, काळे, कांतीलाल ही मंडळी उपस्थित होती. नारायणचे लग्न अवघ्या एक्कावन्न रुपयात उरकले आणि फुटपायरीवरचा नारायण संसाराला लागला.

तिसऱ्या दिवशी ही बातमी त्याच्या आईला कळली आणि रात्री अचानक दरवाजावर खटखट झाली. उर्मिला दरवाज्याकडे पाहू लागली. दरवाज्यांत सायत्राबाई, काळ्या, बाळ्या आणि गंगीला घेऊन उभी होती. तिच्या हातात एक गटुळं होतं. उर्मिलाने दरवाजा उघडला. सासूकडे पाहिले. सायत्राने मुलांसहित व गटुळंसहित

घरात प्रवेश केला.

"त्या गटुळ्यांत काय हाय?" उर्मिलाने सायत्राला प्रश्न विचारला.

"पोरांची पारोशी कपडे, हाईत! सकाळच्याला धुऊन टाक!"

सायत्राने हुकूम सोडला. उर्मिला त्या गटुळंकडे विस्मयक नजरेनं पाहू लागली.

✳ ✳ ✳

शब्दावली

(कादंबरीत आलेल्या काही अपरिचित शब्दांचे अर्थ/स्पष्टीकरण)

१.	वलन	- कपडे वाळवण्याची दोरी/तार
२.	शिफ्तार	- बारीक वेतांची पाटी/हारा
३.	देवताळी	- सदोदित देवधर्माची पूजा करणारी
४.	तळ तकाटणे	- पादत्राणांचे चामड्यांचे तळ हास्तीने ठोकत राहणे.
५.	बचकानी इचार	- बालीश विचार
६.	काप	- वासराचं चामडं
७.	मेशा	- शेळी मेंढीचं कातडं
८.	गावी कातडं	- हिरडा, तरवड, बाभळ इ. झाडांच्या सालीपासून प्रक्रिया करून रंगवून कमावलेलं मोठ्या जनावराचं चामडं
९.	रापी	- चामडे कापण्याचे लोखंडी छोटे हत्यार
१०.	कुरुम लेदर	- क्रोमची रासायनिक प्रक्रिया करून तयार केलेलं चामडं
११.	अप्पर	- पादत्राणांचे पायबोटात अडकवले जाणारे पट्टे
१२.	सागाळ	- मेंढीचं कातडं
१३.	हात कडवा असणे	- धंद्याची जास्त विक्री करणारे हात
१४.	गटंई	- दुरुस्तीचं चांभारी काम
१५.	भुडभूडी	- कशीबशी
१६.	टकुचं	- तान्ह्या मुलाची टोपी

***

बोचकं

रवींद्र बागडे

'बोचकं' ही आत्मकथनात्मक कादंबरी समाजातल्या अनेक पदरांचं दर्शन घडवते.

नारायणचं लग्न (१९६८) ते आईचा मृत्यू (२००२) या कालावधीतील ही कथा निव्वळ नारायणची नाही. गिरगावातील फूटपाथवर भाजी विकत अत्यंत प्रतिकूल परिस्थितीत राहणाऱ्या व मुलांना वाढवणाऱ्या नारायणची आई सावित्राबाई; नारायणची पत्नी उर्मिला, नारायणचे अन्य नातेवाईक, नारायणला त्याच्या समाजोपयोगी कार्यात खांद्याला खांदा लावून मदत करणारे कार्यकर्ते; नारायणला अनेक बरेवाईट अनुभव मिळवून देणारे अन्य अशा सर्वांची ही गोष्ट आहे.

'माझं दु:ख हे जगाचं दु:ख आहे व जगाचं दु:ख हे त्याहूनही मोठं आहे' हे प्रांजळपणे मांडलेले विचार वाचकाला अंतर्मुख करतात.

'गटुळं' ही रवींद्र बागडे यांची पहिली कादंबरी. ही कादंबरी नारायणच्या जन्मापासून लग्नापर्यंतच्या जीवनप्रवासाचं वर्णन करते.

━━━━━━

www.ingramcontent.com/pod-product-compliance
Lightning Source LLC
LaVergne TN
LVHW020001230825
819400LV00033B/934